AF726511

நபிகள் நாயகம் -சரித்திர நிகழ்ச்சிகள்

எம்கே.ஈ. மவ்லானா- முல்லை முத்தையா

Copyright © Mk. E. Moulana- Mullai Muthiah
All Rights Reserved.

This book has been self-published with all reasonable efforts taken to make the material error-free by the author. No part of this book shall be used, reproduced in any manner whatsoever without written permission from the author, except in the case of brief quotations embodied in critical articles and reviews.

The Author of this book is solely responsible and liable for its content including but not limited to the views, representations, descriptions, statements, information, opinions and references ["Content"]. The Content of this book shall not constitute or be construed or deemed to reflect the opinion or expression of the Publisher or Editor. Neither the Publisher nor Editor endorse or approve the Content of this book or guarantee the reliability, accuracy or completeness of the Content published herein and do not make any representations or warranties of any kind, express or implied, including but not limited to the implied warranties of merchantability, fitness for a particular purpose. The Publisher and Editor shall not be liable whatsoever for any errors, omissions, whether such errors or omissions result from negligence, accident, or any other cause or claims for loss or damages of any kind, including without limitation, indirect or consequential loss or damage arising out of use, inability to use, or about the reliability, accuracy or sufficiency of the information contained in this book.

Made with ♥ on the Notion Press Platform
www.notionpress.com

பொருளடக்கம்

1

நபிகள் நாயகம் சரித்திர நிகழ்ச்சிகள்

1. புன்சிரிப்போடு குழந்தை வளர்ந்தது

பெருமானார் அவர்களின் குழந்தைப் பருவம், பாட்டனார் முத்தலிப் அவர்களின் ஆதரிப்பில் இருந்தது.

அப்துல் முத்தலிப் அவர்களின் உடல் முதுமையால் நலிந்து, தளர்ந்தது.

தாம் உயிரோடிருக்கும் பொழுதே, குழந்தையைத் தக்க பாதுகாப்பில் விட்டு விடக் கருதினார். அதற்காகத் தம்முடைய புதல்வர்களை அழைத்து ஆலோசித்தார்.

அப்பொழுது, முதலாவதாக அபூலஹப், அக்குழந்தையின் பராமரிப்பைத் தாம் ஏற்றுக்கொள்வதாகக் கூறினார்.

"நீயோ பணக்காரன், கடின உள்ளம் உடையவன்; தாய் தந்தையற்ற இக்குழந்தையை மகிழ்வோடு வளர்க்க உன்னால் இயலாது" என்று கூறிவிட்டார் அப்துல் முத்தலிப்.

ஹலரத் அப்பாஸ் தாம் வளர்ப்பதாகக் கூறினார்.

"உனக்குக் குழந்தைகள் அதிகம். அவற்றோடு இக்குழந்தையை எவ்வாறு ஆதரிக்க இயலும்?" என்று கூறிவிட்டார்.

இறுதியாக, அபூதாலிப் அவர்கள்,"நான் பணக்காரன் அல்லன் எனினும், இக்குழந்தையை வளர்க்கும் நற்காரியத்துக்கு நான் தகுதியானவன் என்று நீங்கள் கருதினால், நான் மனப்பூர்வமாக அப்பொறுப்பை ஏற்றுக் கொள்கிறேன்" என மிகப் பணிவோடு வேண்டிக் கொண்டார்.

அதைக் கேட்டதும்,"இதற்கு நீ பொருத்தமானவன் என்பதில் சிறிதும் ஐயம் இல்லை. ஆயினும் அந்தக் குழந்தையே அதைத் தீர்மானிக்கட்டும்", என்று கூறி, பெருமானார் அவர்களை அருகில் அழைத்து, "அருமைக் கண்மணியே! எனக்கோ வயதாகி விட்டது. உடலும் தளர்ந்துவிட்டது. இனி அதிக நாட்கள் உயிரோடு இருக்க மாட்டேன். ஆகவே, நம்

குடும்பத்தவர்களான, இவர்கள் உம்மைப் பராமரிக்கும் பொறுப்பை ஏற்கத் தயாராயிருக்கின்றனர். இவர்களில் எவருடன் இருக்க, நீர் விரும்புகிறீர்?'' என்று கேட்டார் முதியவர்.

புன்சிரிப்புத் தவழ, அபூதாலிப் அவர்கள் மடியில் போய் உட்கார்ந்தார்கள் பெருமானார்:

உடனே அப்துல் முத்தலிப் கண்களில் நீர் தளும்ப, தம் மகனை நோக்கி,'' அபூதாலிபே! தாய் தந்தையற்ற இக்குழந்தைக்குப் பெற்றோரின் அன்பும், பாசமும் இன்னது என்று தெரியாது. ஆகையால், இக்குழந்தையை, ஒரு குறையும் இன்றி, மகிழ்வோடு வளர்த்து வருவாயாக!'' என்றார்.

அதன்பின் சில நாட்களில் அப்துல் முத்தலிப் மனஅமைதியோடு காலமானார்கள்.

2. இணைபிரியாத வளர்ப்பு

அபூதாலிப் அவர்களின் ஆதரிப்பில் பெருமானார் அவர்கள் வளர்ந்து வந்தார்கள்.

தம்முடைய பிள்ளைகளுக்கும் மேலாகப் பெருமானார் அவர்களை அன்போடு நேசித்ததோடு, இணைபிரியாமல் கவனித்துக்கொண்டார்.

தூங்கும்போது கூடத் தம்முடனே தூங்க வைத்துக் கொண்டார்.

வெளியே போவதாயிருந்தால், கூடவே அழைத்துச் செல்வார். இவ்வாறு கண்ணும் கருத்துமாக இருந்தமையால் ஒருவரை ஒருவர் விட்டுப் பிரிவதே இல்லை.

3. விளையாட்டிலே விருப்பம் இல்லை

பெருமானார் அவர்கள் இளம்பருவத்தில், தனித்திருந்து சிந்தனையிலே ஆழ்ந்து விடுவார்கள். மற்றப் பிள்ளைகளைப் போல் விளையாட்டுகளிலே நாட்டம் கொள்வதில்லை.

பெருமானார் அவர்களின் இளம் பருவத் தோழர்கள் ஒரு சமயம் தங்களுடன் விளையாட வருமாறு அழைத்தார்கள். ''மனிதன் மேலான காரியங்களுக்காகப் படைக்கப் பட்டிருக்கிறானே தவிர, விளையாட்டுக் காரியங்களில் ஈடுபடுவதற்காகப் படைக்கப்படவில்லை'' என்று கூறி மறுத்துவிட்டார்கள்.

4. கல்வி பயிலாமல் அறிவுக் கூர்மை

இளமையிலே அறிவுக் கூர்மையும், சிறந்த ஆராய்ச்சியும் மிளிர்வதற்கான அறிகுறிகள் பெருமானார் அவர்களிடம் நிரம்பக் காணப்பட்டன. எந்தக் கல்விக் கூடத்திலோ அல்லது எந்தத் தனி ஆசிரியரிடத்திலோ பெருமானார் கல்வி பயின்றதில்லை.

இதனாலேயே பெருமானார் அவர்களுக்குக் 'கல்வி கற்காதவர்' (உம்மி) என்ற பெயர் உண்டாயிற்று.

5. மழைக்காகப் பிரார்த்தனை

ஒரு சமயம், மக்காவில் கொடிய பஞ்சம் நிலவியது. மக்கள் அனைவரும் துன்புற்றார்கள்.

அதை அறிந்த அபூதாலிப், பெருமானார் அவர்களை ஒரு பரந்த வெளிக்குக் கூட்டிக் கொண்டு போய், மழை பெய்வதற்காகப் பிரார்த்தனை செய்யுமாறு கேட்டுக் கொண்டார்.

அன்புடையோனும் அருளுடையோனுமான எல்லாம் வல்ல ஆண்டவன் சமூகத்திலே, பெருமானார் மழை பொழியப் பிரார்த்தனை செய்தார்கள். அப்பொழுது அவர்களுக்கு வயது பத்து. உடனே மழை பொழிந்தது! பஞ்சம் அகன்றது! நாடு செழிப்படைந்தது.

6. ஆண்டவன் கட்டளை

பெருமானார் அவர்கள் ஹலரத் ஹலிமா அவர்களிடம் வளர்ந்து வரும் பொழுது வயது மூன்று.

ஒருநாள், அன்னை ஹலிமாவின் மக்களைக் காணாமையால், பெருமானார் அவர்கள், “ அருமை அன்னையே என் சகோதர்களைக் காணவில்லையே, அவர்கள் எங்கே!” என்று கேட்டார்கள்.

“மகனே! அவர்கள் பகல் நேரங்களில் ஆடுகளை ஒட்டிக் கொண்டு போய் மேய்த்து, இரவில் வீடு திரும்புவார்கள்” என்று கூறினார் ஹலிமா.

“தாயே! அந்த வேலையைச் செய்வதற்கு எனக்குத் தகுதி இல்லையா?” எனக் கேட்டார்கள் பெருமானார்.

மறுநாள் முதல், பெருமானாரும் மற்ற பிள்ளைகளோடு ஆடு மேய்த்து வந்தார்கள்.

ஹலரத் ஆதம் அலைஹிஸ்ஸலாம் அவர்களின் காலம் முதல் நபிமார்கள் ஆடு மேய்த்து வந்திருக்கின்றனர்.

முன்னர் தோன்றியிருந்த நபிமார்களிடம் உள்ள இந்த அம்சம் பெருமானார் அவர்களிடமும் அமையப் பெற வேண்டும் என்பது ஆண்டவன் கட்டளை போலும்!

7. கிறிஸ்துவத் துறவியின் பாராட்டு

ஒருசமயம் வியாபாரத்தின் பொருட்டு, ஷாம் தேசத்துக்குப் புறப்படத் தீர்மானித்தார்கள் அபூதாலிப்.

அப்பொழுது, பெருமானார் அவர்கள் தம்மையும் உடன் அழைத்துச் செல்லுமாறு கேட்டுக் கொண்டார்கள். அப்பொழுது அவர்களுக்கு வயது பன்னிரண்டு.

அபூதாலிப் மறுக்காமல் பெருமானாரையும் கூட்டிக் கொண்டு வியாபாரக் கூட்டத்தாருடன் ஷாம் தேசத்துக்குப் புறப்புட்டுச் சென்றனர்.

அந்தக் கிறிஸ்துவத் துறவி வேதங்களைக் கற்று, அறிந்து, ஆராய்ந்தவர். எதிர்காலத்தில் தீர்க்கதரிசி ஒருவர் தோன்றுவார் என்பதையும், அவ்வாறு தோன்றுவதற்கான அறிகுறிகளையும், அவ்வேதங்களில் குறிப்பிட்டிருந்ததை அவர் நன்கு அறிந்திருந்தார். பெருமானாரிடம்

அந்தத் துறவி உரையாடும் பொழுது, அவர்களுடைய முகத் தோற்றத்தையும், அறிவுக் கூர்மையையும், கனிவான சொற்களையும் கண்டு வியப்புற்றார்.

"அபூதாலிப் அவர்களே! இப் பாலகரை கவனமாகப் பார்த்துக் கொள்வீராக! இவர் அரேபியாவின் பேரொளி ஆவார்.

"அரேபியாவிலுள்ள விக்கிரக வழிபாட்டை, அடியோடு அகற்றுபவர் இவர்!

"ஹலரத் ஈஸா நபி அவர்களின் முன் அறிவிப்புப்படி, ஆண்டவனால் இறுதியாக அனுப்பப்பட்டுள்ள நபி இவர்களே!

"இவர்களுக்கு யூதர்களினால் எந்த இடையூறுகளும் உண்டாகாமல் கவனமாகப் பாதுகாத்து வருவீராக" என்று கூறினார் கிறிஸ்துவத் துறவி.

அதிலிருந்து, அபூதாலிப், பெருமானாரை முன்னிலும் பன்மடங்கு கவனமாகப் பாதுகாத்து வரலானார்.

8. இயற்கை வனங்களைப் படைத்த ஆண்டவன்

பெருமானார் அவர்கள் ஹலரத் அபூதாலிபுடன் ஷாம் தேசத்துக்குப் பயணமாகச் சென்ற பொழுது, ஆண்டவனுடைய பெருமையையும், வல்லமையையும் காட்டக் கூடிய பல அரிய காட்சிகள் பெருமானாருக்கு நன்கு புலப்பட்டன.

மலைகள், காடுகள், ஆறுகள், ஏரிகள் ஆகியவை, பெருமானார் அவர்களின் உள்ளத்தில் என்றும் அகலாத ஓர் உண்மையை உணர்த்தின என்றே கூற வேண்டும்.

"ஆண்டவன் ஒருவன் இருக்கின்றான்" என்பதை எண்பிக்கும் வகையில் இவற்றையெல்லாம் சுட்டிக் காட்டி, "இத்தகைய பொருள்களை எல்லாம் படைத்தது யார்? அவனுடைய உண்மையை இந்தப் பொருள்கள் உணர்த்தவில்லையா?" என்று சொல்வார்கள், பெருமானார் அவர்கள்.

9. சமாதான உடன்படிக்கை

அரேபியாவில் குறைஷி வம்சத்தாருக்கும், கைஸ் வம்சத்தினருக்கும் பெரிய சண்டை நடந்தது. இச்சண்டையில் குறைஷி இனத்தவர் அனைவரும் ஈடுபட்டிருந்தனர்.

இச்சண்டைக்கு அபூதாலிப் அவர்களும் செல்ல வேண்டியதாயிற்று. பெருமானார் அவர்களும் உடன் சென்றார்கள்.

சண்டையோ வெகு உக்கிரமாக நிகழ்ந்தது. முதலில் குறைஷி இனத்தார் வெற்றி பெற்றனர். அடுத்து கைஸ் இனத்தவர் வெற்றி பெற்றனர். முடிவில் இரு தரப்பாரும் சமாதானம் ஏற்படுத்திக் கொண்டனர்.

சண்டையின்போது பெருமானார் அவர்கள் அங்கே இருந்த போதிலும் அதில் அவர்கள் ஈடுபடவில்லை. அவர்களுக்கு அப்பொழுது வயது பதினான்கு!

இத்தகைய சண்டைகள் நாட்டில் அடிக்கடி நிகழ்ந்து வந்ததால், கொலைகள், கொள்ளைகள் பெருகி, அதனால் பல குடும்பங்கள் அழிந்து போயின; எனவே இவை தலைவர்கள்

பலருக்கு வேதனையை உண்டாக்கின. ஆகையால் இனி இத்தகைய சண்டைகள் நிகழாமல் இருப்பதற்காக, அவர்கள் ஒரு சங்கத்தை நிறுவி, ஓர் உடன்படிக்கையை உருவாக்கினார்கள்; அதில் கீழ்க் காணும் ஐந்து நிபந்தனைகள் முக்கியமானவை:

1. தீய நடவடிக்கையை ஒழிக்கவேண்டும்.
2. மக்கள் அனைவரும் அச்சமின்றி வாழுமாறு செய்ய வேண்டும்.
3. வழிப்போக்கருக்குத் தேவையான வசதிகளைச் செய்து தரவேண்டும்.
4. ஏழை-எளியவர்களுக்கு உதவி புரிய வேண்டும்.
5. துன்புறுத்துபவனைத் தண்டித்து, துன்பப்படுபவனுக்குப் பரிகாரம் தேடிக் கொடுக்க வேண்டும்.

இந்த உடன்படிக்கை நிறைவேறுவதற்குப் பெருமானார் அவர்களே முக்கிய காரணமாக இருந்தார்கள் என்பது குறிப்பிடத்தக்கது.

10. நம்பிக்கைக்கு உரியவர்கள்

இளமை முதல் உண்மை, விசுவாசம், நம்பிக்கை முதலான உயரிய குணங்கள் பெருமானார் அவர்களிடம் அமைந்திருந்தன.

உண்மை பேசும் அவர்களுடைய புகழ் எங்கும் பரவியிருந்தது.

நம்பிக்கையிலும் அவ்வாறே உயர்வு பெற்றிருந்தார்கள்.

மக்காவிலுள்ள மக்கள், பெருமதிப்புடைய பொருள்களைப் பாதுகாத்து வைக்கும் பொருட்டுப் பெருமானார் அவர்களிடம் கொண்டு வந்து கொடுப்பார்கள்.

அப்பொறுப்பை பெருமானார் அவர்கள் மிக நாணயமாக நிறைவேற்றினார்கள்.

ஆகையால், ''நம்பிக்கைக்கு உரியவர்'' ''உண்மை பேசுபவர்'' என்னும் பொருள் படைத்த ''அல்அமீன்'' ''அஸ்ஸாதிக்'' என்னும் பட்டங்கள் பெருமானார் அவர்களுக்கு வழங்கப்பட்டன.

பெருமானார் அவர்களின் பகைவர்கள் நிந்தித்து எழுதிய கவிதைகளிலும் கூடப் பெருமானார் அவர்களை ''அல்அமீன்'' என்றே கூறியுள்ளனர்.

11. ஏழைப் பங்காளர்

பெருமானார் அவர்கள் இளமைப் பருவத்திலிருந்தே பணிவும், கனிவும் உடையவர்களாகத் திகழ்ந்தார்கள்.

நலிவுற்றவர்கள், ஏழைகள் ஆகியோருடைய துன்பங்களைக் கேட்பதற்கு அவர்களின் காதுகள் எப்பொழுதும் தயாராயிருக்கும். உள்ளம் நெகிழ்ந்து உதவி புரிவார்கள்.

தெருவில் நடந்து போகும் பொழுது, அவர்கள் அடக்கத்தோடு நடந்து செல்வார்கள். அவர்கள் போகும்போது, 'உண்மையும், நேர்மையும் உடைய அல் அமீன் அதோ போகிறார்கள்' என்று சுட்டிக் காட்டி மக்கள் ஒருவருக்கு ஒருவர் பேசிக் கொள்வார்கள்.

பொருள் வாங்குவதற்காகப் பெருமானார் அவர்கள் கடைக்குப் போகும் பொழுது, வழியில் இருக்கும் ஏழை எளியவர்களின் வீட்டுக் கதவைத் தட்டி, "முஹம்மது கடைக்குப் போகிறார். உங்களுக்குத் தேவையான பொருள்களைச் சொல்லுங்கள். வாங்கி வருகிறேன்" என்று கூறுவார்கள். அவர்கள் சொல்லும் பொருள்களை அவ்வாறே வாங்கி வந்து தருவார்கள்.

12. பொறுமை மிக்கவர்கள்

மக்காவிலுள்ள குறைஷி இனத்தவர்களுக்கு வியாபாரமே முக்கியத் தொழிலாக இருந்து வந்தது.

பெருமானார் அவர்களின் மூதாதையருக்கும் அதுவே தொழிலாக இருந்தது.

ஒரு வியாபாரிக்கு வேண்டிய முக்கிய அம்சங்களான நம்பிக்கையும், வாக்குறுதியும் பெருமானார் அவர்களிடம் முழுமையாக அமைந்திருந்தன.

அப்துல்லாஹ் இப்னு அபில் அம்ஸா என்னும் வர்த்தகருக்கும், பெருமானார் அவர்களுக்கும் சரக்குகள் கொடுக்கல், வாங்கல் நடைபெற்றுக் கொண்டிருந்தது.

ஒரு சமயம், தமக்கு வேண்டிய சாமான்களை வாங்கிக் கொள்வதற்காக, பெருமானார் அவர்களிடம், ஒரு குறிப்பிட்ட நேரத்தில் வருவதாக, அப்துல்லாஹ் இப்னு அபில் அம்ஸா என்பவர் கூறிச் சென்றார். ஆனால், என்னவோ மறந்துவிட்டார். காலம் கடந்து அங்கே போன சமயம், பெருமானார் அவர்கள் அவ்விடத்திலேயே அவரை எதிர்பார்த்து இருக்கக் கண்டார். எனினும் அவரிடம் பெருமானார் அவர்களுக்குக் கோபமோ வருத்தமோ உண்டாகவில்லை. "எவ்வளவு நேரமாக இவ்விடத்திலேயே இருக்கிறேன். எனக்குக் கஷ்டத்தைக் கொடுத்து விட்டீரே" என்று மட்டும் கூறினார்கள் பெருமானார் அவர்கள்.

13. சச்சரவைத் தீர்த்து வைத்தார்கள்

ஒரு சமயம், மக்காவில் நிகழக் கூடியதாயிருந்த ஒரு பெரிய சண்டை பெருமானார் அவர்களின் தீர்க்கமான அறிவுக் கூர்மையாலும், சமாதானத் தூண்டுதலாலும் தவிர்க்கப்பட்டது.

அரேபிய நாடு முழுமைக்கும் புனிதத் தலமாகக் கருதப்படும் கஃபாவின் மதில் பழுதடைந்த நிலையில் இருந்தது: மக்காவாசிகள் அனைவரும் அக்கட்டடத்தைப் புதுப்பிக்கக் கருதி, அதன் ஒவ்வொரு பகுதியையும், ஒவ்வொரு குடும்பத்தார் கட்டித் தர முன்வந்தனர்; புனிதத் தலத்தைக் கட்டும் பர்க்கியத்தில் எல்லாக் குடும்பத்தினரும் பங்கு பெற வேண்டும் என்பது அவர்கள் நோக்கம்.

அவ்வாறு பல பிரிவுகளாகக் கட்டட வேலை நிறைவேறியது.

அக்கட்டடத்தின் முக்கிய பகுதியில் ஹஜருல் அஸ்வத் என்னும் கருங்கல்லை நிறுவ வேண்டிய வேலை மட்டும். எஞ்சியிருந்தது. அதை நிறுவும் பாக்கியம் தங்களுக்கே கிடைக்க வேண்டும் என ஒவ்வொரு குடும்பத்தினரும் ஆசைப்பட்டார்கள்.

அதன் காரணமாகப் பெரிய கலவரம் நிகழ இருந்தது. அப்பொழுது முதியவர் ஒருவர், அந்தப் பிரச்சனை தீர, ஒரு வழி சொன்னார்.

“நாளைக் காலையில் கஃபாவின் வாசல் வழியாக முதன் முதலில் யார் வருகிறாரோ அவர் செய்யும் முடிவை அனைவரும் ஒப்புக் கொள்ள வேண்டும்” என்பதே அவ்வழி!

அதை ஒப்புக்கொண்டு அனைவரும் சென்று விட்டனர்.

மறுநாள் காலை, ஆண்டவனுடைய அருளால், கஃபாவின் வாசலில், பெருமானார் அவர்களை, மக்கள் அனைவரும் காண நேர்ந்தது. மக்கள் மகிழ்ச்சியோடு ஆரவாரஞ் செய்தனர். "நம்பிக்கைக்கு உரிய பெருமானார் அவர்கள் செய்யும் முடிவை நாங்கள் அனைவரும் ஏற்றுக் கொள்கிறோம்" என எல்லோரும் ஒரே குரலில் சொன்னார்கள்.

உடனே பெருமானார் அவர்கள், அழுத்தமான, அகலமான ஒரு துணியைக் கொண்டு வரச் சொல்லி, அதன் மத்தியில், தங்கள் திருக்கரங்களால் ஹஜருல் அஸ்வதைத் தூக்கி வைத்தார்கள். பிரச்னை உண்டு பண்ணிக் கொண்டிருந்த ஒவ்வொரு குடும்பத்திலிருந்தும் ஒரு தலைவரைத் தேர்ந்து எடுத்து, அவர்கள் அனைவரையும் அந்தத் துணியைச் சுற்றிலும் பிடித்துக் கொண்டு, கருங்கல்லை நிறுவ வேண்டிய இடத்தில் அதைத் தூக்கி வைக்குமாறு கூறினார்கள். அவர்கள் அவ்வாறு செய்ததும், பெருமானார் அவர்கள் தங்கள் திருக்கரங்களால், ஹஜருல் அஸ்வத்தை எடுத்து, அதன் பழைய நிலையில் நிறுவினார்கள்.

இந்த நிகழ்ச்சி, அனைவருக்கும் திருப்தியையும், மகிழ்ச்சியையும் அளித்தது.

14. வியாபாரத்தில் நற்பெயர்

மக்காவாசிகள் அந்தக் காலத்தில், தங்களுடைய மூலதனங்களைத் தொழில் தெரிந்தவர்களிடமும், நம்பிக்கையானவர்களிடமும் கொடுத்து, வேற்று நாட்டுக்குப் போய் வர்த்தகம் செய்யும்படி அனுப்புவார்கள். அதில் கிடைக்கக் கூடிய இலாபத்தை உரியவர்கள் பங்கு பிரித்துக் கொள்வது வழக்கம்.

பெருமானார் அவர்களும் இவ்வாறு பங்கு சேர்ந்து, வியாபாரம் செய்து வந்தார்கள். வியாபாரத்தை அவர்கள் நேர்மையாகவும், சிறப்பாகவும் செய்து வந்தமையால், மக்கா முழுவதும் அவர்களுடைய பெயர் பிரசித்தமாயிற்று.

15. பிராட்டியாரின் பிரதிநிதி

கதீஜா பிராட்டியார் மக்காவின் கண்ணியமான குறைஷி இனத்தில் தோன்றியவர்.

இவர் இரு முறை திருமணம் செய்து கொண்டும் விதவையானார். மேன்மையான குணமும், ஒழுக்கமும் உள்ளவர். இதன் காரணமாகப் பரிசுத்தமானவர் என்னும் கருத்துக் கொண்ட ‘தாஹிரா’ என்னும் பட்டத்தால் அழைக்கப்பட்டார்.

சிறப்பு மிக்க குணங்களுடன் செல்வமும் நிறைந்தவர்.

மக்காவிலிருந்து வியாபாரத்திற்காக, வெளி நாடுகளுக்கு அனுப்பப்படும் சரக்குகளில் பாதி எல்லா வியாபாரிகளுடையதும், மறுபாதி கதீஜாப் பிராட்டியாருடையதும் ஆகும்.

பெருமானார் அவர்களின் உயர்வான பண்புகளைக் கேள்விப்பட்ட பிராட்டியார், அந்தப் பொறுப்பு மிக்க பதவியை நாயகத்துக்கே அளிக்கக் கருதினார்.

பிராட்டியார் தம் கருத்தைத் தெரிவிப்பதற்காகவும், மேலும், ஷாம் தேசத்துக்குக் கொண்டு செல்லும் வியாபாரப் பொருள்களை விற்பனை செய்து கிடைக்கும் இலாபத்தில், மற்றவர்க-ளுக்குக் கொடுப்பதைக் காட்டிலும் இரு மடங்கு இலாபம் தருவதாகவும் கூறி, பெருமானார் அவர்களிடம் ஒருவரை அனுப்பினார்.

பிராட்டியாரின் கருத்தைப் பெருமானார் அவர்கள், தங்களின் பெரிய தந்தை அபூதாலிப் அவர்களிடம் கூறி, சம்மதத்தைப்பெற்று, பிராட்டியாரின் வியாபாரப் பொறுப்புகளை ஏற்றுக் கொண்டு ஷாம் தேசத்துக்குப் புறப்பட்டுச் சென்றார்கள்.

அவர்கள் கொண்டு சென்ற சரக்குகள் அனைத்தும், அதிக இலாபத்துக்கு விற்பனை ஆயின. திரும்பி வந்த பெருமானார் அவர்கள் விற்பனைத் தொகையையும், வரவு செலவுக் கணக்குகளையும் பாக்கி சிறிதும் இல்லாமல், கதீஜாப் பெருமாட்டியாரிடம் ஒப்படைத்தார்கள்.

அதன் மூலம், பெருமானார் அவர்களின் உண்மை, நேர்மை, திறமை ஆகியன பிராட்-டியாருக்கு முன்னிலும் அதிகமாகப் புலப்பட்டன!

16. பிராட்டியாருக்கும் பெருமானாருக்கும் திருமணம்

பெருமானார் அவர்களின் உயர்வான பண்புகளையும், சிறப்பான குணங்களையும் நேரிலும், பிறர் வாயிலாகவும் அறிந்த கதீஜா நாயகியார், பெருமானார் அவர்களைத் திருமணம் செய்து கொள்ள ஆசைப்பட்டனர்.

கதீஜாப் பிராட்டியாரின் செல்வத்தையும், தாராளத் தன்மையையும் அறிந்த அரபுப் பிர-புக்கள் பலர், பெருமாட்டியாரை மணந்து கொள்ளத் தூது அனுப்பினார்கள். அவர்களை எல்லாம் பெருமாட்டியார் நிராகரித்து விட்டனர்.

பெருமாட்டியார், தம்மைத் திருமணம் செய்து கொள்ளுமாறு, பெருமானார் அவர்களிடம் நபீலா என்னும் தோழியைத் தூது அனுப்பிவைத்தனர்.

பெருமானார் தங்கள் பெரிய தந்தை அபூதாலிபிடம் ஆலோசித்து, அவர் சம்மதத்தைப் பெற்றுத் திருமணத்துக்கு இசைந்தனர்.

கதீஜா நாயகியாருக்கும், பெருமானார் அவர்களுக்கும் திருமணம் சிறப்புற நிறைவேறியது.

பெருமானார் அவர்களுக்கு அப்பொழுது வயது இருபத்து ஐந்து! கதீஜா நாயகியாருக்கு வயது நாற்பது.

17. இணைந்த அன்பு-இனிய உபசரிப்பு

பெருமானார் அவர்களும், பெருமாட்டியாரும் திருமணத்துக்குப் பிறகு, இணைந்த அன்போடு வாழ்க்கை நடத்தினார்கள்.

எந்தக் காரியமாயினும், பெருமானார் அவர்களின் விருப்பப்படியே பெருமாட்டியார் நிறைவேற்றி வந்தனர்.

தம்முடைய செல்வம் அனைத்தையும் பெருமானார் அவர்களின் ஆதிக்கத்துக்கு அர்ப்பணித்து விட்டனர் பெருமாட்டியார். பெருமானார் அவர்களின் குடும்பத்தினரையும், கூட்டாளிகளையும் பெருமாட்டியார் அன்போடு, வரவேற்று கனிவோடு உபசரித்து அனுப்புவார்கள்.

பெருமானார் அவர்களின் திருமணச் செய்தியைக் கேள்வியுற்று, அவர்களுடைய செவிலித் தாயான ஹலிமா நாச்சியார் மக்காவுக்கு வந்தனர். அவர்களை கதீஜாப் பிராட்டியார் அன்போடு வரவேற்று, இனிதாக உபசரித்து, சில நாட்கள் தங்கள் இல்லத்தில் தங்கி இருக்கச் செய்து கௌரவித்தனர். அவர்கள் விடை பெற்று ஊருக்குப் புறப்படும் பொழுது, நாற்பது ஆடுகளைப் பரிசாகக் கொடுத்து அனுப்பினார்கள்.

18. அடிமையை விடுவித்த உயர் பண்பு

செல்வந்தன்-ஏழை, முதலாளி-அடிமை என்ற வேறுபாடின்றி எல்லோரிடமும் அன்பும், சமத்துவமும் கொண்ட இயல்பு உடையவர்களாகப் பெருமானார் விளங்கினார்கள்.

இந்தச் சமத்துவ இயல்பினால், பெருமானார் உலகத்துக்கே வழிகாட்டியாகத் திகழ்ந்தார்கள்.

போரில் சிறை பட்டவர்களை, அடிமைகளாக்கி, அவர்களைப் பண்டமாற்றுப் பொருள்களைப் போல் விற்பனை செய்வது அரபு நாட்டில் அந்தக் காலத்தின் வழக்கமாயிருந்தது.

ஒரு சமயம், சிறை பிடித்து, அடிமையான ஜைதுப்னு ஹாரிதா என்பவரை விற்பனை செய்வதற்காகச் சந்தைக்குக் கொண்டு சென்றனர். அவரை, ஹக்கீம் இப்னு ஹஸ்லாம் என்பவர் விலைக்கு வாங்கி, தம் தந்தையின் சகோதரி கதீஜா நாயகியாருக்கு அன்பளிப்பாகக் கொடுத்தார்.

கதீஜா நாயகியாரோ, அந்த அடிமையைப் பெருமானாருக்குக் கொடுத்துவிட்டார்கள்.

பெருமானார் அவர்கள், உடனே ஜைதை அடிமையிலிருந்து விடுவித்து, "நீர் இங்கே இருக்க விரும்பினால் இருக்கலாம்: அல்லது உம் விருப்பம் போல் சுதந்திரமாக எங்கே வேண்டுமானாலும் போகலாம்'' என்று கூறினார்கள். அவர்களுடைய உயர் பண்பால் உள்ளம் நெகிழ்ந்த ஜைது, பெருமானார் அவர்களை விட்டுப் பிரிய மனம் இல்லாதவராய், அவர்களின் காலடியிலே என்றும் இருந்துவிட்டார்.

ஜைது அடிமையான செய்தியை அறிந்த அவருடைய தந்தை, மகனை விடுவித்து அழைத்துப் போவதற்காகத் தேவையான பொருளை எடுத்துக் கொண்டு, தேடி வந்தார்.

அவர் மக்கா வந்ததும், தம் மகன் விடுதலை அடைந்த தகவல் தெரிய வந்தது. மகனைத் தம்மோடு வீட்டுக்கு வருமாறு அழைத்தார்.

“அருமைத் தந்தையே! நான் விற்கவும் வாங்கவும் முடியாதபடி, பெருமானார் அவர்களின் அடிமையாகி விட்டேன். மேலும், அவர்களின் மேன்மைக் குணங்கள், பெற்றோரின் அன்பையும், சொந்த வீட்டின் சுகத்தையும் மறக்கச் செய்து விட்டன!'' என்று உள்ளம் கனியக் கூறி, தந்தையை அனுப்பி விட்டார் ஜைது.

அடிமையாயிருந்த ஜைதை, சுதந்திர மனிதனாக்கியதோடு அல்லாமல், தம் சொந்த மாமி மகள் ஜைனப் நாச்சியாரையும், அவருக்குத் திருமணம் செய்து வைத்தார்கள் பெருமானார்.

19. சிந்தனைச் சிறப்பு

ஆண்டவன் ஒருவனே என்பதை மறந்து, மக்கள் விக்கிரக வழிபாடு செய்வதை எண்ணி, எண்ணிப் பெருமானார் அவர்கள் வருந்துவார்கள்.

அரேபியா முழுவதும் அக்காலத்தில், விக்கிரக ஆராதனை அதிகமாகப் பரவியிருந்தது. கஃபாவில் மட்டுமே 360 விக்கிரகங்கள் நிறைந்திருந்தன.

பெருமானார் அவர்கள் ஒருநாளும் விக்கிரகங்களுக்குத் தலை தாழ்த்தியது இல்லை. தவிர, அரேபியர்களிடம் இருந்த அறிவற்ற சடங்குகள், விழாக்கள் ஆகியவற்றில் ஈடுபடுவதும் இல்லை.

தங்கள் நாட்டின் அநாகரீகமும், உலகின் கேவல நிலைமையும் பெருமானார் அவர்கள் உள்ளத்தில் உறுத்திக் கொண்டிருந்தன. பெண்களின் தாழ்ந்த நிலையும், பச்சிளம் குழந்தைகளை உயிருடன் புதைத்து விடும் பரிதாபமான செய்கையும் பெருமானாருக்கு மனவேதனையை உண்டாக்கிக் கொண்டிருந்தன.

இவற்றை எல்லாம் எவ்வாறு நீக்கலாம் எனத் தனித்திருந்து சிந்திப்பார்கள்.

தன்னந் தனியாக இருந்து, சிந்தனையில் ஆழ்ந்து இருப்பது பெருமானார் அவர்களுக்கு மிகவும் பிரியமாகும்.

சில சமயங்களில், நாயகம் அவர்கள் இரண்டு மூன்று நாட்களுக்குத் தேவையான உணவுப் பொருட்களை எடுத்துக் கொண்டு, மக்காவுக்கு அருகிலுள்ள 'ஹிரா என்னும் குகையில் போய் இருந்து விடுவார்கள்.

குகையிலிருந்தபடியே ஆண்டவனைப் பற்றிய சிந்தனையிலும், வணக்கத்திலும் ஈடுபட்டவாறே காலத்தைக் கழிப்பார்கள்.

அப்பொழுது, அங்கே, வழி தெரியாமல் வந்து சேருகின்ற பயணிகளுக்கு வழி காட்டுவதோடு, தேவையான உதவிகளையும் செய்வார்கள்.

தங்கள் நாட்டவரைக் கீழ் நிலையிலிருந்து மேல் நிலைக்கு உயர்த்துமாறு ஆண்டவனிடம் கண்ணீர் மல்க, தலை தாழ்த்தி வேண்டிக் கொள்வார்கள்.

இவ்வாறு பெருமானார் அவர்கள் ஹிரா குகையிலிருந்து ஆண்டவனைத் தியானித்து வரும் பொழுது மறைபொருளான பல விஷயங்கள் புலப்பட்டன. அசரீரி வாக்குகள் வெளியாயின. கனவிலும் நனவிலும் பல விதத் தோற்றங்கள் தோன்றலாயின. கனவில் கண்டவை அனைத்தும் உண்மையாகவே ஆயின.

20. முதல் அறிவிப்பு - "ஓதுவீராக!"

ஒரு சமயம் பெருமானார் அவர்கள், ஹிரா குகையில் ரமலான் மாதம் திங்கட்கிழமை ஆண்டவனுடைய வணக்கத்தில் ஈடுபட்டிருந்தார்கள். அப்பொழுது பேரொளி ஒன்று உதயமாயிற்று: ஒருருவம் தோன்றி, "முஹம்மதே! ஓதுவீராக!" என்று கூறியது.

உடனே பெருமானார் அவர்கள் “ நான் ஓதுபவன் அல்லனே (எனக்கு ஓதத் தெரியாதே)” என்று கூறினார்கள்.

அப்பொழுது அந்த தேவதூதர், அரபி மொழியில் வேத வசனங்கள் சிலவற்றை ஓதினார்.

அவற்றின் கருத்து:

“எல்லாவற்றையும் படைத்த இறைவனின் திருப்பெயரால் ஓதுவீராக! அவனேதான் மனிதனை இரத்தக் கட்டியிலிருந்து படைத்தான். ஓதுவீராக! உம் இறைவன் மாபெரும் கொடையாளி. அவனே எழுதுகோல் மூலமாகக் கற்றுக் கொடுத்தான். மனிதனுக்கு அவன் அறியாதவற்றையெல்லாம் கற்றுக்கொடுக்கிறான்.(96:1-5)

இம்மொழிகளைக் கேட்டதும் பெருமானார் அவர்களுக்கு மெய் சிலிர்த்தது. விவரிக்க இயலாத ஓர் ஆத்ம உணர்ச்சி தோன்றியது.

அவர்கள் முன் தோன்றியவர் “ஜிப்ரீல் அலைஹிஸ்ஸலாம்” என்னும் பெயருடைய வானவர். அவர்கள் அவ்வப்போது பெருமானார் அவர்களுக்கு, ஆண்டவனுடைய சமூகத்திலிருந்து வெளியான தெய்வச் செய்திகளை அறிவிப்பார்கள். இவ்வாறு அறிவிக்கப்படுவது ‘வஹீ’ (தெய்வீக அறிவிப்பு) என்று கூறப்படும்.

திருக்குர்ஆன் முழுவதும், இவ்வாறு பெருமானார் அவர்களுக்கு ஜிப்ரீல் அலைஹிஸ்ஸலாம் அவர்களால் ஆண்டவன் சமூகத்திலிருந்து கொண்டு வரப்பட்ட தெய்வீகச் செய்திகளே ஆகும்.

முதல் முறையாக அறிவிக்கப்பட்டது திருக்குர்ஆனின் “அலக்” என்னும் அத்தியாயத்தின் துவக்கத்திலுள்ள ஐந்து திருவசனங்களாகும்.

21. ஆண்டவன் கைவிட மாட்டான்!

ஹிரா குகையிலிருந்து பெருமானார் உடல் நடுநடுங்க வீட்டுக்கு வந்து, போர்த்தியவாறு படுத்து விட்டார்கள்.

மனம் சிறிது அமைதியானதும் பெருமானார் அவர்கள், நிகழ்ந்தவை அனைத்தையும் கதீஜாப் பிராட்டியாரிடம் அறிவித்தார்கள்.

அவர்கள் கூறிய விவரத்தைக் கேட்ட கதீஜாப் பிராட்டியார்,"மகிழ்ச்சியோடு இருங்கள்: ஆண்டவன் உங்களை ஒரு பொழுதும் கைவிட மாட்டான். நீங்கள் கருணை உள்ளவர்கள். உண்மையே பேசுபவர்கள். ஏழைகளுக்கு உதவுபவர்கள். உறவினர்களையும், நண்பர்களையும் அன்போடு உபசரிக்கிறவர்கள். நற்காரியங்களுக்குத் துணையாக இருப்பவர்கள். நீங்கள் நபி தீர்க்கதரிசியாவீர்கள் என்பதற்கு-கதீஜாவின் உயிரானது யார் வசம் இருக்கிறதோ அவனே எனக்குச் சாட்சியாக இருக்கிறான்” என்று கூறினார்கள்.

மறு நாள் நாயகியார் அவர்கள், தம் சிறிய தந்தையின் மகன் ‘வரக்கா இப்னு நௌஃபல்’ என்பவரிடம் சென்று நடந்த வரலாற்றைக் கூறினர்.

அவர், யூதர்கள், கிறிஸ்துவர்களின் வேத நூல்களை நன்கு ஆராய்ந்து அறிந்தவர். அவர், கதீஜா நாயகியார் கூறியவற்றைக் கேட்டதும்,"புனிதமானது! புனிதமானது! மூஸா நபி அவர்களிடம் வெளியான வானவரும் இவரே! அவர் (முஹம்மது ஸல்லல்லாஹு அலைஹி

வஸல்லம்) இந்த மக்களுக்கு நபியாயிருப்பார். அவரிடம் இதைக்கூறி, தைரியமாயிருக்கும்படிச் சொல்லுங்கள்'' என்றார்.

22. தீர்க்கதரிசி தோன்றினார்கள்

வரக்கா வேதங்களை ஆராய்ச்சி செய்ததில், அண்மையில், அரேபியாவில் தீர்க்கதரிசி ஒருவர் தோன்றுவார் என்பது தெரிந்து, அவர் அதை எதிர்பார்த்துக் கொண்டிருந்தார். அவர் பெருமானார் அவர்களைச் சந்தித்த போது:

“வரக்காவின் உயிரானது, யாருடைய கையில் இருக்கிறதோ அவன் பேரில் சத்தியமாகச் சொல்லுகிறேன். ஆண்டவன், இந்த மக்களுக்கு உம்மை நபியாகத் தேர்ந்தெடுத்திருக்கிறான். தெய்வீகச் செய்திகளை அறிவிக்கக் கூடிய தூதர் உம்மிடம் வந்திருக்கிறார். இந்த மக்கள் உம்மைப் பொய்யன் என்று சொல்வார்கள். உமக்கு இன்னல் விளைவிப்பார்கள். நாட்டை விட்டுத் துரத்துவார்கள். உமக்கு விரோதமாகச் சண்டை செய்வார்கள். அவ்வாறு நடைபெறக் கூடிய நாளில் நான் உயிரோடு இருப்பேனாகில், உமக்காக ஆண்டவன் பாதையில் உதவி செய்வேன். நான் அவ்வாறு செய்பவன் என்பதை ஆண்டவன் அறிவான்!'' எனக் கூறினார்.

23. எவ்வித இடையூறும் நேரிடாது!

பெருமானார் அவர்கள் ஆண்டவனுடைய தூதர் என்பதை முதன் முதலாக ஒப்புக்கொண்டவர்கள் கதீஜா நாயகியார்தாம்! ஆண்டவன் கட்டளைகளில் விசுவாசம் கொண்டு, விக்கிரக வணக்கத்தைக் கைவிட்டு, ஒரே ஆண்டவனுடைய வணக்கத்தில் பெருமானார் அவர்களுடன் முதன்முதலில் சேர்ந்தவரும் அவர்களே!

நபி பெருமானார், தங்களுக்கு அறிவிக்கப்பட்ட செய்திகளை ஆரம்பத்தில், மிகவும் நெருங்கிப் பழகியவர்களிடம் மட்டுமே அறிவித்தார்கள்.

பெருமானார் அவர்கள் தீர்க்கதரிசி என்பதை முதன்முதலில் ஏற்றுக்கொண்ட இருவர் கதீஜா நாயகியாரும், அதன்பின், பெருமானாரின் பெரிய தந்தை அபூதாலிப் அவர்களின் குமாரரான பத்து வயதுள்ள அலி அவர்களும் ஆவார்கள்.

பெருமானார் அவர்கள் கதீஜா நாயகியாருடனும், அலி அவர்களுடனும் தொழுவார்கள்.

இவ்வாறு, அவர்கள் தொழுகையில் ஈடுபட்டிருக்கும் போது, அபூதாலிப் தற்செயலாக அங்கே வந்துவிட்டனர். அவர்களின் புதுவிதத் தொழுகையைக் கண்டு, பெருமானார் அவர்களிடம், “என் அருமைச் சகோதரரின் குமாரரே! நீர் எந்த மதத்தைப் பின்பற்றுகிறீர்?'' என்று கேட்டார்.

“இதுவே இறைவனின் மார்க்கம். அவனுடைய தேவ தூதர்கள், அவனுடைய தீர்க்கதரிசிகள், நம்முடைய மூதாதையான ஹலரத் இப்ராஹீம் ஆகியோர் முதலான எல்லோருக்கும் உரித்தான மார்க்கமாக இருக்கும். உண்மையில், என் பக்கம் மக்களை அழைத்துச் செல்வதற்காக, ஆண்டவன் என்னை அவனுடைய அடியார்களுக்கு மத்தியிலே அனுப்பியிருக்கிறான். என் அருமைப் பெரிய தந்தையே! இப்படி சத்தியத்தின் பால் அழைக்கப் படுவதற்-

குத் தாங்களும் தகுதியானவர்களே. தங்களையும் சன்மார்க்கத்துக்கு அழைக்க வேண்டியது அவசியம். தாங்கள் இம்மார்க்கத்தைப் பின்பற்றி, இது பரவுவதற்கு வேண்டிய உதவிகளை அளிக்க வேண்டும்'' என்று பெருமானார் அவர்கள் கூறினார்கள்.

அபூதாலிப் அவர்கள், "என்னுடைய மூதாதையர் தழுவி வந்த மதத்தைக் கைவிட எனக்குப் பிரியம் இல்லை; என்றாலும் இறைவன் பெயரில் சத்தியமாக, நான் உயிருடன் இருக்கும் வரை, உமக்கு எவ்வித இடையூறும் நேரிடாமல் பார்த்துக் கொள்வேன்'' என்று கூறினார்.

பிறகு, அலி அவர்களை நோக்கி, "அலியே! நீர் எம் மதத்தைத் தழுவியிருக்கிறீர்?'' என்று கேட்டார்.

"நான் அல்லாஹ்வையும், அவனுடைய தூதரையும் உண்மையாய் நம்புகிறேன். நான் நாயகத்துடனேயே இருப்பேன்'' என்று சொன்னார்.

அதைக்கேட்டதும் அபூதாலிப் "நீர் அவருடனேயே இரும். உம்மை அவர் நேர் வழியில் செலுத்துவார்'' என்று கூறிப் போய் விட்டார்.

24. துரோகியின் சூழ்ச்சி முறியடிப்பு

மக்காவாசியான உத்மான் இப்னு ஹுவரிஸ் என்பவர் கதீஜா நாச்சியாரின் நெருங்கிய உறவினர். இவர் பைஸாந்தியம் சென்று அங்கு கிறிஸ்துவரானார். பின்னர் அரபியரின் ஆளுகைக்கு உட்பட்டிருந்த ஹிஜாஸ் மாகாணத்தை ரோமாபுரியின் ஆட்சிக்கு உட்படுத்திக் கொடுப்பதாகவும், அப்படியாகி விட்டால், தாமே அங்கு அரசப் பிரதிநிதியாக வேண்டும் எனக் கூறி, ரோமாபுரிச் சக்கரவர்த்தியிடம் ஏராளமான செல்வத்தைப் பெற்றுக் கொண்டு, மக்காவுக்கு வந்து, இரகசியமாகப் பல சூழ்ச்சிகள் செய்தார்.

அவருடைய சூழுச்சி வெற்றி பெற்றிருக்குமானால், அரேபியாவில் பெரிய மாறுதல்கள் நிகழ்ந்திருக்கக் கூடும்.

அவருடைய சூழ்ச்சி பெருமானார் அவர்களுக்குத் தெரிய வந்ததும், அவருடைய முயற்சி நிறைவேறாமல் முறியடித்தார்கள்.

அவரோ தோல்வியுற்றதும், சிரியாவுக்குத் தப்பியோடி, அங்கே கொல்லப்பட்டார்.

பெருமானார் அவர்களின் மாபெரும் சாதனையால், அரபியர்கள் அந்நியர்களுக்கு அடிமையாகாமல் காப்பாற்றப்பட்டனர்.

இந் நிகழ்ச்சி அரேபிய வரலாற்றில் முக்கியம் வாய்ந்ததாகும்.

25. பஞ்சத்தின் கொடுமையை அகற்றுதல்

தங்களுடைய குடும்பக் காரியங்களோடு பெருமானார் அவர்கள், தேசத்தின் பொதுக் காரியங்களிலும் சிறப்பாக கவனம் செலுத்தி வரலானார்கள்.

அக்காலத்தில் அரேபியாவில் கொடிய பஞ்சம் ஏற்பட்டது. ஆயிரக்கணக்கான மக்களும் பிராணிகளும் உயிர் இழந்தனர்.

பெருமானாரின் இயல்பான கருணை உள்ளத்தாலும், தயாள குணத்தாலும், பஞ்ச காலத்தில், ஏழைகளை மிகுந்த பரிவோடு ஆதரித்து வந்தார்கள்.

பெருமானார் அவர்களின் விருப்பப்படி செய்து கொள்வதற்காக கதீஜாப் பிராட்டியார் அளித்திருந்த செல்வம் அனைத்தையும், பஞ்ச நிவாரணத்திலும், ஏழைகளுக்கு உதவுவதிலும் பயன்படுத்தினார்கள்.

அதனால், பஞ்சத்தின் கொடுமையிலிருந்து மக்கள் மீண்டார்கள்.

26. இவரே எனக்கு உதவுவார்

இறை வெளிப்பாடு வந்த பின்னர், தம் குடும்பத்தினர் அனைவருக்கும் பெருமானார் அவர்கள் விருந்துக்கு ஏற்பாடு செய்தார்கள்.

அவ்விருந்துக்கு அப்துல் முத்தலிபு அவர்களின் சந்ததியினர் அனைவரும் அழைக்கப்பட்டிருந்தனர்.

பெருமானார் அவர்களின் தந்தையின் சகோதரர்களான அபூதாலிப், ஹம்ஸா, அப்பாஸ் முதலானோர்களும் அங்கே வந்திருந்தனர்.

உணவுக்குப் பின்னர், பெருமானார் அவர்கள் எழுந்து நின்று, அங்கு வந்திருந்தவர்களை நோக்கி,

"இம்மையிலும் மறுமையிலும் நீங்கள் பெரும் பயன் அடையத் தக்க சிறந்த விஷயங்களை நான் கொண்டு வந்துள்ளேன். இப்பெரும் பொறுப்புகளைத் தாங்கி, என்னுடன் ஒத்துழைத்து, எனக்கு உதவியாயிருப்பவர்கள் யார்?" என்று கேட்டார்கள்.

எவருமே பதில் கூறாமல் மௌனமாயிருந்தார்கள்.

அப்பொழுது, பத்து வயது பாலகராம் அலி எழுந்து நின்று, "நபி பெருமானாரே! நான் உங்களுக்கு உதவியாயிருப்பேன்" என்றார்.

அதைக் கேட்டுக் கொண்டிருந்தவர்கள் ஆச்சரியம் அடைந்தனர். சிலர் எள்ளி நகையாடினர்.

27. கொள்கையில் தளராத உறுதி

விக்கிரக வணக்கத்தைப் பற்றி பெருமானார் அவர்கள் பகிரங்கமாகக் கண்டனம் செய்வது, குறைஷிகளுக்கு மிகுந்த கோபத்தையும், வருத்தத்தையும் உண்டாக்கிற்று.

மக்காவிலுள்ள கஃபாவை குறைஷிகள் மிகவும் புனிதத் தலமாகக் கொண்டாடி வந்தார்கள். அதன் மேற்பார்வை அவர்களிடம் இருந்ததால், அரேபியா முழுதும் மிகுந்த கௌரவமும் மதிப்பும் அவர்களுக்கு ஏற்பட்டிருந்தது. விக்கிரக வணக்கம் இருந்தால்தான், தங்களுக்கு அந்தக் கௌரவம் நிலைத்திருக்கும் என்று குறைஷிகள் கருதினார்கள்.

மேலும், வெகு காலமாகவே விக்கிரக வணக்கத்திலே அவர்கள் ஈடுபட்டு வந்ததால், அவர்கள் மனத்திலே அது ஆழமாகப் பதிந்து விட்டது. அதைக் கைவிட்டு விட்டால், தங்களுக்கு மிகுந்த தீமை உண்டாகும் என்ற அச்சமும் அவர்களிடையே இருந்தது.

இக்காரணங்களினால், பெருமானார் அவர்கள், விக்கிரக வணக்கத்தைக் கண்டித்துப் பேசுவதை அவர்களால் சகித்துக் கொள்ள முடியவில்லை.

அவர்கள் அனைவரும் ஒன்று கூடி, பெருமானார் அவர்களின் பெரிய தந்தை அபூதா-லிப் அவர்களிடம் சென்று:

“உங்கள் வயதுக்கும், கௌரவத்துக்கும் நாங்கள் மதிப்பு வைத்துள்ளோம். ஆனால், அதற்கும் ஓர் எல்லை உண்டு. உங்கள் தம்பியின் குமாரர் நம்முடைய தெய்வங்களை வெறுக்கிறார். நம் முன்னோர்களை இகழ்ந்து பழிக்கிறார். அவற்றை நாங்கள் பொறுத்துக் கொள்ள இயலாது இனி மேலும் அவர் அவ்வாறு செய்யாமல் தடுத்து நிறுத்துங்கள். அல்-லது அவருடன் நீங்களும் சேர்ந்து கொள்ளுங்கள். அவ்வாறு சேர்ந்தால், உங்கள் இருவரு-டனும் போரிட்டு நம் இரு கட்சிகளில் ஒரு கட்சி அழியும் வரை நாங்கள் ஓய மாட்டோம்” எனக் கூறிச் சென்றனர்.

அபூதாலிபுக்கு இது மிகவும் கவலையை உண்டாக்கிற்று. சமூகத்தாரைப் பகைத்துக் கொள்ளவும் விரும்பவில்லை. அதே சமயம் பெருமானார் அவர்களைக் கை விடவும் மனம் இல்லை.

இந்நிலையில் பெருமானாரை அழைத்து, குறைஷிகள் கூறியதை விவரித்து,"உம்முடைய புதிய கொள்கைகளைக் கைவிட்டு விட்டு, உம் உயிரையும் காப்பாற்றிக் கொள்ளும்; என் உயிரையும் காப்பாற்றும்!" என வேண்டிக்கொண்டார்.

“என் அருமைப் பெரிய தந்தையே, நீங்கள் எனக்கு உதவியாயிருந்தாலும் சரி, இல்லா-விட்டாலும் சரி, எனக்கு உண்டான இம் முக்கிய கடமையை நான் ஒருபோதும் கைவிட இயலாது. என்னைப் படைத்து, பாதுகாத்து, நபித்துவம் அருளிய ஆண்டவன் இட்ட கட்-டளைகளை மக்களுக்கு எடுத்துச் சொல்வேன். அவர்கள் வணங்கும் விக்கிரகங்களை நான் ஏற்க மாட்டேன். அவற்றுக்கு எல்வித சக்தியும் இல்லை, என்ற உண்மையை அவர்களுக்கு விளக்கிக் கூறுவேன். அவர்கள் விருப்பம் போல் என்ன வேண்டுமானாலும் செய்து கொள்-ளட்டும்.

“பெரிய தந்தையே! என்னுடைய வலது கையில் சூரியனையும், இடது கையில் சந்தி-ரனையும் வைத்து, இந்தப் பணியை விட்டு விடும்படி அவர்கள் கோரிய போதிலும், நான் ஒரு போதும் கை விடுவதாயில்லை ஆண்டவன் தன்னுடைய அற்புத ஆற்றலை வெளிப்ப-டுத்த வேண்டும். அல்லது நான் இம்முயற்சியில் உயிர் துறக்க வேண்டும். அதுவரை நான், என் கொள்கையை விடுவதாயில்லை. எந்த ஆண்டவனுடைய கட்டளையை, நான் நிறை-வேற்றுகிறேனோ, அவன் எனக்கு நிச்சயமாக உதவி புரிவான். அவர்களுடைய தீமைகளி-லிருந்து என்னைக் காப்பாற்றுவான் என்ற முழு நம்பிக்கை எனக்கு உண்டு” என்று கூறி-னார்கள்.

அதைக் கேட்ட அபூதாலிப்;"என் அருமைச் சகோதரர் குமாரரே! நீர் எதற்கும் அஞ்-சவேண்டாம். உம்முடைய பணியைத் தொடர்ந்து செய்யும்; எவ்விதத்திலும் உமக்குத் தீங்கு நேரிடுவதை நான் பார்த்துக் கொண்டிருக்க மாட்டேன். நீர் உண்மையே உருவானவர்! ஆண்டவனுடைய முழு நம்பிக்கைக்கு உரித்தானவர்! உம்முடைய கொள்கையானது இதர கொள்கைகளைக் காட்டிலும் சிறப்பாக இருக்கிறது” என்று கூறினார்.

அதன் பின்னர், நாயகப் பெருந்தகை முன்னிலும் பன்மடங்கு, பகிரங்கமாக மக்களுக்குப் போதனை செய்யலானார்கள்.

28. உங்களை நம்புகிறோம்

தம் நெருங்கிய உறவினர்களுக்கு பகிரங்கமாகப் போதனை செய்யுமாறு ஆண்டவனிடமிருந்து தெய்வீக வெளிப்பாடு வந்தது.

பெருமானார் அவர்கள் குறைஷிகளைத் தங்களுடன் மக்காவுக்கு அருகில் உள்ள குன்றுக்குக் கூட்டிக் கொண்டு போய் அக்குன்றின் மீது நின்று கொண்டு, "குறைஷிகளே! இக்குன்றின் பின்புறத்தில் ஒரு படை உங்களைத் தாக்க வந்து கொண்டிருப்பதாக நான் சொன்னால், அதை நீங்கள் நம்புவீர்களா?'' என்று கேட்டார்கள்.

“ஆம், நாங்கள் நம்புவோம். ஏனெனில், நீங்கள் எப்பொழுதும உண்மையையே பேசுபவர்கள் என்பதை நாங்கள் நன்றாக அறிவோம்'' என்றார்கள் அவர்கள்.

உடனே நபி பெருமானார், “இறைவன் ஒருவனே என்று நீங்கள் உண்மையாக விசுவாசம் கொள்ளவில்லையானால், உங்கள் மீது கடுமையான துன்பம் வந்து இறங்கும் என்று இப்பொழுது நான் எச்சரிக்கிறேன்,'' என்றார்கள்.

அவர்கள் அவ்வாறு கூறியதும் குறைஷிகளுக்குக் கோபம் மிகுந்தது.

பெருமானார் அவர்களின் பெரிய தந்தையான அபூலஹப், பெருமானார் அவர்களை அவதூறாகப் பேசியதோடு, அவர்களை நோக்கி மண்ணை வாரி இறைத்தார். பின்னர் குறைஷிகள் மனவருத்தத்தோடு திரும்பிப் போய்விட்டனர்.

29. எந்த ஆசையும் கிடையாது

நபிகள் நாயகம் அவர்களின் அறிவுரைகள் வெகுவேகமாகப் பரவலாயின.

அதைக் கண்ட குறைஷிகளின் கோபத்துக்கு அளவில்லை. பெருமானார் அவர்களுக்குப் பல வழிகளிலும் துன்பத்தை உண்டாக்கத் தொடங்கினார்கள்.

பெருமானார் அவர்களின் அறிவுரைகள் மற்றவர்களுக்குக் கேட்காதவாறு குறைஷிகள் கூச்சலிட்டுக் குழப்பத்தை விளைவித்தார்கள். அவர்கள் எதிரிலேயே, அவர்களை இகழ்ந்து பழித்தார்கள்.

பெருமானார் அவர்கள் கஃபாவுக்குச் சென்று வணங்க இயலாமல் தடை செய்தார்கள். அவர்கள் போகும் வழி நெடுகிலும் முட்களைப் பரப்பி வைப்பார்கள். சிறுவர்களையும், வம்பர்களையும் தூண்டிவிட்டு அவர்களை ஏசும்படி செய்வார்கள். பெருமானார் அவர்கள் அவற்றைக் கண்டு கலங்காமல், தளராமல், ஆண்டவனிடம் முழு நம்பிக்கை கொண்டு தங்களுடைய புனிதத் தொண்டை செவ்வனே செய்து வந்தார்கள்.

பெருமானார் அவர்களின் உறுதியைக் கண்டு குறைஷிகள் வியப்புற்றார்கள். ஆயினும், அவர்களுடைய நோக்கம் என்ன என்பது அந்த மக்களுக்குப் புலப்படவில்லை.

“உலக ஆசையே இதற்குக் காரணமாக இருக்குமோ?” எனச் சந்தேகித்து, குறைஷி சமூகத்துப் பிரமுகர்கள் அனைவரும் ஒன்று கூடி ஆலோசித்து, உத்பா என்னும் தூதர் ஒருவரைப் பெருமானார் அவர்களிடம் அனுப்பி வைத்தனர்.

தூதர் உத்பா சென்று, பெருமானார் அவர்களைக் கண்டார்.

“அருமைச் சகோதரர் புதல்வரே! தாங்கள் உயர்ந்த குடும்பத்தில் பிறந்தவர்கள். நம்மவர்களிலேயே மிகுந்த கௌரவம் உடையவர்கள். அத்தகைய நீங்கள் நம்முடைய விக்கிரக வணக்கத்தை எதிர்த்தும், தேவதைகளை இகழ்ந்தும், தடுத்தும் வருவது உங்களிடம் வருத்தத்தை உண்டாக்கி, வெறுப்படையச் செய்கிறது. அவ்வாறு நீங்கள் ஈடுபடுவதன் நோக்கம்தான் என்ன? மிகுந்த செல்வத்தைப் பெற்று, செல்வச் சீமானாக வேண்டும் என்ற ஆசை இருக்குமானால் சொல்லுங்கள். ஏராளமான செல்வத்தைச் சேகரித்துத் தந்து, பெரிய சீமானாகச் செய்கிறோம். அல்லது,

எங்களுக்குத் தலைமை வகிக்க வேண்டும் என்ற விருப்பம் உங்களுக்கு இருந்தால் கூறுங்கள். எங்களுக்கு மட்டும் அல்லாமல் அரேபியா தேசம் முழுவதற்குமே உங்களை அரசராக ஆக்கி விடுகிறோம். இல்லை,

அழகு மிக்க மங்கையை அடைய வேண்டும் என்ற ஆசை இருக்குமானால் தெரிவியுங்கள். அழகு மிக்க பெண்ணை உங்களுக்குத் தருகிறோம்.

இம்மூன்றையும் நீங்கள் விரும்பவில்லையானால், உங்களிடத்தில் ஏதோ மனக்கோளாறு இருப்பதாக நாங்கள் கருதுகிறோம். அவ்வாறானால், அதற்கும் எங்களுடைய செலவிலேயே சிகிச்சை செய்வதற்கும் தயாராக இருக்கிறோம்” என்றார். அவர் கூறியவற்றைப் பொறுமையோடு செவிமடுத்த பெருமானார் அவர்கள் “தோழரே! எனக்குச் செல்வத்திலோ, தலைமை வகிக்கவோ, பெண் ஆசையோ கிடையவோ கிடையாது. மேலும் என் உடலில் குண பேதமும் இல்லை. நான் ஆண்டவனுடைய பிரதிநிதி! ஆண்டவனின் சிறப்பு மிக்க கருணை நிறைந்த நற்செய்திகளை எடுத்துக் கூறவும், அவனைப் பற்றி உங்களுடைய உள்ளங்களில் அச்சத்தை ஊட்டவுமே நான் வந்துள்ளேன். நான் சொல்வதை நீங்கள் ஏற்பீர்களானால், இம்மையிலும் மறுமையிலும் சுகம் பெறுவீர்கள். என்னுடைய நற்செய்திகளை அலட்சியம் செய்து, என்னைப் பொய்யன் என்று கருதினால், உங்களுடைய நிந்தனைகளைப் பொறுத்துக்கொண்டு, அது பற்றி ஆண்டவனிடம் முறையிட்டு விடுவேன். உங்களுக்கும் எனக்கும் மத்தியில் அவனே தீர்ப்பு அளிக்கட்டும்.

“உங்களுக்கு எடுத்துரைக்கும் வேதமானது, பரிபூரண கருணையுள்ள ஆண்டவனால் அருளப் பெற்றது. நீங்கள் எல்லோரும் அறிவதற்காக அரபு மொழியில் அது வெளியாகி இருக்கிறது. அதைப் பின்பற்றி நடப்பவர்களுக்கு நன்மைகளும், அதைப் புறக்கணிப்பவர்களுக்கு ஆண்டவனுடைய தண்டனைகளும் பற்றி அதில் அடங்கியுள்ளன.

“மேலே கூறியுள்ள கருத்துகளை உண்மையென நம்பி, நற்காரியங்கள் செய்பவர்கள் எப்பொழுதும் மகிழ்ச்சியோடு இருப்பார்கள். இதுவரை நான் கூறியதை நீங்கள் கேட்டீர்கள். இனி, உங்கள் விருப்பம் போல் நடந்து கொள்ளலாம்” என்று கூறி முடித்தார்கள்.

தூது வந்த உத்பா திரும்பிப் போய் விட்டார்.

30. உயிர் துறந்த உத்தமர்

தாங்கள் அனுப்பிய தூதர் மூலமாக, பெருமானார் அவர்கள் கூறிய விஷயங்களை குறைஷிகள் அறிந்தார்கள்.

ஆசைகளைக் காட்டி, பெருமானார் அவர்களை வசப்படுத்த இயலாது என்பதை குறைஷிகள் நன்கு தெரிந்து கொண்டார்கள். இனி, பெருமானார் அவர்களுக்கு இடையூறுகள் உண்டாக்கி, இன்னல்களை விளைவிப்பது எனத் தீர்மானித்தனர் குறைஷிகள். அவ்வாறே செய்தனர்.

ஒரு சமயம், பெருமானார் அவர்கள் கஃபாவில் நின்று பிரச்சாரம் செய்து கொண்டிருந்தார்கள்.

அதைக் கண்டதும் அடங்காத கோபம் கொண்ட குறைஷிகள், பெருமானார் அவர்களைத் தாக்கினார்கள்.

அதை அறிந்த ஹாரிது என்பவர் ஓடோடி வந்து, பெருமானார் அவர்களுக்கு ஆபத்து நேரிடாதபடி பெருமானார் அவர்களுக்கும், குறைஷிகளுக்கும் மத்தியில் நின்று கொண்டார்.

பல பகுதிகளிலிருந்தும் வீசப்பட்ட கத்திகளினால் தாக்குண்ட ஹாரிது உயிர் துறந்தார்.

31. பகைவர்களின் தாக்குதல்

ஒரு நாள் பெருமானார் அவர்கள், கஃபாவின் அருகில் தனியாக நின்று கொண்டிருப்பதைக் கண்ட குறைஷிகள் ஒரு கச்சையைக் கொண்டு அவர்கள் கழுத்தைச் சுற்றி முறுக்க முற்பட்டார்கள்.

அதனால், பெருமானார் அவர்கள் மூச்சுத் திணறி, மிகுந்த இன்னலுக்கு ஆளானார்கள்.

அப்பொழுது, தற்செயலாக அங்கே வந்த அபூபக்கர் அவர்கள், அதைக் கண்டதும், அந்தச் சதிக்கூட்டத்தின் மத்தியில் நுழைந்து, மிகுந்த கஷ்டத்தோடு பெருமானார் அவர்களைக் குறைஷிகளின் பிடியிலிருந்து விடுவித்தார்கள்.

ஆனால், குறைஷிகள் அனைவரும் அபூபக்கர் அவர்களைச் சூழ்ந்து கொண்டு தாக்கினார்கள். அதனால் அவர்கள் மயக்கமுற்றுக் கீழே விழுந்து விட்டார்கள் அவர்கள் உணர்வற்றுக் கீழே கிடந்ததைக் கண்டதும் இறந்து விட்டதாகக் கருதி, குறைஷிகள் போய்விட்டனர்.

பிறகு வெகு நேரம் கழித்துத்தான், அபூபக்கர் அவர்கள் உணர்வு பெற்றார்கள்.

32. கொடுமையும் துன்பமும் சூழ்ந்தது

நபிகள் நாயகம் அவர்களின் பிரச்சாரத்தால், ஆரம்பத்தில் அவர்களைப் பின் பற்றி இஸ்லாத்தில் சேர்ந்த செல்வர்கள் ஒரு சிலரே.

மிகுதியானவர்கள் ஏழைகளே. அவர்கள் ஆடம்பரம் இல்லாதவர்கள். அத்தகைய மக்களைக் கூட்டிக்கொண்டு பெருமானார் அவர்கள் கஃபாவுக்குப் போனால், குறைஷி சமூகச்

செல்வந்தர்கள், அவர்களை அலட்சியமாகக் கருதி ஏளனமாக நகைப்பார்கள்.

ஆனால், அவர்கள் ஏழைகளாக இருந்ததால்தான் உண்மை, விசுவாசம், நல்ல கொள்கை-என்னும் செல்வம் அவர்களுக்கு எளிதில் கிட்டியது. அவர்களுடைய உள்ளங்கள் செல்வத்தாலும், மமதையாலும், மற்ற உலகத் தொடர்புகளாலும் மாசு படாமல் பரிசுத்தமாக இருந்ததால்தான் உண்மையின் ஒளியானது அவற்றின் மீது பிரதிபலித்தது.

பெருமானார் அவர்களுக்கு முன்னர், எத்தனையோ தீர்க்கதரிசிகள் தோன்றியுள்ளனர். அவர்களையும் முதன்முதலில் பின்பற்றியவர்கள் ஏழைகளே!

ஹலரத் ஈஸா நபி அவர்களிடம் ஆரம்பத்தில் விசுவாசம் கொண்டவர்கள் செம்படவர்கள் என்னும் மீன் பிடிப்பவர்களே!

ஹலரத் நூஹ் நபி அவர்களையும் முதலில் ஒப்புக் கொண்டவர்கள் ஏழைகளே!

அத்தகைய ஏழை முஸ்லிம்களை, மக்கா வாழ் குறைஷிகள் சொல்ல முடியாத துன்பத்திற்கு ஆளாக்கினார்கள். அவர்கள் செய்த கொடுமைகளுக்கு அளவே இல்லை; விவரிக்க இயலாத தொல்லைகள்.

அத்தகைய கொடுமைகளுக்கு ஆளான ஆண்களும், பெண்களும் பலர். ஆயினும் அவர்கள் துன்பங்களைச் சகித்துக் கொண்டு, கொள்கையில் உறுதியோடு திகழ்ந்தார்கள்.

33. அன்னிய நாட்டில் சூழ்ச்சி

முஸ்லிம்கள் படும் துன்பங்களைக் காணச் சகியாத பெருமானார் அவர்கள், மக்காவை விட்டு அபிசீனியா நாட்டுக்குப் போய் குடியேறுமாறு கட்டளை இட்டார்கள்.

அவ்வாறே அவர்கள் அபிசீனியாவுக்குச் சென்று குடி புகுந்தார்கள்.

அப்பொழுது அந்த நாட்டை நஜ்ஜாஷ் என்ற கிறிஸ்துவ அரசர் ஆட்சி புரிந்து வந்தார்.

முஸ்லிம்கள் மக்காவிலிருந்து வெளியேறி அபிசீனியாவுக்குச் சென்றதை அறிந்த குறைஷிகள் அப்பொழுதும் விட்டுவிடவில்லை.

அபிசீனியா அரசருக்கும், அங்கு செல்வாக்குள்ள சில பாதிரியார்களுக்கும் விலைமதிப்புள்ள பல பரிசுகளை சில தூதர்கள் மூலம் அனுப்பி, அரசரிடம் கோள் மூட்டி, முஸ்லிம்களைத் திரும்ப அழைத்து வருவதற்கு ஏற்பாடு செய்தார்கள் குறைஷிகள்.

குறைஷிகளின் தூதர்கள் அரசரிடம் பரிசுகளை அளித்து,

“எங்கள் மக்கா நகரத்தில், சிலர் புதிய மதத்தை உண்டாக்க முற்பட்டார்கள். அதனால், நாங்கள் அவர்களைக் கண்டித்தோம். அவர்கள் இப்பொழுது இங்கே வந்திருக்கின்றனர். அவர்களை சபைக்கு வரவழைத்து விசாரித்து எங்களிடம் ஒப்படைக்க வேண்டும்” என்று கோரினார்கள்.

பாதிரிகளிடமும் பரிசுப் பொருள்களைக் கொடுத்துத் தங்களுக்கு ஒத்துழைப்பு நல்குமாறு கேட்டுக் கொண்டார்கள்.

மறுநாள் அரசர், குடிபெயர்ந்து வந்துள்ள முஸ்லிம்களை சபைக்கு வரவழைத்து,” நீங்கள் கிறிஸ்துவ மதத்துக்கும், விக்கிரக வழிபாட்டுக்கும் விரோதமாக வேறு எந்த மாதிரியான புதிய மதத்தை உண்டாக்கி இருக்கிறீர்கள்?” என்று கேட்டார்.

குடியேறி வந்தவர்களின் சார்பாக, அபூதாலிப் அவர்களின் குமாரரும், அலி அவர்களின் சகோதரருமான ஜஃபர் எழுந்து, ''மேன்மை மிக்க அரசர் அவர்களே! எங்களுடைய நிலைமையைச் சற்று கருணையோடு கேட்பீர்களாக. நாங்கள் மூட நம்பிக்கையிலும், அநாகரிகத்திலும் மூழ்கி இருந்தோம்; மரம், கல், உலோகத்தினால் உருவாக்கப்பட்ட விக்கிரகங்களை வணங்கி வந்தோம். செத்த பிராணிகளை உணவாக உண்டு கொண்டிருந்தோம். பெண்களைக் கொல்வதைப் பெருமையாக எண்ணி வந்தோம். அன்பு, உபசரிப்பு, மனிதாபிமானம் இவை எங்களிடம் அறவே கிடையாது. அவதூறான சொற்களையே எப்போதும் பேசிக் கொண்டிருந்தோம். எந்தவிதமான சட்ட திட்டங்களுக்கும் நாங்கள் உட்பட்டு நடக்காமல், பலாத்காரமும் வன்முறைச் செயல்களுமே அறிந்திருந்தோம். சுருக்கமாகச் சொன்னால், மிருகங்களைப் போலவே நாங்கள் காலம் கழித்தோம்; அத்தகைய தாழ்ந்த நிலையிலிருந்த எங்களிடம் கருணை கொண்டு எங்களுக்கு நல்வழி காட்டுவதற்காக, இறைவன் எங்களிலிருந்தே ஒருவரை அனுப்பினான். அவர்கள் பெயர் முஹம்மது. அவர்கள் ஹலரத் அப்துல்லாஹ்வின் குமாரர்; அப்துல் முத்தலிபின் பேரர்; அபூதாலிபின் சகோதரர் குமாரர். அவர்களுடைய உயர்குடிப் பிறப்பையும், உள்ளத் தூய்மையையும், சத்தியத்தையும், நல்ல நடத்தையையும், மனித இனத்தின் மீது அவர்களுக்கு உள்ள கருணையையும் நாங்கள் நன்கு அறிந்தோம். 'ஆண்டவன் ஒருவனே என்றும், அவனுக்கு இணையாக மற்ற எதையும் கருதக் கூடாது' என்றும் வற்புறுத்திக் கூறியதோடு தாம் ஆண்டவனுடைய நபி என்பதை ஏற்கும்படியும் அவர்கள் எங்களுக்கு அறிவுரை கூறினார்கள். விக்கிரக வணக்கம் கூடாது எனக் கண்டித்தார்கள்.

''உண்மையே பேசுமாறும், சொன்ன சொல்லைக் காப்பாற்றும்படியும், இரக்கம் உள்ளவர்களாக இருக்குமாறும், மற்றவர்களுக்கு உரிய கடமைகளைச் சரிவரச் செய்து நிறைவேற்றும்படியும் எங்களுக்குக் கற்பித்தார்கள்.

''பெண்களை இழிவு படுத்திக் கேவலமாக நடத்தக் கூடாது; அநாதைகளின் பொருள்களை அபகரிக்கக் கூடாது என்றும் பாவச் செயல்களிலிருந்து விலகி, ஆண்டவன் ஒருவனையே வணங்கும்படியும், அவன் வழியில் ஏழைகளுக்கு உதவி புரியும்படியும் கட்டளையிட்டார்கள். இவையே எங்கள் பெருமானார் அவர்களின் அறிவுரைகள்!

''அவர்களை மதித்து, அவர்களிடம் விசுவாசம் கொண்டு அவர்களுடைய அறிவுரைகளை நாங்கள் கடைப்பிடித்தோம். இவற்றின் காரணமாக, எங்கள் நகரத்துச் சமூகத்தினர் எங்களைப் படுத்திய பாடு கொஞ்ச நஞ்சம் அல்ல; இழைத்த துன்பங்களுக்கும், கொடுமைகளுக்கும் அளவே இல்லை. அதனால், நாங்கள் வீடு வாசல்களைத் துறந்து, மனைவி மக்களைப் பிரிந்து, பொருள்களையும் இழந்து, நிர்க்கதியான-நிராதவரான நிலையில், உங்களுடைய பரந்த மனப்பான்மையையும், உயர்வான போக்கையும் அறிந்து, உங்கள் நாட்டில் அடைக்கலம் ஆனோம்.

ஆகையால், மேன்மைக் குணம் உடைய தாங்கள், எங்களுக்கு ஆதரவு காட்டுமாறு கேட்டுக் கொள்கிறோம்.'' என்று கூறினார்.

ஜஃபர் கூறிய அவ்வுரைகள் அரசனின் உள்ளத்தை நெகிழச் செய்தது. மேலும், அரபு நாட்டில் தோன்றிய நபி பெருமானார் அவர்களின் அறிவுரைகளை அறிந்து கொள்ள வேண்-

டும் என்ற ஆவலும் அவருக்கு உண்டாயிற்று.

அரசர், ஜஃபரிடம், "உங்களுடைய நபி அவர்களுக்கு வெளியான வேதத்திலிருந்து சில பகுதிகளைக் கூறும்" என்று கேட்டார்.

திருக்குர் ஆனில், ஹலரத் ஈஸா அலைஹிஸ்லலாம் அவர்களின் பிறப்பைப் பற்றிய "ஸூரத்து மர்யம்" என்ற அதிகாரத்தின் ஆரம்ப வாக்கியங்களை எடுத்து ஓதினார் ஜஃபர்.

சொற்களின் கம்பீரமும், அவற்றின் உண்மையான கருத்துகளும், மொழியின் அழகும், கருத்துச் செறிவும் அரசரின் உள்ளத்தை ஈர்த்தது.

உடனே அரசர்,"கடவுள் மீது சத்தியமாக இம்மொழியும், இன்ஜீலும் (ஈஸா நபி அவர்களுக்கு வெளியான வேதமும்) ஒரே தீபத்திலிருந்து வெளியான ஒளிகளே!" என உரக்கக் கூறினார்.

குறைஷித் தூதர்களிடம் முஸ்லிம்களை ஒப்படைக்க மறுத்து விட்டார் அரசர்.

34. அபிசீனியா அரசரின் ஆதரவு

ஈஸா நபி அவர்கள் இறை தூதர் என்பதே முஸ்லிம்களின் கொள்கை.

ஆனால், கிறிஸ்துவர்களோ, அவர்களைக் கடவுளின் குமாரர் என்பதாகவே கருதியிருக்கின்றனர்.

அரசர் கிறிஸ்துவர் ஆனதால், முஸ்லிம்களின் கொள்கையானது கிறிஸ்துவ மதத்துக்கு மாறுபாடாக இருப்பதை எடுத்துக் காட்டி, முஸ்லிம்களிடம் அவ்வரசருக்குப் பகைமையை உண்டாக்க வேண்டும் என்று குறைஷித் தூதர்கள் கருதினார்கள்.

மறுநாள் தூதர்களின் தலைவர் அரசரிடம் சென்று,"அரசர் அவர்களே! ஈஸா நபி அவர்களைப் பற்றி முஸ்லிம்களின் கொள்கை எத்தகையது என்பது உங்களுக்குத் தெரியுமா?" என்று கேட்டார்.

அரசரும் அதைத் தெரிந்து கொள்ளக் கருதி, முஸ்லிம்களை சபைக்கு அழைத்து வருமாறு கட்டளை இட்டார்.

முஸ்லிம்களுக்கு இவ்விஷயம் தெரிந்ததும் கவலையடைந்தனர். ஆயினும், நம் பெருமானார் அவர்களின் கட்டளைப்படி உண்மையைக் கூறுவோம்; நடப்பது நடக்கட்டும் என்ற எண்ணத்தோடு அரச சபைக்குச் சென்றனர்.

அவர்களிடம், "மர்யமுடைய குமாரராகிய ஈலா அவர்களைப் பற்றி உங்கள் கொள்கை என்ன?" என்று கேட்டார் அரசர்.

அதற்கு ஜஃபர், "ஈஸா நபி அவர்கள் ஆண்டவனுடைய அடியார் என்றும், அவனுடைய தூதர் என்றும், எங்கள் நபி அவர்கள் எங்களுக்கு அறிவுறுத்தியுள்ளார்கள்" என்று சொன்னார்.

அப்பொழுது அரசர், "இறைவன் பேரில் சத்தியமாக ஈஸா நபி அவர்களைப் பற்றி நீங்கள் என்ன சொன்னீர்களோ அதைக் காட்டிலும் எள்ளளவு கூட அதிகமாக எதுவும் சொல்ல முடியாது" என்று சொன்னார். சபையில் இருந்த பாதிரியார்கள் அதைக் கேட்டதும் வருத்தமுற்றனர்.

இனி, தங்களுடைய எண்ணம் எதுவும் கைகூடாது என்று கருதிய குறைஷிகளின் தூதர்கள் மக்காவுக்குத் திரும்பி விட்டனர்.

35. பழி வாங்கும் எண்ணம் இல்லை

குறைஷிகளின் தூதர்கள் அபீசீனியாவிலிருந்து தங்கள் எண்ணம் தோல்வியுற்றுத் திரும்பி வந்த செய்தியை அறிந்த குறைஷிகள் மிகவும் கோபம் அடைந்தனர்.

பெருமானார் அவர்களுக்கு முன்னிலும் அதிகமாகத் தொல்லையும், துன்பமும் கொடுக்கத் தொடங்கினர். அதனால் பெருமானார் அவர்களுடைய ஊக்கம் சிறிதும் தளரவில்லை.

பெருமானார் அவர்களின் சிறிய தந்தை ஹம்ஸா மாவீரர்; வேட்டையாடுவதில் விருப்பம் உடையவர். விடியற்காலையில் வில்லை எடுத்துக் கொண்டு வெளியே புறப்பட்டுப் போய் மாலையில் திரும்புவார்.

அவர் குறைஷிகளிடம் நெருங்கிய தொடர்பு கொண்டிருந்தார். அவர்களுடைய நன்மதிப்பையும் பெற்றிருந்தார்.

அவரோ இஸ்லாத்தை தழுவவில்லை. ஆனாலும் பெருமானார் அவர்களிடம் மிகுந்த அன்பு கொண்டிருந்தார்.

ஒருநாள் அவர் வேட்டைக்குப் போயிருந்தார். அப்பொழுது, பெருமானார் அவர்களின் பகைவன்; குறைஷித் தலைவர்களின் ஒருவன், இஸ்லாத்தை வேரோடு ஒழிப்பதே தன்னுடைய நோக்கமாகக் கொண்டவன், பெருமானார் அவர்களின் தலையில் கல்லால் அடித்துக் காயப்படுத்தி விட்டான்.

அந்தக் கொடியவனின் செயலை, வேட்டையிலிருந்து திரும்பி வந்த ஹம்ஸா அவர்கள் அறிந்ததும், அடங்காக் கோபத்தோடு, அவனைத் தேடிப் போனார். அவனோ ஓர் இடத்தில் உற்சாகமாய், கேளிக்கையில் ஈடுபட்டிருந்தான். உடனே அவன் மீது அம்பை எய்து அவன் தலையைக் காயப்படுத்தி விட்டார்.

அதன் பின்னர்,உடனே கஃபாவுக்குப் போய், பெருமானார் அவர்களைக் கண்டு, “முஹம்மதே! கவலைப்படாதீர்! உம்மைத் தாக்கியவனைப் பழி வாங்கி விட்டேன்” என்றார்.

“எப்படி?” என்று கேட்டார்கள் பெருமானார் அவர்கள்.

“அம்பு எய்து, அந்த மூடனின் தலையை உடைத்து விட்டேன்” என்றார் ஹம்ஸா,

“என் அருமைச் சிறிய தந்தையே! இஸ்லாத்திற்கு விரோதமாயிருப்பவர்களைப் பழி வாங்க வேண்டும் என்பது என் நோக்கம் அல்ல. அவர்களைத் துன்புறுத்துவதிலும் எனக்குப் பிரியம் இல்லை. ஆனால் நீங்கள் இஸ்லாத்தில் சேர்வதுதான் எனக்கு மகிழ்ச்சியை அளிக்கும்” என்று பெருமானார் அவர்கள் கூறினார்கள்.

உடனே ஹம்லா அவர்கள், “அதே நோக்கத்தோடுதான் நான் இங்கே வந்தேன்” என்று கூறி, கலிமா ஓதி, இஸ்லாத்தில் சேர்ந்தார்கள்.

36. கொலைச் செயலுக்குப் பரிசா?

ஹம்ஸா அவர்கள் இஸ்லாத்தில் சேர்ந்த செய்தியைக் குறைஷிகள் அறிந்தனர். அதனால் முன்னிலும் அதிகமாக வருத்தம் அடையலானார்கள்.

இஸ்லாத்தின் வளர்ச்சியை எவ்வாறு தடுப்பது என அவர்கள் இரகசியமாகவும், பகிரங்கமாகவும் கூடி யோசித்துக் கொண்டிருந்தார்கள்.

பெருமானார் அவர்களுக்கும், முஸ்லிம்களுக்கும் குறைஷிகள் அளவற்ற கொடுமைகளையும், இடையூறுகளையும் செய்தார்கள். அவற்றால் எவ்விதப் பயனையும் காணாமல் அலுத்துப் போய்விட்டனர். அப்பொழுது கொடுமையே உருவான அபூஜஹில் குறைஷித் தலைவர்களை எல்லாம் அழைத்து,

“அன்பார்ந்த குறைஷிகளே! உங்களுடைய மதம் கேவலப் படுத்தப் படுகின்றது. உங்களுடைய மூதாதையர் பழிக்கப் படுகின்றனர். நீங்கள் வணங்கும் விக்கிரகங்கள் நிந்திக்கப் படுகின்றன. இன்னும் உங்களுக்கு உணர்ச்சி உண்டாகவில்லை, நீரில் மூழ்கியாவது நீங்கள் உயிர் இழக்கக் கூடாதா? தன்னந்தனியாக ஒரு மனிதன் நின்று கொண்டு நம்மைப் பழிப்பதும், அதைப் பார்த்துக் கொண்டு நாம் ஒன்றும் செய்ய இயலாமல் வெறுமனே இருப்பதும் வெட்கப் படத் தக்கது அல்லவா? இவற்றை எல்லாம் இனி என்னால் சகித்துக் கொள்ள முடியாது. அரபியர்களே! உங்களுடைய வீரமும், சுதந்திரமும் மாய்ந்து விட்டனவோ! நாம் கோண்ழகளா? உங்களில் யார் அந்த முஹம்மதைச் சிரச்சேதம் செய்து வருகிறாரோ, அவருக்கு அத்தகைய தொண்டுக்காக நான் நூறு ஒட்டகங்கள் பரிசாக வழங்குகின்றேன்” என்று உரக்கக் கூவினான்.

அபூஜஹிலின் இந்தச் சொற்கள், குறைஷிகளுக்கு எரிகின்ற நெருப்பில் எண்ணெயை ஊற்றியது போல் ஆகிவிட்டது.

அந்தக் கூட்டத்திலிருந்து ஒருவர் எழுந்து அபூஜஹீலை நோக்கி “நீர் குறிப்பிட்ட காரியத்தை நான் செய்து வருகிறேன்; ஆனால் நீர் சொன்ன வாக்கை நிறைவேற்றுவதாக, எனக்கு உறுதி அளிக்க வேண்டும்” எனக் கேட்டார்.

உறுதிமொழி கேட்டவர் யார்? இஸ்லாத்தின் மீது கடுமையான பகை கொண்டு பலரைத் துன்புறுத்தியவர். இவர் கத்தாப் என்பவரின் மகன் உமர். குறைஷிகளின் கௌரவமான குடும்பத்தைச் சேர்ந்தவர்.

உடனே அபூஜஹில், உமரைக் கஃபாவுக்கு அழைத்துக் கொண்டு போய், குறைஷிகள் பெரிதாக மதிக்கும் ஹுபல் முன் நின்று. "நான் கொடுத்த வாக்கை நிறைவேற்றுவதாக” உறுதிமொழி கூறினான்.

‘பகைவரைக் கொல்லும் வரை, வேறு எவ்வித சுகத்தையும் நாடுவது இல்லை’ என உமரும் உறுதி செய்தார்.

37. ஆத்திரம் தணிந்தது

பெருமானார் இருக்கும் இடத்தை நோக்கி உமர் உருவிய வாளுடன் புறப்பட்டுச் சென்றார்.

வழியில் அவருடைய நண்பர் ஒருவர்,"இவ்வளவு வேகமாக எங்கே போகிறீர்?" என்று கேட்டார்.

நடந்தவற்றையும், தாம் எடுத்துக் கொண்ட உறுதி மொழியையும் விவரமாகக் கூறினார் உமர்.

"இஸ்லாத்தை அழித்து, அதைப் பிரச்சாரம் செய்பவரைக் கொலை செய்ய புறப்பட்டு விட்டீரே! உம்முடைய சகோதரியும், மைத்துனரும் முஸ்லிமாக இருக்கிறார்களே! அது உமக்குத் தெரியாதா? முதலில் அவர்களைத் திருத்தும். நியாய உணர்வும், வெட்கமும் உம்மிடமும் இருக்குமானால், முதலில் உம்முடைய வீட்டைச் சீர் படுத்தும்" என்றார் நண்பர்.

அதைக் கேட்ட உமருக்குக் கோபக் கனல் கொழுந்து விட்டது!

உடனே, அவர் தம்முடைய சகோதரி வீட்டுக்குப் போய்க் கதவைத் தட்டினார்.

அப்பொழுது அவர் சகோதரியும், மைத்துனரும் திருக்குர்ஆனை ஓதிக் கொண்டிருந்தனர்.

அந்த ஒலியானது உமரின் காதில் விழுந்தது.

திருக்குர்ஆன் எழுதப்பட்ட சில தாள்களை மறைத்து வைத்து விட்டுக் கதவைத் திறந்தார்.

உமர் உள்ளே நுழைந்ததும்,"இங்கே நான் கேட்ட சப்தம் என்ன?" என்று கேட்டார்.

"ஒன்றும் இல்லையே!" என்றார் சகோதரி.

"நான்தான் என் காதாரக் கேட்டேனே; நீங்கள் இருவரும் நம்முடைய புராதன மதத்தை புறக்கணித்து விட்டீர்கள்" என்று கூறிக் கொண்டே, மைத்துனரை நையப் புடைக்கத் தொடங்கினார் உமர். தம் கணவரைக் காப்பாற்ற முற்பட்ட சகோதரியை உமர் அடித்ததில், அவருக்கு இரத்தக் காயம் உண்டாயிற்று.

அந்த நிலையில், தம் சகோதரரைப் பார்த்து,"நீங்கள் என்ன வேண்டுமானாலும் செய்து கொள்ளுங்கள். இஸ்லாம் எங்கள் மனத்தை விட்டு ஒருபோதும் அகலாது" என்று துணிவோடு கூறினார் சகோதரி.

சகோதரியின் இரத்தக் காயத்தையும், மன உறுதியையும் கண்ட உமர் உள்ளம் நெகிழலானார்.

அவர்களை அன்புடன் நோக்கி,"நீங்கள் ஓதிக் கொண்டிருந்ததை எனக்குக் காட்டுங்கள்" என்று கேட்டார் உமர். அங்க சுத்தி செய்து கொண்டு வந்த ஹலரத் உமரிடம் திருக்குர்ஆன் எழுதப்பட்ட சில தாள்களைக் கொண்டு வந்து, அச்சத்துடன் வைத்தார் சகோதரி.

அவற்றை ஓதி உணர்ந்ததும் உமர் உள்ளம் நெகிழ்ந்து, பரவசம் ஆனார்.

38. பகைவரின் மனமாற்றம்

சகோதரி வீட்டிலிருந்து உமர் மன அமைதியோடு, பெருமானார் அவர்கள் இருக்கும் இல்லம் நோக்கிச் சென்றார்.

அப்பொழுது பெருமானார் அர்க்கம் என்பவருடைய விசாலமான வீட்டில் இருந்தார்கள்.

துன்புறுத்தப்பட்ட முஸ்லிம்கள் பலர் அங்கே கூடி, தங்களுடைய வணக்கத்தை நிறை-வேற்றி வந்தனர்.

அபூஜஹில் விடுத்த அறிவிப்பையும், உமர் வாளுடன் புறப்பட்டதையும், முஸ்லிம்கள் அறிந்து மிகவும் பயத்தோடு இருந்தார்கள்.

ஏனெனில், உமரின் சகோதரி வீட்டில் நிகழ்ந்தது எதுவும் எவருக்குமே தெரியாது

உமர் வந்து, அடைக்கப்பட்டிருந்த கதவைத் தட்டினார். அப்பொழுதும் அவர் கையில் வாள் இருந்தது. திகில் அடைந்திருந்த முஸ்லிம்கள் கதவைத் திறக்கத் தயங்கினார்கள்.

அப்பொழுது ஹம்ஸா அவர்கள் முஸ்லிம்களை நோக்கி,"உமரை உள்ளே வரவிடுங்கள். அவர் நல்ல நோக்கத்தோடு வந்தால் சரி, இல்லையானால், அவர் கையிலுள்ள வாளைக் கொண்டே, அவருடைய தலையைக் கொய்து விடுவேன்'' எனத் துணிவோடு கூறினார்கள்.

கதவு திறக்கப்பட்டது. உமர் உள்ளே வந்தார்.

பெருமானார் அவர்கள் எதிரே சென்று "உமரே, நீர் என்ன நோக்கத்தோடு இங்கு வந்-தீர்?'' என்று கேட்டார்கள்.

அவர்களுடைய வார்த்தையானது, உமரை நடுங்கச் செய்து விட்டது.

உமர் மிகவும் பணிவோடு,"இஸ்லாத்தை ஒப்புக் கொள்வதற்காக'' என்று கூறினார்.

உடனே பெருமானார் அவர்கள், "அல்லாஹு அக்பர்'' (ஆண்டவன் மிக உயர்ந்தவன்) என உரக்கக் கூறினார்கள்.

அங்கே இருந்த அனைவரும் உடனே அவர்களோடு சேர்ந்து,"அல்லாஹு அக்பர்'' என முழங்கினார்கள்.

மக்காவில் இருந்த மலைகளில் எல்லாம் எதிரொலி கிளம்பின!

உமர் முஸ்லிம் ஆனதும், இஸ்லாமிய வரலாற்றில் ஒரு திருப்பம் உண்டாயிற்று.

அது வரை முஸ்லிம்களின் எண்ணிக்கை, மிகக் குறைந்த அளவில் இருந்ததால், தங்கள் மத சம்பந்தமான காரியங்களைப் பகிரங்கமாக நடத்த இயலாமல் இருந்தது.

உமர் இஸ்லாத்தைத் தழுவியதும், நிலைமையோ மாறிவிட்டது! உமர் இஸ்லாத்தைத் தழுவிய செய்தியை எல்லோருக்கும் அவர்களே அறிவித்தார்கள்.

அதன் பின்னர், முஸ்லிம்கள் கஃபாவில் எவ்வித பயமும் இல்லாமல் தொழுகையை நிறைவேற்றினார்கள்.

39. கொடுமையான உடன்படிக்கை

வீரத் தன்மையும், அறிவுக் கூர்மையும் நிறைந்த உமர் அவர்களும், குறைஷிகளின் மதிப்-பைப் பெற்றிருந்த வீரர் ஹம்ஸா அவர்களும் இஸ்லாத்தைத் தழுவியது, மக்காவில் இருந்த குறைஷிகளுக்கு இடி விழுந்தது போலாயிற்று.

மேலும், பலர் இஸ்லாத்தைத் தழுவினார்கள். இஸ்லாம் வளர்ந்து கொண்டே வந்தது. முஸ்லிம்களின் தொகையோ நாளுக்கு நாள் பெருகிக் கொண்டிருந்தது.

இவற்றைக் கண்ட குறைஷிகளுக்கு மனம் பொறுக்கவில்லை. அவர்கள் கைக்கொண்ட முயற்சிகள் யாவும் வீணாயின.

எனினும், பெருமானார் அவர்கள் குடும்பத்தாரில் பலர் இஸ்லாத்தைத் தழுவவில்லை. ஆனாலும் அவர்கள் பெருமானார் அவர்களிடம் அபிமானம் கொண்டு உதவி புரிந்து வந்தார்கள். அதுவே தங்களுடைய நோக்கம் நிறைவேறாததற்குக் காரணம் என்பதைக் குறைஷிகள் உணர்ந்தார்கள்.

எனவே, பெருமானார் அவர்களின் குடும்பத்தினரைக் கட்டுப்படுத்தி வைத்துவிட்டால், தங்களுடைய நோக்கம் ஈடேறும் என்று குறைஷிகள் கருதினார்கள்.

எல்லோரும் ஒன்று கூடி, ஓர் உடன்படிக்கை செய்தார்கள்.

அந்த உடன்படிக்கை கீழ்க் கண்டவாறு:

“முஹம்மதைக் கொலை செய்யப்படுவதற்காக, அவருடைய குடும்பத்தாரான பனூ ஹாஷிம்கள், அவரை நம்மிடம் ஒப்படைக்க வேண்டும், அவ்வாறு செய்யாவிடில், பனூ ஹாஷிம் குடும்பத்தினரோடு குறைஷிகள் எவரும் நட்புறவு வைத்துக் கொள்ளக் கூடாது. அவர்களிடமிருந்து எதையும் வாங்கவோ, கொடுக்கவோ கூடாது. அவர்களுடன் சேரவும் கூடாது. அவர்களுக்கு உணவுப் பொருள்கள் கிடைப்பதற்கு இடம் கொடுக்கவும் கூடாது”.

இவ்வாறு எழுதி கஃபாவின் முன் தொங்க விட்டனர். அதை அறிந்த அபூதாலிப் அவர்கள், வேறு வழி இல்லாமல் தங்கள் குடும்பத்தினர் அனைவரையும் கூட்டிக் கொண்டு, மக்காவுக்கு அருகில் உள்ள தமக்குச் சொந்தமான பள்ளத்தாக்கில் தங்கினார்கள்.

அங்கே உணவு கிடைக்காமல் இலை, தழை, குழைகளை உண்டார்கள். பசியினால் குழந்தைகள் வீறிட்டு அழுதன. அந்த அழுகையை வெளியேயிருந்து கேட்டுக் குறைஷிகள் மகிழ்ச்சி அடைந்தனர்.

40. உடன்படிக்கை ஒழிந்தது

பெருமானார் அவர்களும், அவர்களின் குடும்பத்தினரும் சுமார் மூன்று ஆண்டுகள் உணவு இல்லாமல் துன்புற்றுக் கொண்டிருந்தனர்.

இறுதியாக, குறைஷிகளிலேயே தயாள குணமும், நியாய உணர்ச்சியும் உள்ள சிலர், துன்ப நிலையைக் காணப் பொறுக்காமல், உடன்படிக்கையையும் மீறி உணவுப்பொருள்களை அனுப்பி வைத்தார்கள்.

நெருங்கிய உறவினரான ஹிஷாம் என்பவரும் இரகசியமாகச் சில வேளைகளில் தானியங்களை அனுப்புவார்.

அபூதாலிப் அவர்களின் சகோதரி மகனான ஸுபைரிடம் அவர் சென்று, “நீர் மட்டும் நன்றாக உண்டு சுகமாக இருக்கிறீர்! ஆனால், உம்முடைய மாமாவிடமோ ஒரு தானியம் கூட இல்லையே. அவர்கள் இப்படி துன்புற்றுக் கொண்டிருப்பது உமக்குச் சம்மதம்தானா?" என்று கேட்டார்.

அதற்கு ஸுபைர், “நான் ஒருவன் என்ன செய்ய முடியும்? என்னோடு ஒருவராவது சேர்வதாயிருந்தால், அந்த நியாயமற்ற உடன்படிக்கையை நானே கிழித்து எறிந்து விடுவேன்” என்றார்.

“நான் உம்மோடு சேருகிறேன்” என்றார் ஹிஷாம்.

இருவரும் முத்யிம் என்பவருடைய இல்லத்துக்குச் சென்றார்கள். வழியில் அவர்களோடு வேறு மூவரும் சேர்ந்தார்கள்.

எல்லோரும் ஆலோசித்துக் காலையில் கஃபாவுக்குப் போய் முடிவு செய்வதாகத் தீர்மானித்தார்கள். மறுநாள் காலையில் கஃபாவுக்குப் போனதும், அங்கிருந்த மக்களை நோக்கி, "மக்காவாசிகளே! நாம் அனைவரும் சுகமாகக் காலம் கழிக்கிறோம். பனூ ஹாஷிம் குடும்பத்தார், உணவும் தண்ணீரும் இல்லாமல் வாடுகின்றார்கள். ஆண்டவன் பேரில் சத்தியமாக இந்த அக்கிரமமான உடன்படிக்கையைக் கிழித்து எறியும் வரை நான் சும்மா இருக்கமாட்டேன்" என்றார் ஹுபைர்.

உடனே அபூஜஹில் எழுந்து, இந்த உடன்படிக்கையைக் கிழிக்க யாராலும் முடியாது" என்றார்.

அப்போது ஸம் ஆ என்பவர் எழுந்து, "நீ பொய் சொல்லுகிறாய்; இதை எழுதும் போது நாங்கள் யாருமே இதற்குச் சம்மதம் அளிக்கவில்லையே" என்றார்.

பின்னர் மூவரும் சேர்ந்து ஆயுதங்கள் சகிதமாய், பனூ ஹாஷிம்கள் இருக்கும் பள்ளத்தாக்குக்குச் சென்று அவர்கள் அனைவரையும் அழைத்து வந்துவிட்டனர்.

41. அன்பும் ஆதரவும் மறைந்தது

பெருமானார் அவர்களின் பெரிய தந்தை அபூதாலிப் அவர்கள் செலுத்திய அன்புக்கும் செய்த தியாகங்களுக்கும் அளவில்லை.

அதனால் அவர்கள், அரேபியர்களுடைய பகைமையைப் பெறவேண்டியதாயிற்று.

பெருமானார் அவர்களும் அளவற்ற அன்பு கொண்டிருந்தார்கள்.

ஒரு சமயம், அபூதாலிப் அவர்கள் நோயுற்றிருந்த போது அவர்களைக் காண சென்றார்கள் பெருமானார் அவர்கள்.

அப்பொழுது, "என் சகோதரர் குமாரரே! எந்த ஆண்டவன் உம்மை நபியாக அனுப்பியிருக்கிறானோ அந்த ஆண்டவனிடம், என்னுடைய நோய் குணமாகும்படி நீர் பிரார்த்தனை செய்யக் கூடாதா?' என்று கேட்டுக் கொண்டார் அபூதாலிப்.

அவ்வாறே பெருமானார் அவர்கள், "ஆண்டவனிடம் பிரார்த்தனை செய்தார்கள்". நோய் குணமாகியதும், "ஆண்டவன் உம்முடைய பிரார்த்தனையை அங்கீகரிக்கிறான்" என்றார் அபூதாலிப்.

"ஆண்டவனுடைய கட்டளைகளுக்கு நீங்களும் கீழ்ப்படிந்து நடந்து கொள்வீர்களானால், உங்களுடைய பிரார்த்தனைகளையும் அவன் அங்கீகரிப்பான்" என்று கூறினார்கள் பெருமானார் அவர்கள்.

அபூதாலிப் அவர்கள் மரணத் தறுவாயில், தங்களைச் சேர்ந்தவர்கள் அனைவரையும் அழைத்து, "நீங்கள் எல்லோரும் முஹம்மது அவர்களுடன் நட்புறவோடு நடந்து கொள்ள வேண்டும் என்று உங்களுக்கு இறுதியாகச் சொல்லுகிறேன். ஏனெனில், அவர் குறைஷிகளின் நம்பிக்கையைக் காப்பாற்றுவார். அரபு தேசத்தின் சத்திய சந்தர் அவரே அவர் கொண்டு வந்திருக்கும் மதத்தை என் மனம் ஏற்றுக் கொள்கிறது. ஆனால் மற்றவர்கள்

பழிப்பார்களே என்ற அச்சத்தால், நாவானது அதை ஒப்புக்கொள்ள மறுக்கின்றது'' என்றார்கள்.

அபூதாலிப் அவர்கள் உயிரோடு இருக்கும் வரையில், பெருமானார் அவர்களிடம் மிகுந்த அன்பு பாராட்டி வந்ததோடு, பெரிய ஆதரவாகவும் இருந்து வந்தார்கள்.

அதனால், குறைஷிகள் துன்புறுத்தல்கள் ஈடேற முடியாமல் போயிற்று.

அபூதாலிப் அவர்கள் மரணம் அடைந்தவுடன், குறைஷிகளுக்கு இருந்த சிறிய அச்சமும் அகன்றுவிட்டது.

பெரிய தந்தையின் மரணமானது, பெருமானார் அவர்களுக்குப் பெரிய இழப்பாயிற்று. முஸ்லிம்களும் மிகுந்த துக்கத்தில் ஆழ்ந்தார்கள்.

42. பிராட்டியாரின் பிரிவு

கதீஜா பிராட்டியார் பெருமானார் அவர்களின் கருத்துக்கேற்ப இணைந்து வாழ்ந்தனர். தொல்லையும் துன்பமும் சூழ்ந்த வேளைகளில், பெருமானார் அவர்களுக்குப் பிராட்டியார் ஆறுதல் அளிக்கக் கூடியவர்களாகவும் இருந்தனர். பெருமானார் அவர்களுக்கு கதீஜா பிராட்டியாரிடம் ஒரு ஆணும், நான்கு பெண்களும் பிறந்தனர். ஆண் குழந்தை இளமையிலேயே இறந்து விட்டது. பெண்கள் நால்வருக்கும் திருமணம் செய்து வைக்கப் பெற்றது.

பெருமானார் அவர்களுக்கு நபிப் பட்டம் கிடைத்த பத்தாவது ஆண்டில், இரண்டு துக்க நிகழ்ச்சிகள் உண்டாயின.

ஒன்று: அபூதாலிப் அவர்களின் மரணம், இரண்டாவது: கதீஜா பிராட்டியாரின் மரணம்.

மிகுந்த உதவியாயிருந்த இருவரின் மரணத்தினால், பெருமானார் அவர்களின் உறுதி கொஞ்சமும் தளரவில்லை.

பெருமானார் அவர்கள், பிரியமானவர்களின் பிரிவினால் உதவியற்றவர்கள் ஆன போதிலும், ஆண்டவனிடம் அவர்களுக்கு அதிக நம்பிக்கை கூடியது.

ஆண்டவன் எப்பொழுதும் தங்களுக்கு உதவியாக இருப்பான் என்றும், அவன் செய்வது அனைத்தும் நன்மை அளிக்கத் தக்கதாயிருக்கும் என்றும் உறுதியோடு தொடர்ந்து செயல் புரியலானார்கள்.

43. ஆண்டவன் காப்பாற்றுவான்

அபூதாலிப், கதீஜா பிராட்டியார் ஆகிய இருவரின் பிரிவுக்குப் பின்னரும் பெருமானார் அவர்களுக்கு, குறைஷிகளின் கொடுமைகள் தொடர்ந்தன.

பெருமானார் அவர்கள், ஒருநாள் வழியில் போய்க் கொண்டிருக்கும் போது, குறைஷிகளின் கைக்கூலி ஒருவன் அவர்கள் தலையில் மண்ணை வாரி இறைத்து விட்டான்.

அந்த நிலையிலே அவர்கள் வீட்டிற்கு வந்தார்கள்.

பெருமானார் அவர்களின் புதல்வி பாத்திமா பீவி தண்ணீர் கொண்டு வந்து தலையைக் கழுவி விட்டு விட்டு, தந்தையின் மீதுள்ள பாசத்தினால் அழத் தொடங்கினார். அப்பொழுது

பெருமானார் அவர்கள், " அருமை மகளே! அழாதே! ஆண்டவன் உன்னுடைய தந்தையைக் காப்பாற்றுவான்" என்று ஆறுதல் கூறினார்கள்.

44. கொடியவர்கள் இழைத்த கொடுந்துன்பம்

குறைஷிகளின் போக்கில் சிறிதும் மாற்றம் ஏற்படவில்லை. அதனால் பெருமானார் அவர்கள் சஞ்சலமுற்றார்கள்.

மக்காவுக்கு அண்மையில் உள்ள 'தாயிப்' என்னும் ஊருக்குப் போய், இஸ்லாத்தைப் பற்றி உபதேசிக்கலாம் எனக் கருதி, அங்கே சென்றார்கள்.

அங்கே செல்வந்தர்களும், பிரபுக்களும் பலர் இருந்தனர். அதில் முக்கியமான ஒரு குடும்பத்தில் மூன்று சகோதரர்கள் இருந்தார்கள். அவர்களிடம் ஜைதுப்னு ஹாரிதாவுடன் சென்று பெருமானார் அவர்கள், இஸ்லாத்தின் பெருமையைக் கூறி, அதில் சேருமாறு அவர்களை அழைத்தார்கள்.

அந்த மூவரும் கூறிய சொற்கள் நகைக்கத் தக்கவையாக இருந்தன.

"உம்மை நபியாக ஆண்டவன் அனுப்பி இருந்தானானால், நல்ல உடையும், சவாரியும் தந்திருக்கமாட்டானா?" என்றார் முதலாவது ஆசாமி.

"ஆண்டவனுக்கு உம்மைத் தவிர வேறு ஒருவரும் கிடைக்கவில்லையா?" என்றார் இரண்டாவது நபர்.

"உம்மோடு எக்காரணத்தைக் கொண்டும் நான் பேச இயலாது. உண்மையில் நீர் நபியாக இருந்தால், உம்முடன் பேசுவது எங்களுக்கே விரோதமாகும். நீர் பொய்யரா இருந்தால், உரையாடுவதற்குத் தகுதியுடையவர் அல்லர்" என்றார் மூன்றாவது ஆள். அந்த மூவரும் அத்தோடு நிற்கவில்லை, பெருமானார் அவர்களை ஏளனம் செய்யுமாறு கடை வீதியிலுள்ள மக்களைத் தூண்டி விட்டனர்.

ஊரில் உள்ள வீணர்கள் எல்லோரும் ஒன்று திரண்டு வந்து, பெருமானார் அவர்களுக்கு எதிரில் அணி வகுத்து நின்றார்கள்.

பெருமானார் அவர்கள் புறப்பட்டுச் செல்லும் போது, அந்தக் கொடியவர்கள், அவர்களின் பாதங்களில் கற்களை வீசி எறிந்தனர்.

கல் வீச்சினால் காயம் பட்டுக் காலணிகள் இரத்தத்தால் நனைந்தன.

காயத்தால் சோர்வுற்று, அவர்கள் உட்கார முற்படும் போது, அந்தப் படுபாவிகள் உட்கார விடாமல், தோளைப் பிடித்து எழுந்து நிற்குமாறு தூக்கி விடுவார்கள்.

மேலும் நிந்திப்பார்கள்; ஏளனம் செய்வார்கள்; கைகொட்டிச் சிரிப்பார்கள்.

45. "என்னை யாரிடத்தில் ஒப்புவிப்பாய்?"

அறியாமை மிக்க தாயிப் மக்களின் தொல்லைகள் தாளாமல், பெருமானார் அவர்கள் கடைசியாக, அருகிலுள்ள திராட்சைத் தோட்டத்துக்குப் போய் அந்தப் பந்தலுக்கு அடியில் சோர்வோடு அமர்ந்தார்கள்.

தோட்டத்தின் சொந்தக்காரர் முஸ்லிம் அல்லாத ஒருவர்.

பெருமானார் அவர்களின் அந்த நிலையைக் கண்ட அவர் தம்முடைய ஏவலாள் மூலம் ஒரு முந்திரிக் கொத்தைப் பாத்திரத்தில் வைத்துக் கொடுத்து அனுப்பினார்.

களைப்பாறிய பெருமானார் அவர்கள், இறைவனிடம் பிரார்த்தித்தார்கள்.

"ஆண்டவனே! மனிதர்களின் பார்வையில் நான் கேவலப்படுத்தப் படுவதையும் உன்னிடமே முறையிடுகின்றேன். ஏனெனில், இரக்கம் உள்ளோர் எல்லோரிலும் நீயே மிகவும் இரக்கம் உள்ளவன். நீயே பலவீனர்களைக் காப்பாற்றுகிறவன், என்னையும் நீயே பாதுகாப்பவன். என்னை யாரிடத்தில் ஒப்புவிப்பாய்? என்னைக் கொடுமைப் படுத்தும் அந்நிய விரோதியிடத்திலா? அல்லது என்னுடைய பணிகளுக்கு ஒத்துழைக்கும் நண்பரிடத்திலா? உன்னுடைய அதிருப்தியானது என் மீது இல்லாமல் இருந்தால், எனக்கு மற்றவற்றைப் பற்றி எல்லாம் கவலை இல்லை. உன்னுடைய பாதுகாப்பானது மிகவும் விரிவானது உன்னுடைய கோபம் என்மீது இல்லாமல் இருக்கட்டும்! என்னுடைய இன்னல்களை உன் விருப்பம் போல் தீர்த்து வைப்பாயாக! உன்னையன்றி எனக்கு வேறு சக்தியும் இல்லை. உதவியும் இல்லை!"

46. வரவிடாமல் தடுத்தார்கள்

பெருமானார் அவர்கள், தாயிப் வாசிகளின் துன்புறுத்தலைச் சகித்துக் கொண்டு, அந்த ஊரை விட்டுப் புறப்பட்டு, வழியில் இரண்டு சிற்றூர்களில் சில நாட்கள் தங்கினார்கள்,

தாயிப் வாசிகள் பெருமானார் அவர்களைத் துன்புறுத்தி அனுப்பியதை அறிந்த மக்கா குறைஷிகள் குதூகலித்தனர்.

பெருமானார் அவர்கள் மக்காவுக்குத் திரும்பி வந்தாலும், அவ்வாறே நிர்ப்பந்தித்து அவர்களைத் திருப்பி அனுப்பி விடத் தயாரானார்கள் குறைஷிகள்.

மக்காவுக்கு வருமுன் பெருமானார் அவர்கள், குறைஷிகளின் நோக்கத்தைத் தெரிந்து கொண்டார்கள். ஆகையால், இந்த நிலைமையில் மக்காவுக்குள் போகக் கூடாது எனக் கருதி, ஊருக்கு வெளியே இருந்து கொண்டு மக்கா வாசிகளுக்குத் தூது அனுப்பினார்கள்.

அதாவது: இஸ்லாத்தில் சேருமாறு குறைஷிகளைக் கட்டாயப்படுத்துவது இல்லை என்றும், வேத வாக்கியங்களை மட்டும் மக்களுக்கு எடுத்துக் கூறுவதற்கு இடம் தர வேண்டும் என்றும் தூதில் சொல்லி அனுப்பினார்கள்.

ஆனால் குறைஷிகளோ எக்காரணத்தினாலும் ஆதரவு அளிக்க இயலாது என மறுத்து விட்டனர். அப்பொழுது, முத்யிம் இப்னு அதி என்பவர் சமூக உணர்ச்சியினாலும், தம் நாட்டினர் என்ற அனுதாபத்தினாலும் பெருமானார் அவர்களுக்கு உதவி புரிய முன் வந்தார். அவர் குறைஷிகளை நோக்கி,

"எம் நாட்டவர்களே! நம்முடைய தேசமானது நாட்டுப் பற்றுக்கும், அன்னியர்களுக்கு அளிக்கும் உபசாரத்துக்கும் பல பகுதிகளிலும் பிரசித்தி பெற்றிருக்கிறது. அப்படியிருக்கும் போது, உயர்ந்த குடும்பத்தைச் சேர்ந்த நம்முடைய சகோதரர் ஒருவரை, இவ்வாறு இரக்கம் இல்லாமல் நீங்கள் நடத்துவதும், தம் சொந்த வீட்டுக்கு வர விடாமல் அவரைத் தடுப்பதும் பெருந்தன்மை ஆகுமா?" என்று கூறினார்.

உடனே முத்யிம் ஓர் ஒட்டகத்தில் ஏறிக் கொண்டு, தம்மைச் சேர்ந்தவர்களை ஆயுதபாணிகளாகக் கூட்டிக் கொண்டு, பெருமானார் அவர்கள் இருக்கும் இடம் சென்று அவர்களை அழைத்து வந்தார்.

பெருமானார் அவர்கள் வெளியே போகும் இடங்களுக்கெல்லாம், முத்யிமும் கூடவே சென்று வருவார்.

ஒருநாள் பெருமானார் அவர்கள், மக்களுக்குப் போதனை செய்து விட்டு முத்யிமுடன் திரும்பி வரும் போது குறைஷிகள், பெருமானார் அவர்களை நிந்தனை செய்ததோடு, முத்யிமையும் அவதூறாகப் பேசினார்கள்.

தமக்கு உதவி புரிபவர் இவ்வாறு நிந்தனைக்கு ஆளாவதைக் காணப் பெருமானார் அவர்களுக்குப் பொறுக்க முடியவில்லை. தங்களோடு வருவதனாலேயே அவருக்கும் அவமரியாதை ஏற்படுகிறது என்று எண்ணி, மறுநாளிலிருந்து தாங்கள் மட்டுமே வெளியே புறப்பட்டார்கள்.

அறிவுரை கூறத் தொடங்கிய போது மக்கள் வந்து கூடினார்கள். அவர்களைப் பார்த்து முதலாவதாக, “சகோதரர்களே! நான் இப்பொழுது முத்யிம் அவர்களின் ஆதரவில் இல்லை. என்னுடைய நாயகனே எனக்குப் புகலிடம். அவனுடைய உதவியும், மேற்பார்வையும் எனக்குப் போதுமானவை. ஆகையால் இனி முத்யிமை நிந்திக்க வேண்டாம்” என்று கூறினார்கள். அன்றிலிருந்து பெருமானார் அவர்கள் இன்னல்களைப் பொருட்படுத்தாமல், இரவும், பகலும் தனியாகவே இஸ்லாத்தைப் பரப்புவதிலே கவனம் செலுத்தலானார்கள்.

அவர்கள் போதனை செய்யும் போது, அந்தச் சொற்கள் மக்களுக்குக் கேட்காதவாறு, குறைஷிகள் சுற்றி நின்று கொண்டு கூச்சல் போடுவார்கள்.

சுற்றுப்புறங்களிலிருந்து புதிதாக யாரேனும் மக்காவுக்கு வந்தால், பெருமானார் அவர்களின் போதனையைக் கேட்க வேண்டாம் என்று குறைஷிகள் முன்னரே சொல்லித் தடுத்து விடுவார்கள்.

47. புத்துணர்ச்சி பெற்றவர்

வழக்கம் போல் குறைஷிகள் பெருமானார் அவர்களின் போதனைகளைத் தடுத்தும் எதிர்த்தும் வந்தார்கள்.

பெருமானார் அவர்களோ இஸ்லாத்தைப் பரப்புவதில் சிறிதும் தளரவில்லை.

இப்படி இருக்கும்போது, மக்காவின் சுற்றுப்புறத்திலுள்ள ஓர் ஊரிலிருந்து துபைலுப்னு அமர் என்னும் பிரபலமான தலைவர் ஏதோ அலுவலாக மக்காவுக்கு வந்தார். மக்காவிலுள்ள குறைஷிப் பிரமுகர்கள் பலரும் சென்று, அவரை மிகுந்த ஆடம்பரத்தோடு வரவேற்று உபசரித்தனர். அதன்பின் அவரோடு பல விஷயங்களைப் பற்றிப் பேசிக் கொண்டிருக்கையில், இஸ்லாத்தைப் பற்றியும் அதன் நபிகளைப் பற்றியும் பேச்சு எழுந்தது.

மக்கா பிரமுகர்கள் பெருமானார் அவர்களைப் பற்றி துபைலிடம் நிந்தனைகளைக் கூறினார்கள். மேலும் தொடர்ந்து, “அவர் எங்களுக்கு மிகுந்த துன்பத்தைக் கொடுக்கிறார். நம்முடைய மதத்தையும் உலக வாழ்க்கையையும் அவமதிக்கிறார். நம்முடைய கூட்டத்தா-

ரிடையே பிரிவினையை உண்டாக்கி விட்டார். அவருடைய பேச்சை யாராவது ஒருவர் கேட்பாரானால், அவர் உடனே அவருடனேயே சேர்ந்து விடுகிறார். அதன் பின்னர், தம்முடைய தாய், தந்தை, உறவினர் முதலியோரின் சொற்களை மதிப்பதே இல்லை. அப்படி அவருடைய பேச்சில் என்னதான் கவர்ச்சி இருக்கிறதோ, தெரியவில்லை. அவருடைய பேச்சை ஒருவரும் கேளாமல் இருக்கக் கடவுள்தான் துணை புரிய வேண்டும்'' என்று அடுக்கடுக்காகக் கூறியதோடு, பெருமானார் அவர்களிடம் வெறுப்பு உண்டாகும்படி எல்லாவற்றையும் சொல்லி முடித்தார்கள்.

குறைஷிகள் கூறிய கோள்களை எல்லாம் கேட்ட துபைல், ''இத்தகைய அபாயத்தை முன் கூட்டியே நீங்கள் எனக்குக் கூறியதற்காக என்னுடைய நன்றியை உங்களுக்குத் தெரிவித்துக் கொள்கிறேன். இப்படிப்பட்ட மனிதருடைய முகத்தைக் காணவே நான் விரும்ப மாட்டேன்'' என்று கூறி விட்டு கொஞ்சம் பஞ்சு கொண்டு வருமாறு கூறினார்.

பெருமானார் அவர்கள் போதனை செய்து கொண்டிருக்கும் வழியாகத் தற்செயலாக, தாம் போக நேரிடுமானால், அந்தப் போதனைகள் தம் காதுகளில் விழாதபடி, பஞ்சைக் காதில் அடைத்துக் கொள்ளக் கருதினார் துபைல்.

அடுத்த மூன்றாவது நாள், பெருமானார் அவர்கள் ஓர் இடத்தில், ஓதித் தொழுது கொண்டிருந்தார்கள். தற்செயலாக அந்த வழியாக துபைல் சென்றார். ஓதுவதைக் கேட்டதும் பஞ்சை எடுத்துக் காதுகளில் அடைத்துக் கொள்ளக் கருதினார். அதற்குள் வேத வாக்கியங்கள் சில அவருடைய செவிகளில் புகுந்து விட்டன.

பெருமானார் அவர்கள் தொழுது முடித்ததும், யாரையும் கவனியாமல் வீட்டுக்குப் புறப்பட்டுச் சென்று விட்டார்கள்.

துபைலுக்குப் புத்துணர்ச்சி உண்டாயிற்று. அவருடைய நிலைமை மாறி விட்டது. எதுவும் பேசாமல், பெருமானார் அவர்களின் பின்னே ஓடினார். பெருமானார் அவர்கள் அப்பொழுதுதான் வீடு போய்ச் சேர்ந்தார்கள்.

கதவைத் தட்டினார் துபைல், பெருமானார் அவர்கள் வந்து கதவைத் திறந்தார்கள். செல்வமும், கௌரவமும் வாய்ந்த பிரபல குடும்பத்தைச் சேர்ந்த துபைல் கண்களில் நீர் பெருக, உள்ளம் நெகிழ, பெருமானார் அவர்களின் முன்னே மண்டியிட்டு, '' நான் தங்களின் தொண்டன்'' என்று கூறினார். சில நாட்களுக்கு முன்னர், பெருமானார் அவர்களைக் காண விரும்பாதவர், சொற்களைக் கேட்க மறுத்தவர், அத்தகைய துபைலின் நிலைமை முற்றிலும் மாறிவிட்டது!

துபைல் இஸ்லாத்தில் சேர்ந்தது மிகவும் முக்கியமான நிகழ்ச்சியாகும். அவருடைய தூண்டுதலால் பலரும் இஸ்லாத்தில் சேர்ந்தனர்.

48. ஆறுதலுக்காக வாய்த்த துணை

பிரமுகரான துபைல் தங்களோடு சேர்ந்த நிகழ்ச்சி, முஸ்லிம்களுக்கு மட்டற்ற மகிழ்ச்சி அளித்ததோடு, துன்பத்தினால் வாடிப் போயிருந்த அவர்களுடைய உள்ளத்துக்குத் தெம்பை ஊட்டியது.

ஆனால், குறைஷிகளுக்கோ பொறாமைக் கனல் மூண்டெழுந்தது. விரோதமும், கோபமும் அதிகரித்துக் கொண்டிருந்தன.

பல வழிகளிலும் துன்பங்களை உண்டாக்கிக் கொண்டிருந்தனர். இடைவிடாமல் குறைஷிகள் இழைக்கும் இன்னல்களையும் உண்மைக்கு விரோதமாக, மக்கள் பிடிவாதத்தோடு இருப்பதையும் எண்ணி, எண்ணி பெருமானார் அவர்கள் வருந்துவார்கள். அவ்வாறு அவர்கள் வருந்தும்போது ஆறுதல் கூற அவர்களுக்கு, வாழ்க்கைத் துணையும் இல்லை.

எனினும், வீட்டுக்கு வந்தால் சிறிது ஆறுதல் உண்டாகும்.

பெருமானார் அவர்களின் மகள் பாத்திமா பீவி சிறு வயதினர். தங்களின் தந்தையை மக்கள் கொடுமைப் படுத்துவதை அறிந்து அழுவார்கள். மகள் அழுவதைக் காண மனம் பொறாத பெருமானார் அவர்களும் கவலையுறுவார்கள்.

ஆனால் ஆண்டவன் மீதுள்ள நம்பிக்கை அதிகரித்துக் கொண்டே இருந்தது.

இவ்வாறு இருக்கும் போது, பெருமானார் அவர்களின் நலத்தையே பெரிதாகக் கருதும் நெருங்கிய தோழர் அபூபக்கர் அவர்கள், பெருமானார் அவர்கள் தனிமையாயிருப்பதை உத்தேசித்துத் தம்முடைய மகள் ஆயிஷாவைத் திருமணம் செய்து கொள்ளும்படி பெருமானார் அவர்களை வேண்டிக் கொண்டார்கள்.

பெருமானார் அவர்களும் அதற்கு இசைந்தார்கள். திருமணம் நிறைவேறியது. ஆயிஷா அவர்கள் மிகச் சிறு வயதினர்.

இந்த நிகழ்ச்சியினால், அபூபக்கர் அவர்களுக்கும் பெருமானார் அவர்களுக்கும் இருந்த இயல்பான தோழமை மேலும் உறுதியான நிலையை அடைந்தது.

48. ஆறுதலுக்காக வாய்த்த துணை

பிரமுகரான துபைல் தங்களோடு சேர்ந்த நிகழ்ச்சி, முஸ்லிம்களுக்கு மட்டற்ற மகிழ்ச்சி அளித்ததோடு, துன்பத்தினால் வாடிப் போயிருந்த அவர்களுடைய உள்ளத்துக்குத் தெம்பை ஊட்டியது.

ஆனால், குறைஷிகளுக்கோ பொறாமைக் கனல் மூண்டெழுந்தது. விரோதமும், கோபமும் அதிகரித்துக் கொண்டிருந்தன.

பல வழிகளிலும் துன்பங்களை உண்டாக்கிக் கொண்டிருந்தனர். இடைவிடாமல் குறைஷிகள் இழைக்கும் இன்னல்களையும் உண்மைக்கு விரோதமாக, மக்கள் பிடிவாதத்தோடு இருப்பதையும் எண்ணி, எண்ணி பெருமானார் அவர்கள் வருந்துவார்கள். அவ்வாறு அவர்கள் வருந்தும்போது ஆறுதல் கூற அவர்களுக்கு, வாழ்க்கைத் துணையும் இல்லை.

எனினும், வீட்டுக்கு வந்தால் சிறிது ஆறுதல் உண்டாகும்.

பெருமானார் அவர்களின் மகள் பாத்திமா பீவி சிறு வயதினர். தங்களின் தந்தையை மக்கள் கொடுமைப் படுத்துவதை அறிந்து அழுவார்கள். மகள் அழுவதைக் காண மனம் பொறாத பெருமானார் அவர்களும் கவலையுறுவார்கள்.

ஆனால் ஆண்டவன் மீதுள்ள நம்பிக்கை அதிகரித்துக் கொண்டே இருந்தது.

இவ்வாறு இருக்கும் போது, பெருமானார் அவர்களின் நலத்தையே பெரிதாகக் கருதும் நெருங்கிய தோழர் அபூபக்கர் அவர்கள், பெருமானார் அவர்கள் தனிமையாயிருப்பதை உத்தேசித்துத் தம்முடைய மகள் ஆயிஷாவைத் திருமணம் செய்து கொள்ளும்படி பெருமானார் அவர்களை வேண்டிக் கொண்டார்கள்.

பெருமானார் அவர்களும் அதற்கு இசைந்தார்கள். திருமணம் நிறைவேறியது. ஆயிஷா அவர்கள் மிகச் சிறு வயதினர்.

இந்த நிகழ்ச்சியினால், அபூபக்கர் அவர்களுக்கும் பெருமானார் அவர்களுக்கும் இருந்த இயல்பான தோழமை மேலும் உறுதியான நிலையை அடைந்தது.

50. தலைமைப் பதவிக்கு ஆசைப்பட்டவர்

ஆண்டு தோறும், அரேபியா நாட்டின் முக்கியமான பகுதிகளில், விழாக்கள் நடைபெறும்,

விழாக்கள் நிகழும் இடங்களுக்குச் சென்று, பெருமானார் அவர்கள் இஸ்லாத்தைப் பற்றி எடுத்துரைப்பார்கள்.

ஒரு சமயம், உக்கால் என்னும் இடத்தில் வழக்கமாக ஆண்டு தோறும் நடைபெறும் விழா வந்தது. அரபு நாட்டின் பல பகுதிகளிலிருந்தும் பெரிய குடும்பத்தினரெல்லாம் அங்கே வந்திருந்தனர். பெருமானார் அவர்கள் அங்கே சென்று போதனை செய்தார்கள்.

அதைக் கண்ட நாயகத்தின் பெரிய தந்தையான அபூலஹப், அவர்களுக்குப் பின்னே சென்று, மக்களைப்பார்த்து, “இவர் நேரான வழியை விட்டுத் தவறி விட்டார். இன்னும் பொய்தான் சொல்கிறார்” என்று கூறினார்.

பனூ ஆமிர் என்னும் குடும்பத்தாரிடையே பெருமானார் அவர்கள் சென்று, இஸ்லாத்தை எடுத்துரைத்த போது, அந்தக் குடும்பத்தைச் சேர்ந்த பர்ராஸ் என்பவர் பெருமானார் அவர்களின் வாக்கின் சிறப்பைக் கண்டு, “இவர் மட்டும் எனக்குக் கிடைப்பாரானால், அரபியா தேசம் முழுவதையும், நான் வசப்படுத்தி விடுவேன்” என்று தம்மைச் சேர்ந்தவர்களிடம் கூறினார்.

மேலும், பெருமானார் அவர்களிடம், “நான் உங்களுக்குத் துணையாக இருந்து, உங்களுடைய பகைவர்களை எல்லாம் வென்று விட்டால், உங்களுக்குப் பிறகு தலைமைப் பதவி எனக்குக் கிடைக்குமா?” என்று வினவினார்.

அதற்குப் பெருமானார் அவர்கள்: “அது ஆண்டவன் கையில் இருக்கிறது” என்று சொன்னார்கள். உடனே அவர், “என்னுடைய மார்பை, அரேபியர்களின் அம்புக்குக் குறியாக்கிக் கொள்ளவும், ஆட்சியை வேறு ஒருவர் வசம் விட்டு விடவும் நான் விரும்பவில்லை” என்று கூறி, புறப்பட்டு விட்டார்.

51. எண்ணத்தில் தூய்மை - சொற்களில் உண்மை

நபிப் பட்டம் வரப் பெற்ற பத்தாவது ஆண்டு நடை பெற்ற ஹஜ்ஜுக்கு அரபு நாட்டின் பல பகுதிகளிலிருந்து திரளான மக்கள், மக்காவுக்கு வருகை புரிந்தார்கள்.

பெருமானார் அவர்கள், ஒவ்வொரு கூட்டத்தாரிடமும் சென்று இஸ்லாத்தைப் பற்றி அறிவுறுத்தினார்கள்.

ஒரு பகுதியில் பன்னிரண்டுபேர்[1] பேசிக் கொண்டிருந்தார்கள். அவர்களில் யத்ரிப் (மதீனா) நகரிலுள்ள கஸ்ரஜ் என்ற கோத்திரத்தைச் சேர்ந்தவர்கள் அறுவர். அவர்களிடம் சென்று இஸ்லாத்தைப் பற்றிப் போதித்தார்கள். அவர்களும் மிகவும் கவனமாகக் கேட்டார்கள். பெருமானார் அவர்களின் பரிசுத்தமான எண்ணமும், சொற்களின் உண்மையும் அவர்கள் உள்ளத்தில் பசுமையாகப் பதிந்து, அவர்களிடையே மனமாறுதலை உண்டாக்கியது. அவர்கள் அறுவரும் அங்கேயே இஸ்லாத்தைத் தழுவினார்கள்.

அவர்கள் மக்காவிலிருந்து யத்ரிபுக்குத் திரும்பியதும், "மக்காவில் ஒரு பெரிய நபி தோன்றியுள்ளார். பல நூறு ஆண்டுகளாக நிலவி வந்த பகைமையை, வெகுவிரைவில் அகற்றி விடக் கூடியவர்; அவரிடம் உண்மை ஒளி திகழ்கிறது. அவர் இறைவனுடைய மார்க்கத்தை உலகில் பரப்புவார்" என்பதாகப் பிரபலப்படுத்தினார்கள்.

ஃஃஃ

அடுத்த ஆண்டு, ஹஜ் சிறப்பு நாளில், முன்பு வந்தவர்களில் சிலரும் ஔஸ் கோத்திரத்திலிருந்த சிலரும் ஆக மொத்தம் பன்னிருவர் வந்தனர். அவர்களில் புதிதாக வந்தவர்களும், உடனேயே இஸ்லாத்தில் சேர்ந்தனர்.

அவர்கள் அனைவரும் பெருமானார் அவர்களிடம் சில வாக்குறுதிகள் அளித்தனர். அவை பின்வருமாறு:

1. நாங்கள், இறைவனுடன் வேறு யாரையும் இணை வைப்பதில்லை.
2. விபசாரம், களவு செய்வதில்லை.
3. மக்களைக் கொல்வதில்லை.
4. நபி அவர்களை முழுமையாகப் பின்பற்றுவோம்.
5. சுக துக்கங்களில் அவர்களுடன் உண்மையாக இருப்போம்.

இவ்வுறுதி மொழி நிறைவேறியதும், இஸ்லாத்தின் கொள்கைகளைத் தங்கள் நாட்டில் பரப்புவதற்காகப் பெருமானார் அவர்களின் சீடர்களில் ஒருவரைத் தங்களோடு அனுப்பி வைக்குமாறும் வேண்டிக் கொண்டனர்.

அவ்வாறே முஸ்அப் இப்னு உஹைமர் என்பவரை, அவர்களுடன் பெருமானார் அவர்கள் அனுப்பி வைத்தார்கள்.

முஸ்அப் யத்ரிபுக்குச் சென்று அஸ்அது என்பவரின் இல்லத்தில் தங்கி, தினந்தோறும் ஒவ்வொருவர் வீட்டிற்கும் சென்று, 'திருக்குர்ஆனை' ஓதிக் காட்டி, இஸ்லாத்துக்கு அழைப்பார்கள், தினமும் ஓரிருவர் என பலர் இஸ்லாத்தில் சேர்ந்தனர். சில நாட்களிலேயே யத்ரிபிலிருந்து குபா வரையிலும் இஸ்லாம் பரவிவிட்டது.

1. ↑*இப்னு ஹிஷாம் என்பவர் இப்பன்னிரண்டு தோழர்களின் பெயர்களையும் விபரமாகக் குறிப்பிட்டுள்ளார். அடுத்தடுத்த ஆண்டுகளில் வந்தவர்கள் பற்றிய விபரங்களையும், அவர் தந்துள்ளார்.*

52. மதீனாவுக்குச் செல்ல உடன்பாடு

மறு வருடம் ஹஜ் நாளில், எழுபத்து மூன்று புதிய முஸ்லிம்களும், முஸ்லிம் ஆகாத வேறு சிலரும் யத்ரிபிலிருந்து மக்காவுக்கு வந்தனர். முன்பு உடன்பாடு நிகழ்ந்த அதே இடத்தில், புதிதாக வந்தவர்கள் ஒரு நள்ளிரவில் கூடினார்கள். அந்த இடத்துக்கு நபி பெருமானாரும் அவர்களின் பெரிய தந்தையான அப்பாஸ் அவர்களும் போயிருந்தனர்.

அப்பாஸ் அவர்கள் அப்பொழுது இஸ்லாத்தில் சேரவில்லை.

அவர்கள் யத்ரிபிலிருந்து வந்தவர்களை நோக்கி, "கஸ்ரஜ் குழுவினர்களே! முஹம்மது அவர்களின் மதிப்பும், கௌரவமும் எங்களிடையே எவ்வளவு உயர்ந்தது என்பது உங்களுக்குத் தெரியும், அவர்களுடைய பகைவர்களுக்கு எதிரில் எங்கள் மார்பைக் கேடயமாகக்கொண்டு அவர்களைப் பாதுகாத்து வருகிறோம். இப்பொழுது அவர்கள் உங்களிடம் வருவதற்கு விரும்புகிறார்கள். அவர்களை நீங்கள் தக்க முறையில் பாதுகாத்து, உதவி புரிவதானால், இந்தப்பொறுப்பை ஏற்றுக் கொள்ளுங்கள். அவ்வாறு இயலாது என்றால் இப்பொழுதே கூறி விடுங்கள். யோசித்து இப்பொழுதே முடிவான கருத்தைக் கூறி விடுங்கள்" என்றார்.

யத்ரிப் வாசிகள் அனைவரும் ஒன்று சேர்ந்து, "நீங்கள் கூறியதைச் செவிமடுத்தோம்; நபிகள் பெருமானாரே! ஆண்டவனுக்கும், உங்களுக்கும் உகந்ததை நீங்களே தேர்ந்து சொல்லுங்கள்" என்றனர்.

உடனே பெருமானார் அவர்கள், திருக்குர் ஆனிலிருந்து வசனங்களை அவர்களுக்கு எடுத்துக் கூறிய பின்னர் அவர்களை நோக்கி, "ஆண்டவனுடைய உடன்பாடு இதுதான். நீங்கள் அவனை வழிபடுங்கள். அவனுடன் எதனையும், எவரையும் இணையாக்காதீர்கள். என்னுடைய உடன்பாடர்வது என்னுடைய பணிக்கு உதவி புரியுங்கள். நான் பரப்பிக் கொண்டிருக்கும் சிறந்த மார்க்கத்துக்கு இடையூறாக இருப்பவர்களின் கொடுமைகள் என்னை அணுகாதபடி காத்துக் கொள்ளுங்கள். நான் கூறுவது போல் நடந்து கொள்ளுங்கள். வறுமையிலும், செல்வத்திலும் இம்மார்க்கம் பரவுவதற்காக ஆண்டவனுடைய வழியில் உங்கள் செல்வத்தை சக்திக்கு ஏற்றவாறு செலவிடுங்கள். தீய செயல்களை விட்டு விலகி, எப்பொழுதும் நல்லனவற்றையே நாடுங்கள். மற்றவர்கள் கூறும் அவதூறுகளுக்கு அஞ்சாதீர்கள். என்னை உங்கள் குடும்பத்தில் ஒருவராகக் கருதி எனக்கு ஒத்துழைப்புத் தாருங்கள்" என்று கூறினார்கள்.

அப்போது, "இறைவனின் தூதரே! நீங்கள் கூறியவை அனைத்தையும் அப்படியே ஏற்றுக் கொள்கிறோம். ஒன்று எங்களுக்குத் தெரிய வேண்டும். ஆண்டவனுடைய உதவியால் உங்களுடைய பகைவர்களை எல்லாம் வென்று, உங்கள் நோக்கம் நிறைவேறிய பின், நீங்கள் எங்களை எங்கள் எதிரிகளிடம் விட்டு விட்டு, மக்காவுக்குத் திரும்பி வந்து விடுவீர்களா?" என்று வந்த தலைவர்களில் ஒருவரான அபுல் ஹைதம் என்பவர் கேட்டார்.

"அவ்வாறு ஒருக்காலும் நடவாது. நான் உங்களுடையவன். நீங்கள் என்னுடையவர்கள். நான் உயிரோடு இருப்பதும், இறப்பதும் உங்களுடன்தான்.

நீங்கள் சமாதானமாக இருப்பவர்களுடன், நானும் சமாதானமாக இருப்பேன். உங்களுடைய பகைவர்கள் எனக்கும் பகைவர்களே!" என்று பெருமானார் கூறினார்கள்.

உடனே அவர்கள் அனைவரும், பெருமானார் அவர்களின் திருக்கரத்தை நீட்டச் சொல்லி, ஒவ்வொருவராக அவர்கள் கரத்தோடு இணைத்து, "ஆண்டவனுக்கும், தங்களுக்கும் உண்மையானவர்களாய் இருப்போம்" எனப் பிரமாணம் செய்தனர்.

அதன்பின், அவர்களிலிருந்து பொறுப்பான பன்னிரு தலைவர்களைத் தேர்ந்தெடுக்கச் சொன்னார்கள், இரு கோத்திரங்களிலிருந்தும் பன்னிருவர் தேர்ந்தெடுக்கப்பட்டதும், "நீங்கள் தாம் உங்கள் மக்களின் செயல்களுக்குப் பொறுப்பாவீர்கள்!" என்று அறிவுறுத்தி அவர்களை நபி பெருமானார் அனுப்பி வைத்தார்கள்.

53. போகவும் விடவில்லை

பெருமானார் அவர்களுக்கும், மதீனாவாசிகளுக்கும் நிகழ்ந்த உரையாடல், உடன்படிக்கை ஆகியவற்றைத் தொலைவில் இருந்து கவனித்துக் கொண்டிருந்த மக்காவாசி ஒருவர் ஓடிப் போய் குறைஷிகளிடம் கூறினார். அதைக் கேட்டதும் ஆத்திரம் கொண்ட குறைஷிகள், உடன்படிக்கை செய்த மதீனா வாசிகளைப் பிடிக்க முயன்றார்கள். ஆனால், அவர்களோ மக்காவை விட்டுப் புறப்பட்டுப் போய் விட்டார்கள்.

மக்காவில் குறைஷிகளின் கொடுமைக்கு ஆளாகிக் கொண்டிருந்த முஸ்லிம்களுக்கு மதீனாவில் ஆதரவு இருப்பதால், தங்கள் தோழர்களை அங்கே போகும்படி பெருமானார் அவர்கள் கட்டளையிட்டார்கள். முஸ்லிம்களும் புறப்படத் தொடங்கினார்கள். குறைஷிகள் அதை அறிந்து, அவர்களைப் போக விடாமல் தடுத்தனர். அவர்கள் இருவர் மூவராகச் சேர்ந்து, மறைவாகப் புறப்பட்டுச் சென்றார்கள். சில நாட்களுக்குள் நூறு குடும்பங்கள் வரை மதீனாவை அடைந்தன.

மக்காவில் பெருமானார் அவர்களுடன் அபூபக்கர், அலி அவர்களும் அவர்கள் குடும்பத்தினரும் துன்பத்தினால் வருந்திக் கொண்டிருந்த வேறு சிலரும் தவிர, முஸ்லிம்கள் வேறு ஒருவரும் அங்கே இல்லை.

மக்காவில் பல வீடுகள் காலியாகக் கிடந்தன. வியாபாரம் குறைந்தது.

54. கொலை செய்யத் திட்டம்

இஸ்லாம் மதீனாவில் வேரூன்றி விடுமோ எனக் குறைஷிகளுக்கு அச்சம் உண்டாயிற்று.

பெருமானார் அவர்களும் ஒரு வேளை அங்கே போய் விடுவார்களோ என்று எண்ணி, அவர்களைப் போக விடாமல் தடுப்பது எவ்வாறு என ஆலோசிக்க, குறைஷிகளின் கூட்டம் ஒன்று நகர மண்டபத்தில் கூடியது.

கூட்டத்துக்கு ஒவ்வொரு குடும்பத்தின் தலைவரும் வந்திருந்தனர். அவர்கள் ஆளுக்கொரு யோசனை கூறினார்கள்.

பெருமானார் அவர்களின் கை, கால்களில் விலங்கிட்டு, சிறைப் படுத்த வேண்டும் என்றனர் சிலர். நாட்டை விட்டே துரத்தி விட வேண்டும் என்று, கூறினர் சிலர். கொலை செய்து விட வேண்டும் என்று யோசனை கூறினார்கள் சிலர். இறுதியாகக் கொலை செய்து விடுவது என்றே தீர்மானித்துவிட்டனர்.

ஆனால், யாராவது தனிப்பட்டவர் கொலை செய்தால், அந்தப் பழி அவரைச் சார்ந்து விடும். அதோடு அவரைப் பெருமானார் அவர்கள் குடும்பத்தினர் பழிக்குப் பழி வாங்க நேரிடும் என்ற அச்சமும் அவர்களுக்கு உண்டாயிற்று.

ஆகையால், "இந்தப் பிரச்சினையிலிருந்து விடுபட, ஒவ்வொரு குடும்பத்திலிருந்தும் ஒவ்வொருவர் தேர்ந்தெடுக்கப்பட்டு, அவர்கள் அனைவரும் கையில் வாளேந்திச் சென்று பெருமானாரைக் கொன்று விட்டால், அந்தப் பழியானது, எல்லோரையும் சார்ந்து விடும். அதனால், அவர்கள் அவ்வளவு பேரையும் பழி வாங்க இயலாது" என யோசனை தெரிவித்தான் அபூஜஹில். இந்த யோசனையைக் கூட்டத்தார் ஆமோதித்தார்கள்.

உடனே தேவையான ஆட்கள் தேர்ந்தெடுக்கப்பட்டனர்.

அந்த இரவில், அவர்கள் எல்லோரும் கையில் வாள் ஏந்திச் சென்று, பெருமானார் அவர்கள் வசிக்கும் இடத்தைச் சூழ்ந்து கொண்டு பெருமானார் அவர்கள் வீட்டிலிருந்து வெளியே வருவதை ஆவலோடு எதிர் நோக்கி வெளியே காத்துக் கொண்டிருந்தனர்.

55. புறப்படும்படி கட்டளை

ஆண்டவனுடைய கட்டளையை நாயகம் எதிர்பார்த்துக் கொண்டிருந்தார்கள்.

பெருமானார் அவர்களைத் தாங்கள் பாதுகாத்துக் கொள்வதாகவும், தங்களிடம் வந்து தங்கும்படியும் மக்காவின் சுற்றுப்புறத்தில் உள்ள முஸ்லிம்கள் வேண்டிக் கொண்டனர். ஆனால் அவர்களுடைய கோரிக்கைகளுக்கெல்லாம் பெருமானார் அவர்கள் இணங்கவில்லை.

பெருமானார் அவர்களைப் பாதுகாக்கும் பெருமை, மதீனாவில் வாழும் அன்ஸாரிகளுக்கு ஆண்டவன் ஏற்படுத்தியிருக்கும் போது, அவர்கள் வேறு எங்கே போக முடியும்?

நபிப் பட்டம் கிடைத்த பதின்மூன்றாவது ஆண்டுத் தொடக்கத்தில், பெருமானார் அவர்களை மதீனாவுக்குப் புறப்பட்டுச் செல்லும்படி ஆண்டவனிடமிருந்து உத்தரவு கிடைத்தது.

உடனே அவர்கள், அபூபக்கர் அவர்களிடம் சென்று, ஆண்டவன் உத்தரவைக் கூறினார்கள்.

"நானும் தங்களைத் தொடர்ந்து வரும் பாக்கியத்தைப் பெறுவேனா?" என்று கேட்டார்கள். பெருமானார் அவர்களும் அதற்கு இசைந்தார்கள்.

56. மக்காவை விட்டுப் பிரிதல்

பகைவர்கள் உருவிய வாள்களோடு பெருமானார் அவர்களை எதிர்பார்த்துச் சூழ்ந்திருக்கின்றனர்.

அத்தகைய வேளையிலுங் கூட, பெருமானார் அவர்கள் உயிரைக் காட்டிலும் நம்பிக்கையைக் காப்பாற்றுவதையே பெரிதாகக் கருதினார்கள்.

அலி அவர்களை அழைத்து வரச் செய்து, " மக்காவை விட்டுப் புறப்பட்டுச் செல்லும்படி எனக்கு உத்தரவு கிடைத்திருக்கிறது. என்னுடைய கட்டிலில் என்னுடைய போர்வையைப் போர்த்துக் கொண்டு நீர் படுத்துக் கொள்ளும், காலையில் எழுந்து என்னிடம் நம்பிக்கையாகக் கொடுக்கப்பட்டிருந்த பொருள்களை, அவற்றிற்கு உரியவர்களிடம் ஒப்படைத்துவிட்டு, நீர் மதீனாவுக்கு வந்து சேரும்" என்று கூறினார்கள்.

அதன்பின் பெருமானார் அவர்கள் வெளியே வந்து, கஃபாவைப் பார்த்து, "மக்காவே! உலகிலுள்ள அனைத்திலும் நீ எனக்கு மேன்மையாக இருக்கிறாய். ஆனால் உன்னுடைய மக்களோ, என்னை இங்கே இருக்கவிடவில்லை" என்று கூறிவிட்டு, அபூபக்கர் அவர்கள் வீட்டுக்குச் சென்று, அங்கிருந்து இருவரும் புறப்பட்டுச் சென்று, மூன்று மைல் தொலைவிலுள்ள தௌர் என்னும் குகையில் தங்கினார்கள்.

57. ஆண்டவனும் நம்மோடு இருக்கிறான்

காலையில் அலி அவர்கள் எழுந்து வெளியே வந்தார்கள்.

பெருமானார் அவர்களைக் காணாமல் ஏமாற்றம் அடைந்து கொடிய குறைஷிகள் மிகுந்த கோபத்தோடு அலி அவர்களை நோக்கி, "உம்முடைய நண்பர் எங்கே?" எனக் கேட்டார்கள்.

"இறைவனின் தூதரைப் பற்றி இறைவனுக்கே தெரியும்" என்று பதில் அளித்தார்கள் அலி அவர்கள்.

பின்னர், ஆத்திரத்தோடு நாலா பக்கமும் தேடிப் புறப்பட்டனர்.

எங்கேயும் அவர்களைக் காணாததால், பெருமானார் அவர்களையாவது அபூபக்கரையாவது பிடித்துத் தருபவர்களுக்கு நூறு ஒட்டகங்கள் பரிசு அளிப்பதாக அறிவித்தனர் குறைஷிகள்.

பரிசுக்கு ஆசைப்பட்டு பலர் தேடி அலைந்தார்கள். அவர்களில் சிலர் தௌர் குகைக்கு அருகாமையில் தற்செயலாக வந்துவிட்டனர்.

குகைக்கு வெளியே மனிதர்களின் நடமாட்டத்தை உணர்ந்த அபூபக்கர் அவர்கள், தங்களுடைய உயிரைக் கூடப் பொருட்படுத்தாமல், பெருமானார் அவர்களுக்கு ஆபத்து நேர்ந்து விடக் கூடாதே என்பதில் கண்ணுங் கருத்துமாக இருந்தார்கள். மிகுந்த அச்சத்தோடு அவர்கள் நாயகத்திடம் "நாம் இருவர் மட்டுமே இங்கே இருக்கிறோம்; பகைவர்களோ பலர் வெளியே சூழ்ந்து நிற்கிறார்கள்' என்று கூறினார்கள்.

"பயப்படாதீர். நாம் இருவர் மட்டும் அல்ல. ஆண்டவனும் நம்மோடு இருக்கிறான்" என்றார்கள் பெருமானார் அவர்கள்.

அவர்கள் குகைக்குள் இருக்கக் கூடுமோ எனக் கருதிய குறைஷிகள் குகை வாயிலுக்கு வந்தார்கள். அப்பொழுது குகை வாயிலில் ஒரு சிலந்தி வலை பின்னியிருந்தது. புறா கூடு கட்டி, முட்டையிட்டு இருந்தது. அதைப் பார்த்ததும் அவர்கள் அங்கே இருக்க முடியாது

என்று கருதி குறைஷிகள் திரும்பி விட்டார்கள்.

பெருமானார் அவர்களும், அபூபக்கர் அவர்களும் மூன்று நாட்கள் குகையில் தங்கி இருந்தார்கள்.

அபூபக்கர் அவர்கள் வீட்டிலிருந்து மூன்று நாட்களும் இரவு வேளைகளில் அவர்களுக்கு உணவு வந்து கொண்டிருந்தது.

58. கொலையாளியின் மனமாற்றம்

பெருமானார் அவர்களும் அபூபக்கர் அவர்களும் நான்காம் நாள் குகையை விட்டுப் புறப்பட்டார்கள்.

ஒரு நாள் இரவும் பகலும் பயணம் செய்தார்கள். மறுநாளும் பயணத்தை மேற்கொண்டார்கள். பகலில் வெப்பம் அதிகமாயிருந்ததனால், அபூபக்கர் அவர்கள் சிறிது நேரம் நிழல் உள்ள பகுதியில் பெருமானார் அவர்களை இளைப்பாறச் செய்து, ஆடு மேய்ப்பவரிடம் சென்று, பால் வாங்கிக் கொண்டு வந்து கொடுத்து பெருமானார் அவர்களைப் பருகச் செய்து, தாமும் பருகினார்கள். அங்கே உணவு எதுவும் கிடைக்கவில்லை.

மீண்டும் பயணமானார்கள். அப்பொழுது மக்காவிலிருந்து தேடி வந்த ஸுராக்கா என்பவர் தூரத்திலிருந்தே அவர்களைக் கண்டுவிட்டார். அவர்களை நெருங்கத் தம் குதிரையை வேகமாக விரட்டினார். குதிரை கால் இடறிக் கீழே விழுந்தது.

பெருமானார் அவர்களைத் தாக்குவதற்கு எண்ணி, நாட்டு வழக்கப்படி அம்புக் குறி போட்டுப் பார்த்தார். “வேண்டாம்” என எதிர்க் குறியே வந்தது ஆயினும், நூறு ஒட்டகங்கள் கிடைக்குமே என்ற ஆசை அவரைத் தூண்டியது. மறுபடியும் குதிரை மீது ஏறிச் சிறிது தூரம் சென்றதும், மீண்டும் குதிரையின் கால்கள் பூமிக்குள் பதிந்து விட்டன. மறுபடியும் அம்புக் குறி போட்டுப் பார்த்தார். வேண்டாம் என்றே மீண்டும் வந்தது. அதனால் அவருக்குக் கலக்கம் உண்டாயிற்று. ஊக்கம் தளர்ந்தது. மாபெரும் சக்தி ஒன்று, தமக்கு எதிராக வேலை செய்வதாக எண்ணி பெருமானார் அவர்களின் முன்னிலையில் வந்து, நடந்தவற்றைக் கூறித் தம்மைக் காப்பாற்றுமாறும், அதற்கு எழுத்து மூலமான ஆதாரம் தருமாறும் வேண்டிக் கொண்டார்.

அவ்வாறே ஹலரத் அபூபக்கரைக் கொண்டு எழுதுவித்து, ஸுராக்காவுக்கு உறுதி கொடுத்தார்கள். உத்தமத் திருநபியவர்கள்.

59. முதல் பள்ளிவாசல்

மதீனாவுக்கு மூன்று மைல் தொலைவிலுள்ள குபா என்னும் ஊரில் பெருமானார் அவர்களும், அபூபக்கர் அவர்களும் வந்து சேர்ந்தனர்.

அங்கே இருந்த அன்சாரிகள் (மதீனாவாசிகள்) பெருமானார் அவர்கள் வருகை தெரிந்ததும், மிகுந்த அன்போடு வரவேற்று அழைத்து வந்து உபசரித்தனர்.

மக்காவிலிருந்து அலி அவர்களும் குபாவில் பெருமானார் அவர்களுடன் வந்து சேர்ந்து கொண்டார்கள்.

பெருமானார் அவர்கள் குபாவில் முதலாவதாக ஒரு பள்ளிவாசல் கட்டுவதற்கு அடிக்கல் நாட்டினார்கள்.

மற்றவர்கள் கட்டட வேலை செய்வதைப் போல நபி பெருமானாரும், பொருள்களை எடுத்துக் கொடுத்துக் கூட வேலை செய்வார்கள்.

"நீங்கள் ஒன்றும் செய்ய வேண்டாம்: நாங்கள் எடுத்துக் கொள்கிறோம்" என மக்கள் சொல்வார்கள். அப்பொழுது பெருமானார் அவர்கள் சிறிது நேரம் சும்மா இருப்பார்கள். பிறகு மீண்டும் வேலையில் ஈடுபட்டு விடுவார்கள்.

கட்டட வேலை செய்தவர்களுள், அரபிக் கவிஞர் ஒருவரும் இருந்தார். வேலை செய்யும் சிரமம் தெரியாமல் இருக்கும் பொருட்டு, அந்தக் கவிஞர் பாடுவார். பெருமானார் அவர்களும் அவரோடு சேர்ந்து பாடுவார்கள். குடாவில் பெருமானார் அவர்கள் திங்கள் கிழமையிலிருந்து வியாழன் வரை தங்கியிருந்து, வெள்ளிக்கிழமை அதிகாலையில் புறப்பட்டு பனூ ஸலீமுப்னு அவ்பு இடத்துக்கு வந்தார்கள். ஜும்ஆத் தொழுகை நேரம் வந்துவிட்டதால், வாதீ ரானூனா என்னுமிடத்தில் ஜும்ஆத் தொழுகையை நிறைவேற்றினார்கள். மதீனாவில் அவர்கள் நடத்திய முதல் ஜும்ஆத் தொழுகை இதுதான்.

60. மதீனாவில் வரவேற்பு

மதீனா வாழ் மக்கள் அனைவரும், பெருமானார் அவர்களின் வருகையை முன்னமேயே அறிந்து, ஆவலோடு எதிர்பார்த்துக் கொண்டிருந்தார்கள்.

மக்களின் ஆனந்த வெள்ளம் கரை புரண்டு ஓடிற்று. அனைவரும் மகிழ்ச்சியோடு சென்று, பெருமானார் அவர்களை வரவேற்றனர்.

தங்கள் இல்லத்தில் தங்க வேண்டும் என்று ஒவ்வொருவரும் பெருமானார் அவர்களை வேண்டிக் கொண்டனர்.

அவர்களுடைய வேண்டுகோளை மறுப்பதால், அவர்கள் மனம் வருந்தக் கூடாது என்று கருதிய பெருமானார் அவர்கள் ஒட்டகத்தின் கழுத்தில் கயிற்றைப் போட்டு, அதைத் தன்னிச்சையாகப் போக விட்டு, "அது எங்கே போய் நிற்குமோ, அதுவே நான் தங்கும் இடமாகும்" என்றார்கள்.

அபூ அய்யூப் என்பவர் வீட்டின் முன்னே போய் நின்றது ஒட்டகம்! அபூ அய்யூப் அளவற்ற மகிழ்ச்சியோடு, பெருமானார் அவர்களின் சாமான்களை எல்லாம் எடுத்துச் சென்று வீட்டிற்குள் வைத்தார்.

பெருமானார் அவர்களை உற்சாகத்தோடும், பணிவோடும் வரவேற்று, உபசரித்துத் தம் வீட்டின் மாடியில் தங்கும்படி கேட்டுக் கொண்டார் அபூ அய்யூப்.

பெருமானார் அவர்கள், பலரும் வந்து தம்மைக் காண்பதற்கு வசதியாக, கீழ்த்தளத்தில் இருப்பதையே விரும்பி, தங்கினார்கள்.

அபூ அய்யூப் குடும்பத்தினர், பெருமானார் அவர்களை மிகவும் கண்ணுங் கருத்துமாகக் கவனித்து, உணவு அளித்து பெருமானார் அவர்கள் உண்ட பின் மீந்ததையே உண்டனர்.

பின்னர், பெருமானார் ஸைதையும், அபூக்கர் அவர்களின் புதல்வர் அப்துல்லாஹ்வையும் மக்காவுக்கு அனுப்பித் தங்கள் குடும்பத்தினரை அழைத்து வருமாறு செய்தார்கள்.

61. மதீனாவில் பள்ளிவாசல்

பெருமானார் அவர்கள் மதீனாவுக்கு வந்து தங்கியதும், அங்கே ஒரு பள்ளிவாசலை நிறுவத் தீர்மானித்தார்கள்.

தங்களுடைய ஒட்டகம் முதன் முதலாக எந்த இடத்தில் நின்றதோ அந்த இடத்திலேயே பள்ளி வாசலைக் கட்டவேண்டும் என்பது பெருமானார் அவர்கள் விருப்பம்.

அந்த இடமானது ஸஹ்லு, ஸுஹைலு என்ற அநாதைச் சகோதரர் இருவருக்கு உரியது.

பெருமானார் அவர்களின் எண்ணத்தை அறிந்த அந்தச் சகோதரர்கள் விலை ஏதும் பெறாமலேயே இடத்தைத் தர முன் வந்தனர்.

கருணையே உருவான பெருமானார் அவர்கள், அபூபக்கர் அவர்களைக் கொண்டு அந்தச் சகோதரர்களுக்கு, இடத்துக்கான கிரயத்தைக் கொடுக்கச் செய்தார்கள்.

பள்ளிவாசல் கட்டட வேலை தொடங்கப்பட்டது. மற்றவர்களுடன் சேர்ந்து பெருமானார் அவர்களும் கட்டட வேலை செய்தார்கள்.

பள்ளிவாசல் எளிய முறையில் அமைந்தது. எனினும் வணக்கம், தூய்மை, ஒழுக்கம், சத்தியம், சுத்தம் என்னும் உபகரணங்கள் அதில் இருந்தன.

பள்ளிவாசலைச் சார்ந்த இரண்டு அறைகள் பேரீச்ச ஓலைகளால் அமைக்கப்பட்டு, அவற்றிலே பெருமானார் அவர்களும், குடும்பத்தினரும் இருந்து வந்தனர். ஐந்து வேளைத் தொழுகைகளையும் பெருமானார் அவர்கள், அந்தப் பள்ளி வாசலிலேயே நடத்தி வந்தார்கள்.

அங்கேயே மக்களுக்கு அறிவுரைகளும் கூறி வந்தார்கள்.

62. மதீன நகர நிலைமை

மதீனா நகரம், முன்னர் யத்ரிப் என்னும் பெயரால் வழங்கி வந்தது.

பெருமானார் அவர்கள் அந்த நகரத்துக்கு வந்து தங்கியது முதல், அதன் பெயர் மதீனத்துன் நபி (தீர்க்கதரிசியின் நகரம்) என்று ஏற்பட்டு, நாளடைவில் மதீனா என்று வழங்கலாயிற்று.

வெகு காலத்துக்கு முன்னர், அந்த நகரத்தில் யூதர்கள் வந்து குடியேறி இருந்தனர். நாளடைவில் அவர்களுடைய எண்ணிக்கை அதிகரித்தது. ஆகையால், சுற்றுப்புறங்களில் எல்லாம் அவர்கள் குடியேறலானார்கள். சிறிய கோட்டைகளைக் கட்டிக் கொண்டு நிலையாக அங்கேயே இருந்து வந்தனர்.

எனினும், யத்ரிப் என்று வழங்கப்பட்ட மதீனாவில் ஒளஸ், கஸ்ரஜ் என்ற இரு கோத்திரத்தைச் சேர்ந்தவர்களே அவர்களில் பெரும்பாலோர். அவர்கள் மதீனாவுக்கு வந்த போது, யூதர்களின் ஆட்சியும் செல்வாக்கும் மிகுதியாயிருந்தன. அவர்களிடமிருந்த செல்வத்துக்கு அளவே இல்லை. இருபது கிளைகள் வரையிலும் பெருகி, அவர்களின் சந்ததியினர் சுற்றுப்புறங்களிலும், தொலைவான இடங்கள் வரையிலும் குடியேறி இருந்தார்கள்.

அன்சாரிகளின் முன்னோர்கள் இங்கே குடியேறிய சில நாட்கள் வரை ஒதுங்கியே இருந்து வந்தனர். இறுதியில் யூதர்களின் செல்வாக்கைக் கண்டு அவர்களோடு நட்புறவோடு இருப்பதாக உடன்படிக்கை செய்து கொண்டனர். ஆனால், நாளடைவில் அன்சாரிகளின் குடும்பங்கள் பெருகி, செல்வாக்கும் அதிகரித்து வரவே, தங்களுக்கு அதனால் தீங்கு நேரிடும் என்று கருதி, சில நாட்களுக்குப் பிறகு யூதர்கள் உடன்படிக்கையை ரத்து செய்து விட்டார்கள். யூதர்களின் தலைவனான பித்யூன் என்பவன் ஏற்படுத்திய இழிவான ஒரு பழக்கத்தினால், மாலிக் இப்னு அஜ்லான் தம் குடும்ப கௌரவத்தைக் காப்பாற்றுவதற்காக, அவனைக் கொன்று விட்டு, ஸிரியாவுக்குத் தப்பிச் சென்றார். அங்கிருந்து, அந்நாட்டு அரசருடைய உதவியினால், ஒரு பெரும்படையுடன் வந்து யூதர்களைக் கீழ் அடக்கினார். அதிலிருந்து யூதர்களின் செல்வாக்குத் தேயலாயிற்று.

ஔஸ், கஸ்ரஜ் என்னும் அன்சாரிக் குடும்பத்தினரிடையே சில நாட்களுக்குப் பிறகு, அரபு நாட்டு வழக்கப்படி சில்லரைச் சச்சரவுகள் உண்டாகின. பிறகு பெரிய சண்டைகளாய் மூண்டன. ஓய்வின்றி, சண்டை வெகு காலம் வரை நீடித்தது. அவற்றில் இறுதியாக நடைபெற்ற புஆது என்னும் சண்டை மிக உக்கிரமமாக நடந்தது. அதனால், இரண்டு குடும்பத்தினரிடையே இருந்த பிரமுகர்கள் பெரும்பாலும் மாண்டு விட்டனர். எனவே அவர்கள் மிகவும் நலிவடைந்து விட்டனர்.

அன்சாரிகள் இஸ்லாத்தில் சேருவதற்கு முன், விக்கிரக ஆராதனைக்காரர்களாக இருந்தனர்.

அன்சாரிகள் என்றால், உதவி செய்பவர்கள் என்று பொருள். பெருமானார் அவர்களுக்கும், முஸ்லிம்களுக்கும் உதவி செய்தமையால் அன்சாரி என்று அழைக்கப்படுகின்றனர். [1]

1. ↑குறிப்பு:-மதினா நகரம் நபிகளாருக்காகவே ஹிந்துஸ்தானத்து மன்னர் ஒருவரால் நிர்மாணிக்கப்பட்டது என்ற வரலாறு உண்டு. அது தனியாகக் காண வேண்டிய ஒன்று.

63. தொழுகைக்கு அழைத்தல்

இஸ்லாத்தின் பிரதான கொள்கை ஒரே இறைவனை வணங்குதல்.

எல்லோரும் ஒன்று கூடி வணங்குவதே மேலானது. அவ்வாறு கூடிச் செய்யும் வணக்கத்துக்கு, மக்களை எல்லாம் அழைப்பதற்கு எவ்வித ஒழுங்கும் ஏற்படுத்தப் படாமல் இருந்து வந்தது. மக்கள் முன்னும் பின்னும் தங்கள் நோக்கம் போல் வந்து, தொழுது வந்தார்கள்.

குறிப்பிட்ட நேரத்தில், மக்களைத் தொழுகைக்கு அழைப்பதற்கு ஒரு திட்டமான அடையாளம் இல்லாததால், தொழுகை நேரத்தில் மக்களை அழைத்து வருவதற்காகச் சிலரை நியமிக்கலாம் எனப் பெருமானார் கருதினார்கள். ஆனால், அவ்வாறு செய்வது மிகவும் சிரமமாக இருக்கும் என்பதால், எல்லோரும் கூடி ஆலோசித்தனர்.

ஒவ்வொருவரும் ஒவ்வொரு யோசனை கூறினார்கள்:

‘‘தொழுகை நேரத்தில், மக்கள் பார்க்கும்படியான உயரமான இடத்தில் ஒரு கொடியைக் கட்டச் செய்யலாம்’’ என்றார் ஒருவர்.

‘‘தொழுகை நேரத்தில், மணி அடிக்கச் செய்யலாம்’’ என்றார் மற்றொருவர்.

‘‘சங்கு ஊதலாம்’’ என்றனர் சிலர். ‘‘அடையாளத்துக்காக, நெருப்பைக் கொளுத்தலாம்’’ என்று சிலர் கூறினர்.

அவற்றை எல்லாம் பெருமானார் அவர்கள் அங்கீகரிக்கவில்லை.

இறுதியாக, உமர் அவர்கள், (இப்பொழுது நடைமுறையில் இருந்து வரும்) பாங்கு-தொழுகைக்காக அழைக்கும் முறையை பெருமானார் அவர்களிடம் கூறினார்கள். அவர்களும் மகிழ்ச்சியோடு அதை ஒப்புக் கொண்டார்கள்.

முதன்முதலாக, அம்முறை, அந்தப் புதிய பள்ளி வாசலிலேயே தொடங்கப்பட்டது.

64. சகோதர உணர்ச்சி

குறைஷிகள் இழைத்த கொடுமைகளுக்கு ஆளாகித் துரத்தப்பட்டு, மதீனாவுக்கு வந்த முஸ்லிம்கள் வெறுங் கையோடேயே வந்தனர். அவர்களில் பலர் மக்காவில் செல்வத்தோடும், நல்ல நிலையிலும் இருந்த போதிலும், குறைஷிகளுக்குப் பயந்து வெளியேறியதால், எதையுமே கொண்டு வர இயலவில்லை. அணிவதற்குச் சட்டை கூட இல்லாமல் இருந்தனர்.

அவர்கள் ‘‘முஹாஜிரீன்’’ என்று கூறப்படுவார்கள். அதாவது குடி பெயர்ந்தோர். அத்தகையவர்களுக்கெல்லாம் மதீனாவில் உள்ள அன்சாரிகளின் இல்லங்களே விருந்தளிக்கும் வீடுகளாகத் திகழ்ந்தன. எனினும், அவர்கள் பிறருடைய தயவில், உயிர் வாழ விரும்பவில்லை. உழைப்பின் பெருமையை உணர்ந்து, உழைத்து உண்டவர்கள்.

அவர்களுக்கும், அன்சாரிகளுக்கும் சகோதர பாசத்தை ஏற்படுத்தி வைக்கப் பெருமானார் அவர்கள் கருதினார்கள்.

புதிய பள்ளிவாசலில், அன்சாரிகளையும், மக்காவிலிருந்து குடி பெயர்ந்தோர்களையும் அழைத்து, ஒவ்வொரு அன்சாரியிடமும் ஒரு முஹாஜிரைக் காட்டி, ‘‘ இவர் உம்முடைய சகோதரர்’’ எனக் கூறி, அவர்களுக்குள் சகோதரப் பாசத்தை பெருமானார் அவர்கள் வலியுறுத்தினார்கள்.

அவ்வாறு சேர்த்து விடப்பட்டவர்களை அன்சாரிகள் பாசமிக்க சகோதர உணர்ச்சியோடு, தங்கள் வீட்டுக்கு அழைத்துக் கொண்டு போய், தங்களிடம் இருந்த பொருள்களில் பாதியைக் கொடுத்தனர்.

அன்சாரிகளின் சொத்துகள் யாவும் தோட்டங்களாகவே இருந்தன.

அவர்கள், பெருமானார் அவர்களிடம் வந்து, ‘‘எங்களுடைய தோட்டங்களை எங்களுக்கும், முஹாஜிரீன்களுக்கும் சரி பாதியாகப் பிரித்துக் கொடுத்து விடுமாறு’’ கேட்டுக் கொண்டார்கள்.

முஹாஜிரீன்கள் வியாபாரத்தில் மட்டுமே பழக்கமானவர்கள். ஆகையால் தோட்டங்களை அவர்களுக்குக் கொடுப்பதால், பயன் உண்டாகாது என்று கருதிய பெருமானார் அவர்கள், அந்தக் கோரிக்கையை ஏற்கவில்லை.

அதன்பின் அன்சாரிகள் பெருமானார் அவர்களிடம், "நாங்களே பயிர் முதலான மற்ற வேலைகளையும் செய்கிறோம். ஆனால் வருமானத்தில் முஹாஜிரீன்கள் பாதியை எடுத்துக்-கொள்ளட்டும்" என்று கூறினர். அவர்களும் அதற்குச் சம்மதித்தனர்.

65. தியாக உள்ளம்

பெருமானார் அவர்களின் நெருங்கிய தோழர்கள் எவ்வளவு சிரமமான நிலையில் இருந்த போதிலும், தியாக உள்ளமும், தாராளத் தன்மையும் உடையவர்களாகவே விளங்கினார்கள்.

ஒரு சமயம், பெருமானார் அவர்களிடம் ஒருவர் வந்தார். அப்பொழுது பெருமானார் அவர்களின் இல்லத்தில் உணவு ஏதும் இல்லை. தோழர்களை அழைத்து, அவர்களில் யாராவது வந்திருப்பவரைக் கூட்டிக் கொண்டு போய் உணவு அளிக்கும்படி கூறினார்கள்.

உடனே, அபூ தல்ஹா என்பவர், வந்தவரைத் தம் வீட்டுக்கு அழைத்துக் கொண்டு போய், தம்முடைய பிள்ளைகளுக்கு மட்டுமே இருந்த உணவை, வந்த விருந்தினருக்கு அளித்து உண்ணச் செய்தார்.

பெருமானார் அவர்களின் காலத்தில், சகோதரத்துவ உணர்வு எவ்வளவு வலிமையுடை-யதாக இருந்தது என்பதற்கு அது ஓர் உதாரணமாகும்.

66. பெருமானார் அவர்களின் எளிய வாழ்க்கை

மதீனாவில் பள்ளி வாசலை ஒட்டி அமைந்திருந்த இரண்டு அறைகளில், பெருமானார் அவர்கள் குடும்பத்தோடு வாழ்ந்து வந்தார்கள். அறைகளோ மிகவும் சிறியன. இரவு நேரங்-களில், அந்த அறைகளில் விளக்குக் கூட இருக்காது.

பெருமானார் அவர்களின் இல்லற வாழ்க்கை மிகவும் எளிமையாகவே இருந்தது. நாள் கணக்கில் அடுப்பு எரியாமலேயே இருக்கும். பெருமானார் அவர்கள் பேரீச்சம்பழத்தைச் சாப்-பிட்டு, தண்ணீரைப் பருகி, திருப்தி அடைவார்கள். ரொட்டி சுடுவதற்கு மாவு கிடைக்கவில்-லையானால், வெறும் மாமிசத்தை மட்டுமே சமைத்து உண்டு விடுவார்கள். சில வேளைக-ளில், பெருமானார் அவர்கள் ஒட்டகப் பாலையும் அருந்துவார்கள். பெருமானார் அவர்கள் தாங்களே வீட்டைப் பெருக்குவார்கள்; நெருப்புப் பற்ற வைப்பார்கள். தங்கள் உடைகளைத் தைத்துக் கொள்வார்கள்.

எவ்வளவோ வசதிகளைச் செய்து கொள்ளக் கூடிய வாய்ப்பும், வசதியும் இருந்தும் அவர்கள் அவற்றையெல்லாம் விரும்பாமல், சாதாரணமாகவே இருப்பார்கள்.

அவர்களுடைய எளிய வாழ்க்கை மக்களைப் பெரிதும் கவர்ந்தது. மதீனாவில் உள்ள ஒவ்வொரு பிரிவினரும், பெருமானார் அவர்களிடம் சிறப்பு மிக்க மதிப்பு வைத்திருந்தார்கள்.

67. ஒருவருக்கு ஒருவர் உதவி செய்தல்

பெருமானார் அவர்களோடு உடன் இருந்த தோழர்கள் சிலர் மத சம்பந்தமான தொண்டோடு வியாபாரம், விவசாயம் முதலானவற்றில் ஈடுபட்டு வந்தார்கள். மற்றும் சிலர் இறை வணக்-

கத்திலும், பெருமானார் அவர்களுடன் இருந்து கற்றுக் கொள்வதிலுமே காலம் கழித்தனர். ஆனால், அவர்களுக்குக் குடும்பப் பாரம் இல்லை. திருமணமானதும், அவர்கள் அக்குழுவை விட்டு விலகிக் கொள்வார்கள்.

அவர்களில் சிலர், காட்டுக்குப் போய் விறகு வெட்டி வந்து விற்று, அதைக் கொண்டு, மற்ற சகோதரர்களுக்கு உணவு தயாரித்து அளிப்பார்கள். அக்குழுவினர், பகலில் பெருமானார் அவர்கள் முன்னிலையில் இருந்து, அவர்கள் திருவாய் மலர்ந்து அருளும் அறிவுரைகளைக் கவனத்தோடு கேட்டவாறு இருப்பார்கள். அவர்கள் எல்லோரும் சில சமயங்களில், இரண்டு நாட்கள் கூட உணவின்றி இருப்பார்கள். அப்படி இருக்கும் போது, பெருமானார் அவர்கள் பள்ளிவாசலுக்கு வந்து தொழும் போது, அவர்களும் சேர்ந்து தொழுவார்கள். ஆனால் பசியினால் ஏற்பட்ட களைப்பால் தொழுது கொண்டிருக்கும் போதே, கீழே விழுந்து விடுவார்கள்.

பெருமானார் அவர்களுக்கு விருந்தினர்கள் வந்தால், அவர்களையும் சேர்த்துக் கொள்வார்கள். சில சமயங்களில் இரவு நேரங்களில், அவர்களில் ஒருவர் அல்லது இருவரைத் தகுதிக்குத் தக்கபடி முஹாஜிரீன்களிடமும், அன்சாரிகளிடமும் அனுப்பி, உணவு படைக்கச் செய்வார்கள்

68. பகைவர்களின் பொறாமை

மக்காவில் துன்புற்றுக் கொண்டிருந்த முஸ்லிம்கள் மதீனாவுக்குக் குடி பெயர்ந்து வந்து பெருமானார் அவர்களின் முன்னிலையில் சுதந்திரத்தோடு அமைதியாக இருந்தனர்.

ஆனால், அவர்களுக்குப் பகைவர்களே இல்லை என்று கூறி விட முடியாது.

குறைஷிகள் பொதுவாக முஸ்லிம்களிடமும், முக்கியமாகப் பெருமானார் அவர்களிடமும் அளவற்ற பகைமை கொண்டிருந்தார்கள்.

மதீனாவில் இஸ்லாம் வேரூன்றி நிலைபெற்று விட்டால், மக்காவிலிருந்து குடியேறிய முஸ்லிம்கள், தங்களைப் பழிக்குப் பழி வாங்கி விடுவார்களே என்ற அச்சம் குறைஷிகளுக்கு மேலும் பகைமையை உண்டாக்கியது.

மக்காவாசியான அபூஜஹிலின் சிற்றப்பா இப்னு முகைறா என்பவர் மரணத் தறுவாயில், விம்மி விம்மி அழுதார். அப்பொழுது குறைஷிகளின் தலைவர்கள் எல்லோரும் அங்கே கூடியிருந்தனர்.

தம் சிற்றப்பா அழுவதைக கண்ட அபூஜஹில், "சிறிய தந்தையே, மரணத்தைக் கண்டு ஏன் இப்படிப் பயப்படுகிறீர்கள்?" என்று கேட்டார்.

"அருமை மகனே! மரணத்தைக் கண்டு நான் அழவில்லை முஹம்மதின் மதமானது எங்கும் பரவி, மக்காவானது அவர்கள் வசமாகி விடக் கூடாதே என்றுதான் நான் வருந்தி அழுகின்றேன்" என்றார் இப்னு முகைறா,

அப்பொழுது அங்கே இருந்த அபூஸுஃப்யான்[1] என்பவர், "நீர் பயப்படவேண்டாம். இஸ்லாமானது பரவுவதற்கு இடம் கொடுக்க மாட்டோம். அதற்கு நானே பொறுப்பானவன்!" என்றார்.

இத்தகைய கெட்ட எண்ணம் குறைஷிகளுக்கு இருக்கும் போது, முஸ்லிம்களை எவ்வாறு அமைதியோடு இருக்க விடுவார்கள்?

1. ↑அபூஸுஃப்யான் மக்கா வெற்றியின் போது இஸ்லாமாகிப் பிரபல ஸஹாபி (தோழராக) பின்னர் மாறினார்

69. மதீனாவில் மூன்று பிரிவினர்

பெருமானார் அவர்கள் மதீனாவுக்கு வந்த பொழுது, அங்கே மக்கள் மூன்று பிரிவினராக இருந்தனர்.

1.அன்சாரிகள் 2. முனாபிக்குகள் 3. யூதர்கள் ஆகியவர்களே மேற்படி மூன்று பிரிவினர்கள்.

1. அன்சாரிகள்: இவர்கள் ஔஸ், கஸ்ரஜ் என்னும் இரண்டு கோத்திரத்தைச் சேர்ந்தவர்கள். இவர்கள் அனைவரும் முஸ்லிம்களாகி, இரண்டு கோத்திரத்தினரும் ஒற்றுமையானார்கள்.

2. முனாபிக்குகள்: (நயவஞ்சகர்கள் என்று பொருள்) இவர்கள் வெளியே இஸ்லாத்தைத் தழுவிய முஸ்லிம்களாக நடித்துக் கொண்டு, உள்ளூர முஸ்லிம்களுக்கு விரோதிகளாக இருந்து வந்தனர். இக்குழுவினருக்கு அப்துல்லாஹ் இப்னு உபை என்பவர் தலைவராக இருந்தார். இவர் மதீனாவில் செல்வந்தராகவும், செல்வாக்கு உள்ளவராகவும் இருந்து வந்தார்.

பெருமானார் அவர்கள் மதீனாவுக்கு வருவதற்கு முன், அவருடைய ஆதிக்கம் மேலோங்கி இருந்தது. மதீனாவின் ஆட்சியே அவருடைய கைக்கு வரக் கூடிய நிலையில் காணப்பட்டது. ஆனால், பெருமானார் அவர்கள் மதீனாவுக்கு வந்து சேர்ந்ததும், நகரத்தின் நிலைமை மாறியது. அன்சாரிகளுடைய தன்னலமற்ற ஊக்கமும், நகர மக்களின் விழிப்பு உணர்ச்சியும் இப்னு உபையின் எண்ணம் நிறைவேற இயலாமல் செய்து விட்டது. ஆகையால், அவர் தம் வஞ்சகமான எண்ணத்தை மறைத்துக் கொண்டு, தம் கூட்டத்தாருடன் வெளிப் பார்வைக்கு முஸ்லிம் ஆகி விட்டார். அவர் உயிரோடு இருந்த வரை, முஸ்லிம்களுக்குப் பல வகையிலும் தீங்குகள் செய்து வந்தார். 3. யூதர்கள்: மதீனாவில் இருந்த யூதர்களில், மூன்று கோத்திரத்தினர் மட்டுமே செல்வாக்குள்ளவர்களாக இருந்தனர். அவர்கள் 1. பனூ கைனுகா 2. பனூ நுலைர் 3. பனூ குறைலா இம்மூன்று கோத்திரத்தினரும் மதீனாவின் சுற்றுப்புறங்களில் பெரிய பெரிய உறுதியான கோட்டைகளைக் கட்டிக் கொண்டு வாழ்ந்து வந்தார்கள்.

பெருமானார் அவர்களிடத்தில், யூதர்களுக்கும் பகைமை இருந்து வந்தது. அதற்கு முக்கியக் காரணம் : முதலாவது, மதீனாவாசிகள் முஸ்லிமானது. இரண்டாவது : யூதர்களின் பகைவர்களான ஔஸ், கஸ்ரஜ் குடும்பத்தாரிடையே ஓயாமல் சச்சரவு நிகழ்ந்து, நலிந்து போயிருந்தார்கள். அவர்களுக்குள் ஒற்றுமை ஏற்பட்டு விடாதபடி, யூதர்கள் முயன்று வந்தார்கள்.

பெருமானார் அவர்கள் மதீனா வந்த பின்னர், முஸ்லிம்களான ஒளஸ், கஸ்ரஜ் கோத்திரத்தினரும் மிகுந்த ஒற்றுமையாகி, பெருமானார் அவர்களுக்கு உண்மை ஊழியர்களானது யூதர்களுக்கு மிகுந்த வருத்தத்தை அளித்தது. ஆனால்,அந்த வருத்தத்தையோ, விரோதத்தையோ அவர்கள் வெளியே காட்டிக் கொள்ளாமல், பெருமானார் அவர்களுடன் சமாதானமாக இருந்து முஸ்லிம்களைத் தாக்குவதற்குச் சமயம் பார்த்துக் கொண்டிருந்தனர்.

70. ஒத்துழைப்பும் நட்புறவும்

விரோதிகளுக்கு மத்தியில் முஸ்லிம்கள் வாழ்ந்து வருவதால், உள்நாட்டில் சமாதானத்தை நிலை நிறுத்தவும், குறைஷிகள் மற்றும் அயல் நாட்டினர் மதீனாவைக் கைப்பற்றாமல் பாதுகாக்கவும் வேண்டிய பொறுப்பு பெருமானார் அவர்களுக்கு இருந்தது.

மிகுந்த தீர்க்க தரிசனத்தோடும் மதிநுட்பத்தோடும் பெருமானார் அவர்கள் மதீனாவில் உள்ள எல்லாப் பிரிவினரையும் ஓர் உடன்படிக்கையின் மூலம் கட்டுப்பாடு செய்தார்கள். அதன் சுருக்கம்:

அருளாளனும் அன்புடையோனுமாகிய ஆண்டவன் திருப்பெயரை முன்னிட்டு, முஹம்மது நபி (ஸல்) அவர்களால், முஸ்லிம்களுக்கும், முஸ்லிம்களோடு ஒத்துழைக்க விரும்புகின்ற மற்ற எல்லா மக்களுக்கும் இடையேயுள்ள உடன்படிக்கையாவது:

மேலே குறிப்பிட்ட எல்லோரும் ஒரே நாட்டினராகக் கருதப் படுவார்கள். யூதர்கள் தங்கள் மதத்தைப் பின்பற்றுவதில் அவர்களுக்கு முழுச் சுதந்திரம் உண்டு. அவர்களுடைய மத சம்பந்தமான விஷயங்களில் எவ்விதத் தடையும் ஏற்படாது. யூதர்களும், முஸ்லிம்களும் நட்புறவோடு இருந்து வர வேண்டும். யூதர்களுடனோ, முஸ்லிம்களுடனோ அந்நியர்கள் சண்டையிட முற்பட்டால், இரு தரப்பினரும் ஒருவருக்கொருவர் உதவி புரிய வேண்டும். மதீனாவை அந்நியர்கள் தாக்க முற்படுவார்களே ஆனால், இரு கட்சியினரும் ஒன்று சேர்ந்து கொள்ள வேண்டும். சமாதானம் அல்லது சண்டை எதுவானாலும் எல்லோரும் சேர்ந்தே செய்ய வேண்டும். நம்முடன் சேர்ந்து ஒற்றுமையோடு இருக்க விரும்புகின்ற யூதர்களின் உடைமைகளைக் காப்பாற்றவும், அந்நியர்கள் அவர்களைத் தாக்காதபடி, பாதுகாக்கவும் நாம் கடமைப்பட்டிருக்கிறோம். யூதர்கள் சகல விதமான நிந்தனைகளிலிருந்து காப்பாற்றப் படுவார்கள். நம் மக்களைப் போலவே, அவர்களுக்கு நம்முடைய உதவியைப் பெற சம உரிமை உண்டு. யூதர்களின் பாதுகாப்பில் இருக்கின்ற மற்ற மக்களின் உடைமைகளும் பாதுகாக்கப்படும். குற்றம் புரிந்தோர் யூதராயிருந்தாலும், முஸ்லிமாயிருந்தாலும் தண்டனைக்கு உட்படுவார். குற்றவாளி செல்வரானாலும், ஏழையானாலும் தண்டனை ஒரே மாதிரியாகவே அளிக்கப்படும். குற்றம் புரிந்தவர்களை, அவர்களுடைய நெருங்கிய உறவினர்கள் ஆதரிக்கக் கூடாது. இந்த உடன்படிக்கையின் மூலம் முன்னிருந்த விரோதங்கள் எல்லாம் நீங்கிவிட்டதாகக் கருதப்படும். மதீனாவுக்குள் நுழைகின்ற ஒவ்வொருவருக்கும் இந்த உடன்படிக்கையில் உரிமை உண்டு".

மேலே கண்ட நிபந்தனைகளைத் தவிர, உள்நாட்டு ஒழுங்கு முறை பற்றிச் சில பிரிவுகளைக் குறிப்பிட்டு விட்டு, இறுதியில் குறிப்பிடுவதாவது: இநத உடன்படிக்கையை ஏற்றுக் கொள்பவர்களுக்குள் ஏற்படும் ஆட்சேபணைகள், ஆண்டவனுக்குப் பின் நபி அவர்களின் தீர்மானத்துக்கு விடப்படும். இந்தச் சாசனத்தை, முஸ்லிம்களின் விரோதிகள் உட்பட மதீ-

னாவில் இருக்கின்ற அனைவரும் ஒப்புக் கொண்டனர்.

இதற்கு முன்னர், அரேபியர்களுக்குள் நியாய விசாரணை என்பதே இல்லாமல் இருந்தது. ஒருவருக்குப் பிறரால் கஷ்ட நஷ்டம் உண்டானால், அவர் தம் வலிமையால் அல்லது தம் உறவினர்களின் பலத்தால் மட்டும் அதைத் தீர்த்துக் கொள்ள வேண்டியதாயிருந்தது. இந்த உடன்படிக்கையினால், அந்த வழக்கம் அடியோடு மறைந்தது. அதனால் பெருமானார் அவர்கள் நபி என்ற முறையினாலும், மக்களுக்கும் அவர்களுக்கும் ஏற்பட்ட உடன்பாட்டி-லும், மேலான நீதிபதியாகவும் ஆனார்கள்.

71. பயமுறுத்தல் கடிதம்

மதீனாத் தலைவர் அப்துல்லாஹ் இப்னு உபைக்கு, மக்காவிலிருந்த குறைஷிகள் பயமுறுத்-தல் கடிதம் ஒன்றை அனுப்பி இருந்தனர்.

அதாவது, "எங்களுடைய மனிதருக்கு, உம்முடைய நாட்டில் புகலிடம் அளித்திருக்கிறீர். நீர் அவரைக் கொன்று விட வேண்டும்; அல்லது அவரை உம்முடைய நாட்டிலிருந்து துரத்தி விட வேண்டும். அவ்வாறு செய்யாவிடில், நாங்கள் அனைவரும் உம்முடைய நாட்டின் மீது படையெடுத்து வந்து, உம்மைக் கொன்று, உம்முடைய பெண்களைக் கைப்பற்றுவோம்" என்று கடிதத்தில் குறிப்பிட்டிருந்தனர்.

கடிதம் வந்த செய்தியை அறிந்த பெருமானார் அவர்கள், உடனே அப்துல்லாஹ் இப்னு உபையிடம் சென்று, "உம்முடைய மக்களுடனும், உம்முடைய சகோதரர்களுடனும் நீர் சண்டை செய்வீரா?" என்று கேட்டார்கள்,

அதற்கு அவர் எதுவும் கூறாமல், சும்மா இருந்து விட்டார். அவருடைய நெருங்கிய உறவினர்கள் அனைவரும் முஸ்லிம்களாகி விட்ட படியால், குறைஷிகளின் கோரிக்கையை அவரால் நிறைவேற்ற இயலவில்லை. ஆனாலும் அவரும், அவருடைய குழுவினரான முனாபிக்குகளும்

உள்ளூற முஸ்லிம்களுக்கு விரோதிகளாகவே இருந்தனர்.

72. விரோதிகளின் பகைமை உணர்ச்சி

குறைஷிகள் வந்து தங்களைத் தாக்கக் கூடும் என்பதை பெருமானார் அவர்களும், தோழர்-களும் இரவும், பகலும் எதிர் பார்த்துக் கொண்டிருந்தனர்.

பெருமானார் அவர்கள் மதீனாவுக்கு வந்த நாளிலிருந்து, இரவு நேரங்களில் விழித்திருப்-பார்கள். தாம் துங்குவதாயிருந்தால், யாரையாவது நியமித்து, விரோதிகளின் வருகையைக் கண்காணித்துக் கொள்ளும்படி ஏற்பாடு செய்து விட்டு அதன் பின்னரே துங்குவார்கள்.

இந்தக் காலகட்டம் இஸ்லாத்துக்கு மிகவும் சோதனை நிறைந்தது விரோதிகள், பெரு-மானார் அவர்களை மதீனாவை விட்டுத் துரத்தி, இஸ்லாத்தையே அழித்துவி டக் கருதிக் கொண்டிருந்தார்கள்.

குறைஷிகள் தங்களுக்குக் கீழுள்ள கூட்டத்தாரை இஸ்லாத்துக்கு விரோதமாகத் தூண்டி விட்டனர்.

அரேபியர்கள் எல்லோருக்கும் கஃபா பொதுவான வணக்கத் தலமாக இருந்தது. குறை-ஷிகள் அதன் மேற்பார்வையாளர்களாக இருந்தார்கள். எனவே, குறைஷி புறங்களிலுள்ள அரேபியர்களிடம் அவர்களுக்கு செல்வாக்கு இருந்தது. அதைக் கொண்டு மக்காவிலிருந்து, மதீனா வரையிலுள்ள எல்லாக் கூட்டாத்தார்களையும் முஸ்லிம்களுக்கு விரோதிகளாக்கித் தங்களுடன் சேர்த்துக் கொண்டனர்.

73. பகைவர்களை ஒழிக்கத் திட்டங்கள்

பெருமானார் அவர்கள் மதீனாவில் உள்ள முஸ்லிம்களைப் பாதுகாப்பதற்காக, இரண்டு வித-மான திட்டங்களை உருவாக்கினார்கள்.

தங்கள் வியாபார வளர்ச்சியினால் குறைஷிகள், ஏராளமான செல்வத்தைச் சம்பாதித்து வந்தார்கள்.

முஸ்லிம்களுக்குத் தீங்கு புரிவதற்கு, அவர்களுடைய செல்வப் பெருக்கே காரணமாக இருந்தது. ஆதலால், குறைஷிகளின் வியாபாரப் பொருள்கள் அயல்நாட்டுக்குப் போவதைத் தடுத்து, அதன் மூலம் அவர்களைச் சமாதான வழிக்குக் கொண்டு வருவது முதல் திட்ட-மாகும்.

ஒரு வேளை, அவர்கள் சமாதான வழிக்கு வராமல் சண்டை செய்வதாயிருந்தாலும், அதற்கு முன்னெச்சரிக்கையாக முஸ்லிம்களுக்குச் சரியான பக்க பலத்தைச் சேகரித்துக் கொள்வதற்காகச் சுற்றுப்புறத்திலுள்ள கூட்டத்தாரிடம் நட்புறவு உடன்படிக்கை செய்து கொள்வது, இரண்டாவது திட்டமாகும்.

முதல் திட்டத்தை நிறைவேற்றுவதற்காக, பெருமானார் அவர்கள் நூறு பேர் கொண்ட குழுவை, மக்காவின் பகுதிக்கு அனுப்பி வைத்தார்கள். வியாபாரம் செய்யப் புறப்பட்டுச் செல்லும் குறைஷிக் கூட்டத்தினரைத் தடுத்துத் தொந்தரவு கொடுத்துக் கொண்டிருப்பதே அவர்களுடைய வேலை.

அக்கூட்டத்தாரின் உயிருக்கோ, பொருளுக்கோ சேதம் விளைவிக்கவில்லை. அவர்களு-டைய பொருள்களையும் அபகரிக்கவில்லை.

குறைஷிகளின் வியாபாரத்துக்கு இடையூறு உண்டாக்கி, அவர்களைச் சமாதானத்துக்குக் கொண்டு வருவதே நோக்கமாகும்.

இரண்டாவது திட்டத்தை நிறைவேற்றுவதற்காகப் பெருமானார் அவர்கள் மதினாவிலி-ருந்து முப்பது மைல் தொலைவிலுள்ள 'ஜுஹைனா' என்ற கூட்டத்தாரிடம், "முஸ்லிம்-குறைஷிகள் ஆகிய இரு கட்சியினருக்கும் அக்கூட்டத்தார் உதவி புரிவதில்லை'' என்பதாக ஓர் உடன்படிக்கை செய்தார்கள்.

பெருமானார் அவர்கள் எண்பது தோழர்களுடன் அவ்வருடம் அப்வா என்னும் இடத்-துக்குப் போய், பனூ லம்ராக் கோத்திரத்தாரிடம் ஓர் உடன்படிக்கை செய்தார்கள்,

அதாவது: “இது முஹம்மதுர் ரஸூசிலுல்லாஹ், பனூ லம்ராக் கோத்திரத்தாருக்கு எழு-திக் கொடுத்த உடன்படிக்கை, அந்த மக்களுடைய உயிரும் பொருளும் பாதுகாக்கப்படும். பனூ லம்ராக் கூட்டத்தினருக்கு உதவி செய்யப்படும். ஆண்டவனுடைய நபி அவர்கள் உதவிக்காக எப்போது கூப்பிடுகிறார்களோ, அப்போது அவர்கள் வந்து உதவி புரியவேண்-

டும்.''

அடுத்து, பெருமானார் அவர்கள், பனூ லம்ராக் கூட்டத்தாரின் நண்பர்களான பனூ முத்லஜ் என்னும் கோத்திரத்தாரிடம் சென்று, மேலே கூறிய நிபந்தனைப்படி மற்றோர் உடன்படிக்கை செய்து கொண்டார்கள்.

74. உயர்வான பண்பு

குறைஷிகள் யுத்தத்துக்குத் தயாராகிக் கொண்டிருக்கும் செய்தி பெருமானார் அவர்களுக்குத் தெரிய வந்தது. உடனே, அப்துல்லாஹ் இப்னு ஜஹ்ஷ் என்பவரையும், அவருடன் பன்னிருவரையும் உளவு பார்த்து வருவதற்காக, நக்லா என்ற ஊரின் பக்கமாக அனுப்பினார்கள்.

பெருமானார் அவர்கள் மேற்படி அப்துல்லாஹ்விடம் ஒரு கடிதத்தைக் கொடுத்து, இரண்டு நாட்களுக்குப் பிறகு அதைத் திறந்து பார்க்குமாறு சொல்லி அனுப்பி இருந்தார்கள்.

இரண்டு நாட்களுக்குப் பிறகு அப்துல்லாஹ் அந்தக் கடிதத்தைத் திறந்து பார்த்தபோது, "நீர் நக்லாவில் தங்கி இருந்து, குறைஷிகளின் நடவடிக்கைகளை அறிந்து தெரிவிக்க வேண்டியது'' எனக் குறிப்பிடப்பட்டிருந்தது.

ஆனால், அப்துல்லாஹ் போகும் போது, தற்செயலாக வழியில் ஷாம் தேசத்திலிருந்து சரக்குகளை ஏற்றிக் கொண்டு வந்த குறைஷிகளின் வியாபாரக் கூட்டத்தினர் எதிர்ப்பட்டனர். அப்துல்லாஹ் அவர்களைத் தாக்கினார். அவர்களுள் சச்சரவு ஏற்பட்டு, இப்னுல் ஹல்ரமி என்னும் குறைஷி கொல்லப்பட்டார். மற்றும் இருவர் சிறை பிடிக்கப்பட்டார்கள். அப்துல்லாஹ்விடம் ஏராளமான பொருள்களும் அகப்பட்டன.

அவர் மதீனாவுக்கு வந்து, பெருமானார் அவர்களிடம் நடந்தவற்றை விவரித்து, தாம் கொண்டு வந்த பொருள்களையும் சமர்ப்பித்தார். பெருமானார் அவர்கள் அப்துல்லாஹ்விடம் "இவ்வாறு செய்வதற்கு உமக்கு நான் அனுமதி தரவில்லையே?" என்று. கூறி, அவர் சமர்ப்பித்த பொருள்களை ஏற்க மறுத்துவிட்டார்கள்.

பெருமானார் அவர்கள் கட்டளைக்கு மாறாக அவர் செய்ததை, மற்ற தோழர்களும் கண்டித்தார்கள்.

அப்துல்லாஹ் சண்டை செய்ததும், இப்னுல் ஹல்ரமி கொல்லப்பட்டதும் எதிர்பாராமல் நிகழ்ந்ததாகும். அதில் பெருமானார் அவர்களின் தூண்டுதல் எதுவும் இல்லை.

எனினும், இப்னுல் ஹல்ரமி உயர் குடும்பத்தைச் சேர்ந்தவர். சிறைப பிடிக்கப்பட்ட இருவரும் குறைஷிகளிடம் செல்வாக்குள்ளவர்கள்.

இவற்றால் குறைஷிகளுக்கு, பெருமானார் அவர்களிடம் ஏற்கனவே உள்ள பகைமை அதிகமாயின.

75. மதீனாவைத் தாக்க முயற்சி

மதீனாவைத் தாக்குவதற்காகக் குறைஷிகள் பெரிய ஆரவாரத்தோடு புறப்பட்டு விட்டார்கள்.

அச்செய்தி பெருமானார் அவர்களுக்குத் தெரிந்தது. உடனே தோழர்களை எல்லாம் அழைத்து, செய்தியைச் சொன்னார்கள்.

அபூபக்கர் முதலானவர்கள் தங்கள் உயிரைக் கொடுக்கத் தயாராயிருப்பதாகத் தெரிவித்தார்கள்.

பெருமானார் அவர்கள் அன்சாரிகளின் பக்கம் திரும்பிப் பார்த்தார்கள்.

அப்பொழுது கஸ்ரஜ் கூட்டத்தின் தலைவர் எழுந்து பெருமானார் அவர்களிடம், ''தாங்கள் கட்டளையிட்டால், நாங்கள் கடலில் கூட விழுந்து விடுவோம்'' என்று கூறினார்.

அடுத்து, மற்றொருவர் எழுந்து, "நாங்கள் எல்லோரும் உங்களுக்கு வலது புறமாகவும், இடது புறமாகவும் முன்னும் பின்னும் நின்று சண்டை செய்வோம்'' என்றார். இவற்றை எல்லாம் கேட்டதும் பெருமானார் அவர்கள் மகிழ்ச்சியால் பூரித்தார்கள்.

குறைஷிகளை எதிர்ப்பதற்குத் தீர்மானித்தார்கள்.

ஆண்டவனிடமிருந்து அவர்களுக்கு அனுமதியும் கிடைத்தது.

ஹிஜ்ரீ இரண்டாம் ஆண்டு ரம்லான் மாதம் 12ந்தேதி, பெருமானார் அவர்கள் முஸ்லிம்களுடன் மதீனாவிலிருந்து புறப்பட்டார்கள்.

மதீனாவிலிருந்து ஒரு மைல் தூரம் வந்தவுடன், சேனைகளைச் சரி பார்த்தார்கள்.

இளம் பிள்ளைகளுக்கு, ஆபத்தான சந்தர்ப்பத்தில் வேலை இல்லை என்று கருதி, அவர்களை எல்லாம் திரும்பிப் போகுமாறு கூறினார்கள்.

மதீனாவை மேற்பார்வை செய்யுமாறு, அபூ லுபாபா என்பவரைப் போகும்படி சொன்னார்கள்.

தங்களுக்கு முன்னே இரண்டு உளவாளிகளை அனுப்பி, குறைஷிகளின் வருகையை அறிந்து முன்னெச்சரிக்கையாகத் தெரிவிக்குமாறு ஏற்பாடு செய்தார்கள்.

பத்ரு என்னும் பள்ளத்தாக்கு மதீனாவிலிருந்து எண்பது மைல் தூரத்தில், ஷாம் தேசத்துக்குப் போகும் வழியில் உள்ளது.

பத்ரு பள்ளத்தாக்கு வழியாகக் குறைஷிகள் வருவதாகத் தெரிந்ததும், அந்தப் பக்கமாக முன்னேறிச் சென்றார்கள்.

பத்ரு பக்கம் போனதும், பத்ரின் மற்றொரு பக்கம் குறைஷிகள் வந்து சேர்ந்திருக்கிறார்கள் என்பதை உளவாளிகள் மூலம் அறிந்து, அந்த இடத்திலேயே நின்று கொண்டார்கள்.

முஸ்லிம்கள் சிறிய படையுடன் வந்திருந்தனர். குறைஷிகளோ ஏராளமான சேனையுடன் வந்திருந்தார்கள். குதிரைப் படையும் ஏராளமான தளவாடங்களும் அவர்களிடம் இருந்தன. குறைஷிகளின் தலைவர்கள் அனைவரும் வந்திருந்தனர். ஆனால், அபூலஹப் வரவில்லை.

76. பெருமானார் அவர்களின் முன்னேற்பாடு

பெருமானார் அவர்களின் கொடிய விரோதியான அபூஜஹில், இச்சண்டையின் மூலமாக இஸ்லாத்தை அழித்து விட வேண்டும் என்ற கொடூரமான எண்ணத்தோடு அங்கே வந்திருந்தான்.

குறைஷிகள் முன்னதாகவே வந்து விட்டதால், தங்குவதற்குத் தகுந்த இடங்களை அவர்கள் கைப்பற்றிக் கொண்டார்கள்.

முஸ்லிம்கள் தங்கியிருந்த இடத்தில், தண்ணீர் வசதி இல்லை; மணல் நிறைந்த தரையானதால், கால்கள் பதிந்தன.

அப்பொழுது ஹுபாப் என்பவர் பெருமானார் அவர்களிடத்தில், "இப்பொழுது இந்த இடத்தைத் தாங்கள் தேர்ந்தெடுத்திருப்பது ஆண்டவனுடைய அறிவிப்பின் மூலமாகவா, அல்லது யுத்த தந்திரத்தை அனுசரித்தா?" என்று கேட்டார்.

அதற்குப் பெருமானார் அவர்கள், "ஆண்டவனுடைய அறிவிப்பு மூலமல்ல", என்று கூறினார்கள்.

உடனே தண்ணீர் வசதியுள்ள இடத்துக்கு முன்னேறினார்கள்.

அப்பொழுது ஆண்டவனுடைய கருணையால் மழை பெய்தது. தண்ணீருள்ள இடங்களை, அவர்கள் கைப்பற்றிக் கொண்ட போதிலும், எதிரிகளும் அங்கே தண்ணீர் எடுத்துக் கொள்ள இடம் கொடுத்தனர்.

தோழர்கள் எல்லோரும் இரவு முழுவதும் நன்றாகத் தூங்கினார்கள்.

ஆனால், பெருமானார் அவர்கள் மட்டும் இரவு முழுவதும் விழித்திருந்து, ஆண்டவன் முன்னிலையில் முஸ்லிம்களுக்கு உதவியும், வெற்றியும் கிடைக்க வேண்டும் என்று வேண்டுதல் செய்து கொண்டிருந்தார்கள்.

காலையில் தொழுகைக்காக முஸ்லிம்களை எழுப்பி அவர்களுக்குச் சொற்பொழிவு நிகழ்த்தினார்கள்.

77. எதிரிகள் தோற்கடிக்கப்படுவார்கள்

குறைஷிகளின் சார்பாக உத்பா என்பவர் ஆயுதங்களை எடுத்துக் கொண்டு போருக்குத் தயாராகி விட்டார்.

பெருமானார் அவர்கள் ஒரு கூரைக்குக் கீழ் அமர்ந்திருந்தார்கள். அவர்களுக்கு அருகில் ஸஃதுப்னு மு ஆது என்பவர் கையில் உருவிய வாளுடன் எவரும் நெருங்காதபடி நின்றார்.

பெருமானார் அவர்கள் தங்கள் கையிலுள்ள அம்பினால் சைகை காட்டி அணி வகுத்தார்கள்.

ஒருவரும் அவ்வணிக்கு முன்னால் அல்லது பின்னால் போகக்கூடாது என கண்டிப்பான ஏற்பாடு செய்திருந்தார்கள்.

போர்க்களத்தில் இரைச்சல் உண்டாவது இயல்பு. ஆனால், எவரும் வாய் திறந்து பேசக் கூடாது என்பது பெருமானார் அவர்களின் கண்டிப்பான உத்தரவு.

எதிர் எதிராக இரண்டு படைகளும் நின்றன.

உண்மையும்-பொய்யும், ஒளியும்-இருளும், இஸ்லாமும் "குப்ரும்" போலக் காட்சி அளித்தன!

ஒரே தெய்வக் கொள்கையானது, பரந்த உலகத்தில் அங்கு இருந்த சில உயிர்களின் விதியையே பொறுத்திருந்தது.

எதிரிகள் எண்ணிக்கையில் மிகுந்தும், ஏராளமான யுத்த சாதனங்களுடனுடனும் இருந்தார்கள்.

முஸ்லிம்களோ, குறைந்த தொகையினராகவும், போதுமான ஆயுதங்கள் இல்லாதவர்களாயும் இருந்தனர்.

இந்த நிலையில், பெருமானார் அவர்கள் சிறிது மனக்கிலேசத்துடன், ஆண்டவனுடைய முன்னிலையில் இரு கைகளையும் ஏந்தியபடி, ‘‘ஆண்டவனே! நீ வாக்களித்ததை இன்று நிறைவேற்றுவாயாக!’’ என்று கூறி வேண்டிக் கொண்டார்கள். அந்த வேண்டுதலில், பெருமானார் அவர்கள் தங்களையே மறந்து இருந்ததோடு, மேலாடை கீழே விழுந்த போதிலும் அதை அறிய மாட்டார்கள்.

"எல்லாம் வல்ல இறைவா! மனம் நொந்தவர்களுக்கு நீ உதவி செய். இந்தக் குறைந்த எண்ணிக்கையுடையவர்கள் எதிரிகளால் அழிக்கப் படுவார்களேயானால், தூய்மையான உள்ளத்துடன் உன்னை வணங்க ஒருவருமே இருக்க மாட்டார்கள்’’ என வேண்டினார்கள்.

இவ்வாறு பெருமானார் அவர்கள் தங்களை மறந்திருக்கும் நிலைமையில், அபூபக்கர் அவர்கள், ‘‘நாயகமே! ஆண்டவன் தன்னுடைய வாக்குறுதியை நிறைவேற்றுவான்’’ என்று கூறிய போது, ‘‘எதிரிகள் தோற்கடிக்கப் பட்டு ஓடி விடுவார்கள்’’ என்ற சொற்கள், பெருமானார் அவர்களின் திருவாக்கிலிருந்து ஒலித்தன.

இது முஸ்லிம்களின் வெற்றிக்கு, ஒரு முன்னறிவிப்பாய் இருந்தது.

இச்சமயம், குறைஷிகளின் படையானது மிக அருகில் நெருங்கி விட்டது

முஸ்லிம்கள் முன்னேறக்கூடாது என்றும், தங்களுடைய அம்புகளைக் கொண்டே எதிரிகளைத் தடுக்க வேண்டும் என்றும் கட்டளை இடப்பட்டிருந்தனர்.

போர் தொடங்கியது.

78. எதிரிகளின் வீழ்ச்சி

குறைஷிகளின் படைத்தலைவன் உத்பாவும், அபூஜஹ்லும், சண்டையில் வீழ்ச்சியடைந்தனர். அதனால் குறைஷிகள் மனம் கலங்கி, அணியில் குழப்பம் மேலிட்டு, நிலை பெயர்ந்து தங்களுடைய ஆயுதங்களை எல்லாம் கீழே போட்டு விட்டு ஓடி விட்டனர்.

அவர்களுடைய ஆயுதங்களை எல்லாம் முஸ்லிம்கள் கைப்பற்றிக் கொண்டார்கள்.

போரின் முடிவில் பார்த்தபோது, முஸ்லிம்களிடையே பதினான்கு பேர் கொல்லப்பட்டிருந்தனர். அவர்களில் ஆறு பேர் முஹாஜிரீன்கள், எட்டுப் பேர் அன்சாரிகள்.

குறைஷிகளின் பக்கம் எழுபது பேர் கொல்லப் பட்டதோடு, எழுபது பேர் வரை சிறை பிடிக்கப்பட்டிருந்தனர்.

கொல்லப்பட்ட எழுபது பேரில், குறைஷிகளின் முக்கியத் தலைவர்கள் எல்லோரும் இருந்தனர்.

சிறை பிடிக்கப்பட்டவர்கள் மதீனாவுக்குக் கொண்டு போகப்பட்டனர்.

அவர்களில், அலி அவர்களின் சகோதரர் அகீலும், பெருமானார் அவர்களின் சிறிய தந்தை அப்பாஸ் அவர்களும், பெருமானார் அவர்களின் மருமகன் அபுல் ஆஸிம் இருந்தனர்.

ஆயிரம் போர் வீரர்களும், நூறு குதிரைப் படையும் உணவும், ஆயுதங்களும் தயங்காமல் வழங்குவதற்குப் பல செல்வந்தர்களும், குறைஷிகளின் பக்கம் இருந்தும் கூட, போதிய ஆயுதங்கள் இன்றி, இரண்டு குதிரை வீரர்கள், 313 பேர் அடங்கிய முஸ்லிம் படையானது

அவர்களைத் தோற்கடித்து, வெற்றி பெறுவதற்கு ஆண்டவனுடைய பேரருளே காரணமாகும்.

கைது செய்யப்பட்டவர்களைப் பெருமானார் அவர்கள் மிகவும் அன்புடன் நடத்தி வந்தார்கள். அவர்களை இருவர் நால்வராகத் தோழர்களிடம் பிரித்து அனுப்பி, நல்ல முறையில் அவர்களை நடத்தும்படி சொல்லியிருந்தார்கள்.

கைதிகளுக்கு உடுப்பதற்கு உடை இல்லாமல் இருந்தது. பெருமானார் அவர்கள் கட்டளையிட்டவுடன் தோழர்கள், அனைவரும் தங்களுடைய உடைகளைக் கொடுத்தனர்.

பின்னர் கைதிகளை என்ன செய்வது என நபி பெருமானார் தோழர்களிடம் ஆலோசனை செய்தார்கள்.

எல்லோரும் உறவினர்களாகவும், நெருங்கியவர்களாகவும் இருப்பதால், "மீட்சித் தொகையைப் பெற்றுக் கொண்டு விட்டு விடலாம்" என அபூபக்கர் அவர்கள் கருத்துத் தெரிவித்தார்கள். ஆனால் உமர் அவர்கள், "இஸ்லாத்தைப் பற்றிய அளவில், நண்பன், பகைவன், அந்நியன், நெருங்கியவன், உறவினன் என்ற வேறுபாட்டுக்கு இடமில்லை. அதனால் கைதிகள் எல்லோரையும் கொன்று விட வேண்டும்; ஒவ்வொருவரும் அவரவர்களுடைய நெருங்கிய உறவினரைத் தங்கள் கையாலேயே வெட்ட வேண்டும்" என்று சொன்னார்கள்.

இறுதியில், அபூபக்கர் அவர்களின் கருத்துப்படியே, கைதிகளிடமிருந்து தலைக்கு நாலாயிரம் நாணயம் வீதம் வாங்கிக் கொண்டு அவர்கள் விடப்பட்டனர்.

எழுதப் படிக்கத் தெரிந்தவர்கள் ஒவ்வொருவரும் பத்துப் பிள்ளைகளுக்கு எழுதக் கற்றுக் கொடுத்தால், விட்டு விடுவதாக உத்தரவிட்டார்கள்.

அவ்வாறே சிலர் கல்வி போதித்தும் விடுதலையானார்கள்.

79. மீண்டும் தாக்க வருதல்

இஸ்லாத்துக்குக் கொடிய விரோதிகளாக இருந்த வீரர்கள் பலருடன், சண்டையில் உத்பாவும், அபூஜஹிலும் மாண்டுவிட்டனர்.

அதன்பின் குறைஷிகள் அபூஸுஃப்யானைத் தலைவராக்கிக் கொண்டனர்.

அவர் தலைவரானதும், பத்ருப் போரில் இறந்து போன குறைஷிகளின் இரத்தத்துக்குப் பழி வாங்க வேண்டியது அவருடைய கடமை எனக் கருதினார். இருநூறு ஒட்டகப் படையுடன் மதீனாவுக்கு வந்தார். முஸ்லிம்களுக்கு விரோதமான யூதர்கள் தமக்கு உதவுவார்கள் எனக் கருதி, அந்தத் தலைவரிடம் சென்றார். அவரும் உதவி புரிவதாக வாக்களித்து, மதீனாவின் அந்தரங்கக் குறைகளை எடுத்துக் கூறினார். உடனே அபூஸுஃப்யான், மதீனாவின் அருகில் உள்ள ஓர் இடத்தைத் தாக்கி, சில வீடுகளையும் தீக்கிரையாக்கியதோடு, அன்சாரிகளில் ஒருவரையும் கொன்று விட்டார். தம்முடைய சபதம் நிறைவேறுவதற்கு இதுவே போதுமானது என்று எண்ணிக் கொண்டார். முஸ்லிம்கள் விஷயம் அறிந்ததும் அவரைப் பின் தொடர்ந்தனர். அதை அறிந்ததும் அபூஸுஃப்யான் ஓடத் தொடங்கி விட்டார்.

ஓடிய வேகத்தில், உணவுக்காகக் கொண்டு வந்திருந்த மாவு மூட்டைகளை விட்டு விட்டு ஓடினார். அவற்றை முஸ்லிம்கள் கைப்பற்றிக் கொண்டார்கள்.

அந்த மாவுக்கு அரபியில் 'ஸ்வீக்' என்று பெயர். அதனால் இச்சண்டைக்கு 'ஸ்வீக்' சண்டை என்று பெயர் உண்டாயிற்று.

80. புதல்வியர் திருமணம்

இந்த வருடத்தில், பெருமானார் அவர்களின் குமாரத்தி பாத்திமா நாச்சியார் அவர்கள், அலீ ரலியல்லாஹு அன்ஹு அவர்களுக்குத் திருமணம் செய்து கொடுக்கப்பட்டார்கள்.

பெருமானார் அவர்கள் தங்கள் மகளுக்கு ஸ்திரீதனமாக தோல் படுக்கை, தோல் கூசா(கூஜா), இரண்டு திரிகைகள், இரண்டு மண் பானைகள் ஆகியவற்றையே அளித்தார்கள்.

இதே வருடத்தில்தான் ரமலானுடைய நோன்பு கடமையாக்கப்பட்டது. நோன்பு முடிந்த மறுநாள் 'ஈதுல் ஃபித்ரு என்னும் பெருநாளாகக் கொண்டாடப் பெற்றது, தவிரவும் ஃபித்ரா, (ஸதக்கா) தர்மங்கள் செய்யும் முக்கிய காலமாகவும் கடைப் பிடிக்கப் பெற்றது அவர்கள் சொற்பொழிவு நிகழ்த்தியதும் இந்த வருடத்திலேதான் என்பது குறிப்பிடத்தக்கது (குத்பாச் சொற்பொழிவு).

81. பகைவர்கள் மீண்டும் தயாராகுதல்

அரபு நாட்டில் ஒரு கொலையின் காரணமாக, பல ஆண்டுகள் வரை நீடித்து நிற்கக் கூடிய சண்டை தோன்றிவிடும். அதனால் எத்தனையோ குடும்பங்கள் நாசமாகும்.

தோல்வியுற்றவர் பழி வாங்குதைத் தம் முக்கிய கடமையாகக் கருதுவார். பழி வாங்காமல் அவர் உயிர் வாழ்வது அரிது.

முன்னர், இப்னுல் ஹல்ரமி என்பவர் கொலையுண்ட போது அதற்குப் பழி வாங்குவதற்காக மக்கா நகரம் முழுவதுமே புறப்பட்டுச் சென்றது. அது 'பத்ரு' யுத்தத்தில் வந்து முடிந்தது. ஆனால், அதில் உண்டான சேதமோ, அவர்களுக்குள் எரிந்து கொண்டிருந்த பகைத் தீயை மேலும் அதிகமாக வளர்த்து விட்டது.

மக்காவிலிருந்த குறைஷி பிரபுக்களில் முக்கியமானவர்கள் எல்லாம் அந்தச் சண்டையில் மாண்டுவிட்டதால், ஒவ்வொரு வீட்டிலும் பழிக்குப் பழி வாங்க வேண்டும் என்ற எண்ணம் மேலோங்கி இருந்தது.

பத்ருச் சண்டையின் போது, சரக்குகளை ஷாம் தேசத்துக்குக் கொண்டு சென்று அங்கு விற்பனை செய்து, அதிக இலாபத்தைச் சம்பாதித்து திரும்பிய குறைஷி வர்த்தகக் கூட்டத்தினர் அவரவருக்கு உரிய மூலதனத்தை மட்டும் திருப்பிக் கொடுத்துவிட்டு, இலாபம் அனைத்தையும் பொது நிதியாக வைத்தனர்.

பத்ருச் சண்டையில் மாண்டவர்களின் இறுதிச் சடங்குகள் யாவும் முடிந்த பிறகு, குறைஷிகள் தங்கள் கோரிக்கையை நிறைவேற்ற ஆயத்தமாயினர்.

குறைஷிகளில் முக்கியமானவர்கள் சிலரும், அபூஜஹ்லுடைய மகன் இக்ரிமாவும், பத்ருப் போரில் தங்களுடைய நெருங்கிய உறவினர்களை இழந்திருப்பவர்களை எல்லாம் கூட்டிக் கொண்டு அபூஸுஃப்யானிடம் தூது சென்றனர்.

அவரிடம், "முஹம்மது நம் இனத்தவரைக் கருவறுத்து விட்டார். ஆகவே, பழி வாங்குவதற்கு இதுதான் சந்தர்ப்பம், வியாபாரத்தில் கிடைத்த இலாபத் தொகையை இதற்குச்

செலவு செய்ய வேண்டும் என்று நாங்கள் அபிப்ராயப்படுகிறோம்'' என்று சொன்னார்கள்.

அபூஸுஃப்யானும் அவர்களின் கருத்தை மகிழ்ச்சியோடு ஒப்புக் கொண்டார்.

முஸ்லிம்களும் பலம் வாய்ந்தவர்கள்தாம் என்பதைப் பத்ருப் போரின் போது குறைஷிகள் நன்கறிந்தார்கள். ஆகையால், தகுந்த ஆயத்தத்தோடு போய்த் தாக்க வேண்டும் என்று கருதி, வேண்டிய ஏற்பாடுகளைத் தீவிரமாகச் செய்தார்கள். குறைஷிகளில் பிரபலமான இரண்டு கவிஞர்களைக் கொண்டு அரபியர்களின் ஊக்கத்தைக் கிளப்பி விடக் கருதி, சுற்றுப்புறங்களுக்கு அவர்களை அனுப்பி, கவிதைகளால் மக்களைத் தூண்டச் செய்தனர்.

அக்காலத்தில், போர் வீரர்களைத் தூண்டுவதற்காகப் பெண்களும் போர்க்களத்துக்குப் போவது உண்டு. போர் முனைக்குப் பெண்கள் வந்து விட்டால், எங்கே தங்களைக் கேவலமாக எண்ணி விடுவார்களோ என்று கருதி, அரபி வீரர்கள் தங்கள் உயிரைப் பொருட்படுத்தாமல் போர் புரிவார்கள்.

மக்காவில் தங்கள் மக்களை இழந்திருந்த பெண்கள் பலர், பழிவாங்கிய பின்னரே, அமைதியுடன் இருப்பது எனச் சபதம் மேற்கொண்டு, போர் வீரர்களோடு போர்க்களத்துக்குப் புறப்பட்டுச் சென்றனர்.

பெருமானார் அவர்களின் பெரிய தந்தையான அப்பாஸ் அவர்கள் முஸ்லிமாகி, மக்காவிலே இருந்தார்கள். ஆகவே, மக்காவில் நிகழும் செய்திகளை எல்லாம் அவ்வப்போது விவரமாக எழுதி, ஒரு தூதுவர் மூலமாகப் பெருமானார் அவர்களுக்கு அனுப்பினார்கள்.

பெருமானார் அவர்கள், செய்தியை அறிந்ததும் ஹிஜ்ரி மூன்றாவது வருடம், ஷவ்வால் மாதத்தில், குறைஷிகளின் வருகையை அறிந்து வருமாறு இரண்டு உளவாளிகளை அனுப்பினார்கள். அவர்கள் போய் வந்து, 'குறைஷிகள் ஏராளமான படையுடன் மதீனாவுக்கு அருகில் வந்து விட்டதாக' அறிவித்தனர். படைகளின் எண்ணிக்கையையும் அறிந்து வந்து தெரிவித்தார்கள்.

குறைஷிகளின் படையெடுப்பு நெருங்கியதை அறிந்த முஸ்லிம்கள் பெரிதும் கவலை அடைந்தனர்.

எதிரிகளின் வருகையைக் கண்காணிப்பதற்காகப் பள்ளிவாசலின் வாயிலில் ஆயுத பாணிகளாக இருவர் காத்துக் கொண்டிருந்தனர்.

82. பெருமானார் கண்ட கனவு

பெருமானார் அவர்கள் காலையில், தோழர்களை அழைத்து ஆலோசனை செய்தார்கள். இச்சண்டை பற்றித் தாங்கள் கண்ட கனவுகளை விரிவாக எடுத்துக் கூறினார்கள்.

'தங்களுடைய வாளின் நுனி சிறிது முறிந்து விட்டதாகக்' கண்டார்கள். அதன் பயனாய்த் தங்களுக்குச் சிறிது நஷ்டம் உண்டாகும் என்று விளக்கம் கூறினார்கள்.

'தங்களுடைய திருக்கரங்களை ஒரு கவசத்தில் போட்டிருப்பதாகக் கண்டார்கள் - கவசமானது மதீனா என்றும், மதீனா பத்திரமான இடமாக இருப்பதால், அதற்குள் இருந்து கொண்டே சண்டை செய்ய வேண்டும் என்பது கருத்து' என்றும் கூறினார்கள்.

'சில பசுக்கள் அறுக்கப்பட்டுக் கொண்டிருப்பதாகக்' கண்டார்கள்

'அதற்குத் தங்களைச் சேர்ந்தவர்களில் சிலர் கொல்லப்படுவார்கள்' என்று பொருள் உரைத்தார்கள்.

பெருமானார் அவர்களின் கருத்து, மதீனாவுக்குள் இருந்தே தற்காப்புச் சண்டை செய்ய வேண்டும் என்பதேயாகும்.

பெண்களை அருகிலுள்ள கோட்டைகளுக்கு அனுப்பி விட்டு, ஆண்கள் எல்லோரும் நகரில் இருந்து கொண்டே சண்டை செய்ய வேண்டும் என்று தோழர்களில் முக்கியமானவர்கள் பலரும் கூறினார்கள்.

பத்ரு போருக்குப் பிறகு, வெளியே முஸ்லிமானவரும், அந்தரங்கத்தில் முஸ்லிம்களுக்குப் பகைவராகவும் இருந்த அப்துல்லாஹ் இப்னு உபையும், எந்த அபிப்பிராயத்தையும் வெளிப்படையாகச் சொல்லாதவர். ஆனாலும், அவரும் எதிரிகளின் பலம் அதிகமாயிருப்பதால், திறந்த வெளியில் பகைவர்களை எதிர்த்துப் போரிடக் கூடாது என்று கூறினார்.

பத்ருச் சண்டையில் கலந்து கொள்ளாத வாலிபர்கள் சிலர், நகரை விட்டு வெளியே போய் எதிரிகளைத் தாக்க வேண்டும் என ஒரு மனதாகச் சொன்னார்கள்.

83. இருதரப்பிலும் அணிவகுப்பு

பெருமானார் அவர்கள், தங்கள் கருத்துக்கு மாறாக, பெரும்பான்மையானவர்களின் கருத்துக்கு ஏற்ப, வீட்டினுள் சென்று போர்க் கவசத்தை அணிந்து கொண்டு வெளியே வந்தார்கள்.

பெருமானார் அவர்கள் கருத்துக்கு மாறாகச் செய்யும்படி நம்மால் ஏற்பட்டுவிட்டதே என எல்லோரும் வருந்தி, அவர்களிடம், "எங்கள் அபிப்ராயத்தைக் கை விட்டு விடுகிறோம்" என்று கூறினார்கள்.

"இனித் திட்டத்தை மாற்றுவது அழகல்ல" என்று பெருமானார் கூறிவிட்டார்கள்.

***

தங்கள் படையுடன் குறைஷிகள் மதீனாவுக்கு இரண்டு மைல் தூரமுள்ள 'உஹுத்' என்னும் குன்றின் அடிவாரத்தில், கூடாரம் அடித்துத் தங்கிவிட்டார்கள்.

***

ஹிஜ்ரீ மூன்றாவது வருடம் ஷவ்வால் மாதம் பத்தாம் தேதி வெள்ளிக்கிழமை, ஜும்ஆத் தொழுகை முடிந்ததும், பெருமானார் அவர்கள் ஆயிரம் தோழர்களுடன் மதினா நகரை விட்டுப் புறப்பட்டார்கள்.

அப்துல்லாஹ் இப்னு உபை தம்மோடு முந்நூறு பேரைக் கொண்டு வந்திருந்தார். ஆனால் கொஞ்ச தூரம் சென்றதும், "பெருமானார் என் அபிப்பிராயப்படி நடத்தவில்லையே" என்று சொல்லித் தம்முடைய படையைத் திருப்பிக் கொண்டு போய் விட்டார்.

அப்பொழுது பெருமானாருடன் எழுநூறு வீரர்கள் மட்டுமே இருந்தனர். அவர்களில் நூறு பேர் மட்டுமே கவசம் அணிந்திருந்தனர்.

சிறுவர்களை எல்லாம் திரும்பிப் போகும் படி, பெருமானார் அவர்கள் கட்டளையிட்டார்கள்.

படைகள் உஹத் வந்து சேர்ந்ததும், உஹத் குன்றை, முஸ்லிம்களுக்குப் பின்புறமாக வைத்துப் படைகளை அணி வகுத்தார்கள். அக்குன்று தங்களுக்குப் பக்க பலமாக இருக்கும் என்று அவ்வாறு செய்தார்கள்.

முஸ்அப் இப்னு உமைர் என்பவரைக் கொடி பிடிக்கும் வேலையில் நியமித்தார்கள்.

ஸுபைர் இப்னு அவ்வாம் என்பவர் படைத் தலைவராக நியமிக்கப்பட்டார்.

ஹம்ஸா அவர்கள் கவசம் அணியாத படைகளுக்குத் தலைவராக அமைக்கப்பட்டார்கள்.

முஸ்லிம் படைக்குப் பின்புறத்திலுள்ள உஹத் குன்றில் சிறு கணவாய் ஒன்று இருந்தது. அதன் வழியாகக் குன்றின் பின்புறமிருந்து பகைவர்கள் வரக்கூடும். ஆதலால், பாதுகாப்பிற்காக அம்பு எய்வோர் ஐம்பது பேரை அங்கே நிறுத்தி, “சண்டை வெற்றியடைந்தாலும், தோல்வியுற்றாலும் அவர்கள் அந்த இடத்தை விட்டு நகரக் கூடாது” எனப் பெருமானார் அவர்கள் கண்டிப்பான உத்தரவு இட்டிருந்தார்கள்.

****

குறைஷிகளோ பத்ருச் சண்டையில் அனுபவம் அடைந்தவர்கள். ஆதலால், இப்பொழுது முழுமையான தயார் நிலையில் வந்திருந்தார்கள். படைகளை ஒழுங்காக அணி வகுத்திருந்தனர். பத்ருப் போரில் மாண்ட வலிதின் குமாரர் காலித் படையின் வலது புறத் தளபதியாக இருந்தார்.

அபூஜஹ்லின் குமாரர், இக்ரிமா இடது புறத் தளபதியானார்.

மத்தியப் பகுதியின் குதிரை வீரர்களுக்குத் தலைவராக ஸப்வான் இப்னு உமையா ஏற்படுத்தப் பட்டார்.

அம்பு எய்வோர்களை, வேறு பகுதியில் ஒதுக்கி வைத்திருந்தனர்.

அவசியமான சந்தர்ப்பத்தில், உதவுவதற்காக இருநூறு குதிரைப் படையைத் தனியாக வைத்திருந்தனர்.

84. கடுமையான போர்

பத்ருப் போரில் மாண்டவர்களுக்குப் பழி வாங்க வேண்டும் என்பதாகக் குறைஷிப் பெண்கள் பாடல்கள் பாடிக் கொண்டும், முரசு ஒலித்துக் கொண்டும் யுத்த களத்தில் இறங்கினார்கள்.

****

அபூ ஆமீர் என்பவர் மதீனாவாசி; மக்களின் மதிப்பைப் பெற்றவர். பெருமானார் அவர்கள் மதீனாவுக்கு வந்ததும், அவர் மதீனாவை விட்டு மக்காவுக்குப் போய் வசிக்கலானார். அவர் இப்பொழுது இருநூறு குறைஷி வீரர்களுடன் போர்க் களத்தில் முன்னே வந்தார்.

தாம் முன்னேறி வந்தால் மக்கள், பெருமானார் அவர்களைக் கை விட்டு, தம்முடன் சேர்ந்து கொள்வார்கள் என்ற சபலம் அவருக்கு இருந்தது. அந்த நோக்கத்தோடு அன்ஸாரி முஸ்லிம்களைப் பார்த்து, “நீங்கள் என்னை அறிவீர்களா? நான்தான் அபூ ஆமீர்!” என்று கூறினார்.

அன்ஸாரிகள், “ஆம், துரோகியே! உம்மை நாங்கள் நன்றாக அறிவோம். உம்முடைய விருப்பம் நிறைவேறாமல் இருக்கட்டும்!” என்று பதிலடி கொடுத்தார்கள்.

****

குறைஷிகளின் கொடியைப் பிடித்துக் கொண்டிருந்த தல்ஹா என்பவர் அணியை விட்டு வெளியேறி, முஸ்லிம்களைப் பார்த்து, "இறந்த உங்கள் வீரர்கள் சுவர்க்கத்திலும், எங்கள் வீரர்கள் நரகத்திலும் இருக்கிறார்கள் என்று நீங்கள் சொன்னால் நீங்கள் பொய்யர்களே. உண்மையில் இக்கூற்றை உங்களில் நம்புபவர் யாரேனும் இருந்தாலும் வாருங்கள் என்னோடு போருக்கு!" என்று சவால் விட்டார்.

அடுத்த கணம் ஹலரத் அலீ அவர்கள், "நான் அவ்வாறு செய்வேன்!" என்று கூறி, உடனே வாளால் வீசினார்கள். தல்ஹா மாண்டு வீழ்ந்தார். அதன்பின், அவருடைய மகன் உதுமான் அக்கொடியைப் பிடித்துக் கொண்டிருந்தார். அவரை ஹம்ஸா அவர்கள் வாளால் வீசியதும், அவரும் அங்கேயே வீழ்ந்தார். குறைஷிகளுக்குக் கோபம் மிகுதியாகி, அனைவரும் ஒன்று சேர்ந்து களத்தில் இறங்கினார்கள்.

***

அரபு நாட்டில், அபூ துஜானா வீரத்தில் பேர் பெற்றவர். சண்டையின் தொடக்கத்தில் பெருமானார் அவர்கள், தங்கள் திருக்கரத்தில் வாளை எடுத்து, "இதன் கடமையைச் சரி வர நிறைவேற்றுபவர்கள் யார்?" என்று கேட்டார்கள்.

அதற்குப் பலர் கைகளை உயர்த்தினர். எனினும், அபூ துஜானாவுக்கே அந்தப் பெருமை கிடைத்தது.

பெருமானார் அவர்களின் சிறப்பு மிக்க வாள் தமக்குக் கிடைத்த பெருமையால் பெருமிதங் கொண்டு, தலையில் சிவப்புத் தலைப்பாகையை அணிந்து, உடலை அப்படியும் இப்படியும் வளைத்து வெளியேறினார்.

அவரைப்பார்த்து பெருமானார் அவர்கள், "இவ்விதமான நடை ஆண்டவனுக்குப் பிரியமானது அல்ல; ஆனால், இந்த நேரத்தில் இது ஆண்டவனுக்குப் பிரியமானது தான்!" என்று கூறினார்கள்.

***

ஹலரத் ஹம்ஸா, அலீ, அபூதுஜானா ஆகிய மூவரும் குறைஷிகளின் படையினுள் பாய்ந்து, அணி அணியாகக் காலி செய்து கொண்டே போனார்கள்,

அபூ துஜானா பகைவர்களின் படைகளை வெட்டி வீழ்த்தி, முன்னேறிக் கொண்டிருந்தார்.

இஸ்லாத்தின் கொடிய விரோதியான, ஹிந்தா (அபூ ஸுஃப்யானின் மனைவி) அபூ துஜானாவின் முன் எதிர்ப்பட்டார். அவரைக் கொல்வதற்கு வாளை உயர்த்தினார். ஆனால், திடீரென்று. பெருமானார் அவர்களின் வாளின் பெருமையை ஒரு பெண்ணிடம் காட்டுவதா என்ற எண்ணம் தோன்றி, உயர்த்திய வாளைத் தாழ்த்தி விட்டார். ஹம்ஸா அவர்கள் இரு கைகளிலும் வாளேந்தி, அணி அணியாக வெட்டிச் சாய்த்துக் கொண்டே சென்றார்கள். அப்போது குறைஷிகளின் அடிமை வஹ்ஷி என்னும் அபிசீனிய தேசத்தவர், அவர்கள் மீது கண் வைத்துக் கொண்டிருந்தார். ஹம்ஸாவை வெட்டி வீழ்த்தி விட்டால், அவருக்கு விடுதலை அளிப்பதாக, அவருடைய எஜமானர் வாக்களித்திருந்தார்.

ஹல்ரத் ஹம்ஸா நெருங்கி வரும்போது, அவர்கள் மீது சிறிய ஈட்டி ஒன்றை வீசினார் வஹ்ஷி; அதன் தாக்குதலால் ஹம்ஸா (ரலி) அவர்கள் கால்கள் தடுமாறி விழுந்து, உயிர்

நீத்தார்கள்.

கொடி பிடித்துக் கொண்டிருந்த குறைஷிகளில் பலர் கொல்லப்பட்டனர். ஆனாலும், ஒருவர் பின் ஒருவராகத் தங்கள் கொடி கீழே விழாமல் பிடித்துக் கொண்டிருந்தனர்.

அலீ அவர்கள், அபூதுஜானா ஆகிய இருவரின் இடை விடாத தாக்குதலினால் குறைஷிகளின் பல அணிகள் அழிந்து போயின. குறைஷிப் படையினரின் ஊக்கம் குன்றியது; அவர்கள் தலைவர்களுடைய மனமும் தளர்ந்து விட்டது. பாடல்கள் இசைத்து உற்சாகமூட்டிக் கொண்டிருந்த மாதர்கள் நம்பிக்கை இழந்து பின்னடைந்தார்கள்.

எதிரிகள் பின் வாங்குவதை அறிந்ததும் அவர்களுடைய பொருள்களைக் கைப்பற்றுவதற்காக, முஸ்லிம் படை தங்கள் இடத்தை விட்டு முன்னேறிச் சென்றது. அதைப் பார்த்து, கணவாய்ப் பாதையைப் பாதுகாவல் செய்து கொண்டிருந்த அம்பு எய்வோரும், தங்கள் இடத்தை விட்டுப் பெயர்ந்து, செல்லத் தொடங்கினார்கள். அவர்களின் தலைவர் அப்துல்லாஹ்-இப்னு-ஜுபைர்,[1] பெருமானார் அவர்களுடைய கட்டளைப்படி, அவர்களை எவ்வளவோ தடுத்தார்; ஆனால் அவர்களோ நிற்கவில்லை. அதனால் கணவாய்ப் பாதையானது பாதுகாப்பற்றதாயிற்று. அதைக் குறைஷிகளின் படைத் தலைவர் காலித் கண்டு, குன்றின் பின்புறமாக வந்து தாக்கினார். அந்தப் பாதையில் அப்துல்லாஹ் இப்னு ஸுபைரும், அவருடன் சிலரும் சேர்ந்து தடுத்தும் பயன்படவில்லை. அவர்கள் அனைவரும் வெட்டுப்பட்டனர். அதனால் கணவாய்ப்பாதை தடுப்பார் இல்லாமல் வழி திறக்கப் பட்டிருந்தது.

காலித் அவ்வழியாக, குதிரை வீரர்களுடன் வந்து, முஸ்லிம் படையைப் பின்புறமாய் நின்று தாக்கினார்.

குறைஷிகளின் பொருள்களைக் கொள்ளையிட்டுக் கொண்டிருந்த முஸ்லிம் படைகள் பின்புறம் திரும்பிப் பார்த்தபோது, குறைஷிகளின் குதிரைப் படை வாளேந்தி, முஸ்லிம் படையைத் தாக்கிக் கொண்டிருந்தது.

பின்வாங்கிச் சென்று கொண்டிருந்த குறைஷிகளின் படையோ, காலித் தாக்குவதைக் காணவும் திரும்பி முன்புறம் தாக்கின.

இருபுறமும் தாக்குதல் நிகழவே, திடீரென உண்டான குழப்பத்தினால், இரண்டு படைகளும் தங்களைச் சேர்ந்தோர், அயலார் என்ற வேறுபாடு இல்லாமல் தாக்கிக் கொண்டனர்.

1. ↑ *ஹலரத் அப்துல்லாஹ் இப்னு ஸுபைர் அல்ல இங்கு குறிப்பிடப்படுபவர்கள். அஸ்மா நாச்சியாருக்கும், ஹலரத் ஸுபைருக்கும் மகனாராகிய அப்துல்லாஹ் இப்னு ஸுபைருக்கு, உஹதுப் போரின்போது மூன்று வயதுதான். மேலே சொல்லப்பட்டுள்ள இப்னு ஜுபைர் பனூ தஃலபா கோத்திரத்தைச் சார்ந்தவர்கள்; இப்போரில் ஷஹீதானார்கள்.*

85. பொய்யான வதந்தி

சண்டை நடைபெற்றுக் கொண்டிருக்கிறது. முஸ்லிம் கொடியைத் தாங்கிக் கொண்டிருந்த முஸ்அபுப்னு உமைர் என்பவர் குறைஷி ஒருவரால் கொல்லப்பட்டார்.

கொல்லப்பட்டவரோ, ஏறக்குறைய பெருமானார் அவர்களைப் போன்ற முகத் தோற்றம் உள்ளவர். அதனால், பெருமானார் அவர்கள் உயிர் துறந்து விட்டதாகக் குறைஷி வீரர்களில் ஒருவர் கூக்குரலிட்டார்.

அந்தச் சப்தத்தைக் கேட்டதும், முஸ்லிம்கள் அணியில் பரபரப்பும், குழப்பமும் மேலிட்டன. பெரிய வீரர்களின் கைகளும், கால்களும் நடுங்கத் தொடங்கின. இத்தகைய குழப்பத்தில், முன்னால் இருந்த அணியானது, பின்னால் இருந்த அணியின் மீது விழுந்து, பெரிய கலக்கம் அடைந்தது. பெருமானார் அவர்கள் திரும்பிப் பார்த்த போது, அணியின் ஒரு பகுதியில் பதினொருவர் மட்டுமே நின்றார்கள். அவர்களில் குறிப்பிடத்தக்கவர்கள் அலி அவர்கள், அபூபக்கர் அவர்கள் முதலானோர்.

இந்தக் குழப்பத்திலும் கலக்கத்திலும், பலர் தைரியத்தை இழந்து விட்டனர். வீரர்கள் பலர் சண்டை செய்து, அங்கங்கே விழுந்து கிடந்தார்கள்.

அலீ அவர்கள் வாளை வீசியவாறு, எதிரியின் அணியினுள் புகுந்தார்கள். ஆனால், பெருமானார் அவர்கள் இருக்கும் இடம் தெரியவில்லை.

அனஸ் இப்னு மாலிக் அவர்களின் சிறிய தந்தையான அனஸ் இப்னு நல்ரு சண்டை செய்து கொணடே முன்னேறிச் சென்றார்கள். அப்பொழுது உமர் அவர்கள் குழப்பத்தில், கையிலுள்ள ஆயுதத்தைக் கீழே எறிந்து விட்டிருப்பதைக் கண்டு, "இங்கே என்ன செய்து கொண்டிருக்கிறீர்கள்?" என்று கேட்டார்.

"இப்போது சண்டை செய்து என்ன பயன்? பெருமானார் அவர்களோ, உயிர் துறந்து விட்டார்களே?" என்று உமர் கூறினார்கள்.

"அவர்களுக்குப் பின் நாம் உயிருடன் இருந்து என்ன செய்யப் போகிறோம்?" என்று கூறிக் கொண்டே, படைக்குள் புகுந்து சண்டை செய்து நல்ரு உயிர் துறந்தனர். அவர்களின் உடலைப் பார்த்த போது வாள்களும், ஈட்டிகளும், அம்புகளும் பாய்ந்து எழுபதுக்கு மேற்பட்ட காயங்கள் காணப்பட்டன. அவர்களுடைய சகோதரியைத் தவிர எவரும் அவர்களை அடையாளம் காண இயலவில்லை. அப்பெண்மணி கூடத் தம் சகோதரரின் விரல்களை வைத்தே அடையாளம் சொன்னார்.

86. இருள் விலகியது

முஸ்லிம் வீரர்களோ தொடர்ந்து போரிட்டுக் கொண்டிருக்கிறார்கள். எனினும் அவர்களுடைய கவனம் முழுவதும், பெருமானார் எங்கே இருக்கிறார்கள் என்பதிலேயே இருந்தது. பெருமானார் அவர்கள் கவசம் அணிந்திருந்ததினால், அவர்களுடைய கூர்மையான கண்கள் மட்டுமே தெரிந்தன. அதைக் கண்ட கஃபுப்னு மாலிக் என்பவர், " முஸ்லிம்களே! நாயகம் இங்கே இருக்கின்றார்கள்" என்று குரல் எழுப்பினார். அதைக் கேட்டதும், முஸ்லிம் வீரர்கள் எல்லோரும் அந்தப் பக்கமாக விரைந்து சென்றனர். அவர்கள் போவதைக் கண்ட குறைஷிகளும் தங்கள் படைகளை அந்தப் பக்கமாகத் திருப்பினார்கள். இதைக் கண்ணுற்ற நாயகம் அவர்கள், "இறைவா! இவர்கள் எங்களுக்கு மேலே போய் விடக்கூடாதே" என்று பிரார்த்தித்தார்கள். இதனால் ஹலரத் உமரும், இன்னும் சில "முஹாஜிர்" தோழர்களும்,

குறைஷியரை எதிர்த்துத் தாக்கிக் குன்றின் கீழே பின் வாங்கச் செய்தார்கள்.

87. உயிர்த் தியாகம்

சண்டை நடைபெற்றுக் கொண்டிருக்கும் போது,ஒரு சமயம் குறைஷிகளின் படை, பெருமானாரின் பக்கமாகத் தாக்கத் தொடங்கியது. தாக்குதல் பலமாக இருந்தது.

அப்பொழுது பெருமானார் அவர்கள், "எனக்காக உயிர் கொடுப்பவர்கள் யார்?" என்று கேட்டார்கள்.

ஸியாத் இப்னு ஸகன் என்பவர், ஐந்து அன்ஸாரிகளுடன் பெருமானார் அவர்கள் எதிரே வந்து, "அந்தச் சேவையை நான் ஏற்கிறேன்" என்றார்.

அவரும், அவருடன் வந்த தோழர்களும், பெருமானார் அவர்களைப் பாதுகாப்பதற்காக வீரமாகச் சண்டையிட்டனர். ஒருவர் பின் ஒருவராக அவர்கள் உயிர் துறந்தனர். அந்நேரம் முஸ்லிம் படைவீரர்கள் திரும்பி வந்தனர். பகைவர்களைப் பின் வாங்கச் செய்தனர்.

ஸியாதியின் உடலை, அருகில் கொண்டு வருமாறு பெருமானார் அவர்கள் கட்டளையிட்டார்கள். அப்பொழுது அவர் குற்றுயிராக இருந்தார். ஸியாதின் தலையை, நீட்டிய தங்கள் கால் மீது தாங்குதலாக வைத்துக்கொண்டார்கள் அந்த நிலையிலேயே ஹலரத் ஸியாதின் உயிர் பிரிந்தது.

88. கேடயமாக நின்று காத்தனர்

குறைஷிகள் வீரர்களுள் பெயர் பெற்ற அப்துல்லா இப்னு கமீயா என்பவர் முஸ்லிம் அணிகளை, வாளினால் வெட்டிக் கொண்டே முன்னேறி, நபி பெருமானாரின் சமீபமாக வந்து, கையிலிருந்த வாளை பெருமானாருக்கு எதிராக வீசினார். அந்த வாள் பெருமானார் அவர்களின் கவசத்தில் பட்டுக் கவசம் உடைந்தது. அதன் இரண்டு துண்டுகள் முகத்திற்குள் புகுந்தன. பெருமானார் அவர்கள் தலையிலும் காயம் பட்டு, ஒரு பல்லும் உடைந்தது. அதே சமயம் நாலா பக்கங்களிலிருந்தும் பெருமானாரைக் குறி வைத்து வாள்கள் வீசப்பட்டன. அம்புகள் எய்யப்பட்டன.

அதைக் கண்ட முஸ்லிம் வீரர்கள் பெருமானார் அவர்களைச் சுற்றி வளைத்து நின்று கொண்டார்கள்.

அபூ துஜானா நாயகத்தை மறைத்து நின்று கொண்டு, தம் உடலையே அவர்களுக்குக் கேடயமாக்கிக் கொண்டார். எதிரிகளின் அம்புகள் அவருடைய முதுகிலேயே பட்டுக் கொண்டிருந்தன.

தல்ஹா அவர்கள் எதிரிகளின் வாள் வீச்சுக்களைத் தம் கையினாலேயே தடுத்துக் கொண்டிருந்தனர். அத்னால், அவருடைய ஒரு கை வெட்டப்பட்டுக் கீழே விழுந்தது. இறுதியாக, குறைஷிகளின் பக்கமிருந்து இரண்டு வாள்கள் ஒரே சமயத்தில் அவர்கள் மீது வீசப்படவே, அவர்கள் மூர்ச்சித்துக் கீழே விழுந்தார்கள்.

உடனே அபூபக்கர் அவர்கள் சென்று, முகத்தில் தண்ணீர் தெளித்தார்கள்.

சிறிது நேரத்தில் மூர்ச்சை தெளிந்த தல்ஹா அவர்கள், அபூபக்கர் அவர்களிடம், ''நாயகத்தின் நிலைமை எப்படி இருக்கிறது?'' என்று கேட்டார்கள்.

''பெருமானார் அவர்கள் நலமாக இருக்கிறார்கள். அவர்களே என்னைத் தங்களிடம் அனுப்பி வைத்தார்கள்'' என்று கூறினார்கள் அபூபக்கர் அவர்கள். அவ்வார்த்தைகளைக் கேட்டதும் தல்ஹா, ''புகழ் எல்லாம் அல்லாஹ்வுக்கே. இந்த நற்செய்திக்குப் பின் எத்தகைய துன்பம் நேரிட்ட போதிலும், எனக்கு அது எளிதாகவே இருக்கும்'' என்று முகமலர்ச்சியோடு கூறினார்கள்.

பெருமனாரை நோக்கி, குறைஷிகள் அம்புகளை எய்து கொண்டிருந்தார்கள்.

அப்பொழுது பெருமானாரின் திருவாயிலிருந்து ''ஆண்டவனே என்னுடைய சமூகத்தார்களை மன்னிப்பாயாக! அவர்கள் அறியாமையில் ஆழ்ந்து கிடக்கிறார்கள்'' என்ற சொற்கள்தாம் வந்து கொண்டிருந்தன.

அனஸ் அவர்களின் நெருங்கிய உறவினரான அபூதல்ஹா என்பவர் தம்முடைய கேடயத்தைக் கொண்டு பெருமானார் முகத்தின் முன் பிடித்து. எதிரிகளின் அம்பு தாக்காதவாறு மறைத்துக் கொண்டனர். பெருமானார் அவர்கள் எதிரிகளின் பக்கமாக தங்கள் தலையை உயர்த்திப் பார்த்தார்கள். அப்பொழுது அபூதல்ஹா, பெருமானார் அவர்களிடம் ''தாங்கள், தலையை உயர்த்தாமல் இருக்க வேண்டும். உயர்த்தினால் அம்புகள் பாயலாம். என்னுடைய மார்பை உங்களுக்கு முன்னே வைத்திருக்கிறேன்'' என்று கூறினார்.

89. சொன்னபடியே நடந்தது

பெருமானார் அவர்கள் தங்களைச் சேர்ந்தவர்களுடன், அருகில் இருந்த குன்றின் மீது ஏறினார்கள்.

அதைக் கண்ட அபூஸுஃப்யான் தம்முடைய படைகளையும், அந்தக் குன்றின் அருகில் கொண்டு செல்ல முயன்றார். ஆனால் உமர் அவர்களும், வேறு சில தோழர்களும் கற்களை எறிந்து கொண்டிருந்ததால், அவர்களால் முன்னேறிச் செல்ல இயலவில்லை.

ஆனால், குறைஷிப் படையிலுள்ள உபை இப்னு கலப் என்பவர், பெருமானாரின் அருகில் வந்து விட்டார். அவர் பத்ருப் போரின் போது, முஸ்லிம்களிடம் சிறைப்பட்டு, மீட்புத் தொகை கொடுத்து விடுதலையானவர். அப்போது விடுதலையாகிப் போகும் சமயம் பெருமானார் அவர்களிடம் ''நல்ல தீனி கொடுத்து வளர்க்கப்பட்ட குதிரை ஒன்று என்னிடம் இருக்கிறது. அதன்மீது ஏறி வந்து உம்மை நான் கொல்வேன்'' என்று கூறிச் சென்றவர்.

பெருமானார் அவர்கள் ''இல்லை, ஆண்டவனுடைய நாட்டம் இருந்தால், நீ என்னுடைய கையினால் கொல்லப்படுவாய்'' என்று அப்போது சொல்லி இருந்தார்கள்.

அத்தகைய உபை இப்னு கலப், பெருமானார் அவர்களை நெருங்கி வருவதைக் கண்ட தோழர்கள் அவரைத் தாக்குவதற்கு முன்னே சென்றனர்.

ஆனால், அவர்களிடம் பெருமானார், ''நீங்கள் விலகிக் கொள்ளுங்கள்; அவர் என்னிடம் வரட்டும்'' என்று கூறி, அருகில் நின்ற தோழரிடமிருந்து ஈட்டியை வாங்கி, முன்னே சென்று அவரைக் குறி வைத்து வீசினார்கள். அந்த ஈட்டி அவருடைய உடலில் பட்டதும்

விலா எலும்பு முறிந்து விட்டது. குதிரையின் மீது இருந்தபடியே தள்ளாடிக் கூச்சலிட்டுக் கதறிக் கொண்டு குறைஷிகள் இருக்கும் இடத்துக்கு ஓடினார்.

அவருடைய ஓலத்தைக் கேட்ட தோழர்கள், “தோழரே, காயம் அவ்வளவு பலமாக இல்லையே?” என்று கேட்டனர்.

“எனக்கு இருக்கும் வேதனையை இங்குள்ள எல்லோரும் பங்கிட்டுக் கொள்வார்களானால், எல்லோருமே மடிந்து போவார்கள். முஹம்மது தம்முடைய கையினாலே என்னைக் கொன்று விடுவதாக முன்னரே சொல்லியிருந்தார். அவருடைய எச்சிலை என்மீது உமிழ்ந்தாலும், ஆண்டவன் சத்தியமாக நான் தப்பிக்க இயலாது” என்று சொன்னார்.

அவர் மக்காவுக்குத் திரும்பிப்போகும் வழியில் மாண்டு விட்டார்.

90. திருமுகத்தில் இரத்தம் பீறிடுதல்

போரில் பெருமானார் அவர்கள் உயிர் துறந்து விட்டதாக, மதீனாவுக்குச் செய்தி எட்டி, அங்கிருந்தோர் பெருமானாரைக் காண்பதற்காக ஓடோடி வந்தனர். அவ்வாறு வந்தவர்களில் ஹன்லல்லா இப்னு அபூ ஆமிர் என்பவரும் ஒருவர்.[1] அவருக்கு அன்றுதான் திருமணமாகி இருந்தது. செய்தி கிடைத்ததும் மிகுந்த ஆத்திரத்தோடு, போர்க்களத்துக்கு ஓடி வந்தார். வந்ததும் குறைஷிகளின் அணிகளில் புகுந்து, அவர்களை வெட்டி வீழ்த்தியவாறு முன்னேறி, அபூஸுப்யானையும் நெருங்கி விட்டார். ஆனால், எதிரிகள் பல பக்கங்களிலும் சூழ்ந்து கொண்டு அவர் உயிர் துறக்கும்படியான பலத்த காயங்களை உண்டாக்காமல் இருந்திருந்தால், அபூஸுப்யானையும் அவர் கொன்றிருப்பார்.

பெருமானார் அவர்களின் மகளார் பாத்திமா நாச்சியார் வந்து பெருமானார் அவர்களைக் காணும் போது, அவர்களுடைய முகத்திலிருந்து இரத்தம் வடிந்து கொண்டிருந்தது. முகத்தில் அழுந்தி இருந்த கவசத் துண்டுகளை அபூ உபைதா என்பவர் தம்முடைய பற்களால் கடித்து இழுக்கவே, அத்துண்டுகள் வெளியே வந்தன. அதனால் அபூ உபைதாவின் இரண்டு பற்கள் உடைந்து விழுந்தன.

அலீ அவர்கள் கேடயத்தில் தண்ணீர் கொண்டு வந்தார்கள்.

பாத்திமா நாச்சியார் அந்தத் தண்ணீரால் கழுவியும் கூடப் பெருமானார் அவர்களின் முகத்திலிருந்து இரத்தம் பீறிட்டு வருவது நிற்கவில்லை.

1. ↑*84ம் தலைப்பில் குறிப்பிடப்பட்டுள்ள அபூ ஆமிர் என்பவரின் மகனார், தந்தை எதிரிப்படையிலும், மகன் பெருமானாரின் அணியிலுமாக இருந்தனர்.*

91. ஆண்டவனின் பகைவனே!

சண்டை நடந்து கொண்டிருக்கும் போது அபூ ஸுஃப்யான் எதிரிலுள்ள குன்றின் மீதேறி, "இங்கே முஹம்மது இருக்கின்றாரா?" என்று கேட்டார்.

அதற்கு மறுமொழி கூற வேண்டாம் எனப் பெருமானார் கட்டளை இட்டிருந்ததால், யாருமே பதில் அளிக்காமல் இருந்தனர். அதன்பின், அபூபக்கர், உமர் இருவர் பெயரையும் சொல்லி அழைத்தார் அபூஸுஃப்யான்.

அதற்கும் பதில் கிடைக்காததால், "எல்லோரும் மாண்டுவிட்டனர். அவர்கள் உயிரோடு இருந்திருந்தால், பதில் கூறி இருப்பார்கள்" என்று உரக்கக் கூவினார் அபூஸுஃப்யான்.

அவர் அவ்வாறு கூறியதைப் பொறுக்க முடியாமல் ஹலரத் உமர், "ஆண்டவனின் பகைவனே! உன்னைக் கேவலப்படுத்துவதற்காகவே நாங்கள் எல்லோரும் உயிருடனேயே இருக்கிறோம்" என்று சொன்னார்கள்.

உடனே அபூஸுஃப்யான், "ஏ ஹுபலே (குறைஷிகளின் முக்கிய விக்கிரகம்) நீ உயர்ந்திருப்பாயாக" என்று கூறினார்.

அதைக் கேட்டதும் பெருமானார் அவர்களின் உத்தரவுப்படி தோழர்கள் எல்லோரும் "ஆண்டவனே உயர்ந்தவனாகவும், பெரியவனாகவும் இருக்கின்றான்" என உரக்கக் கூறினார்கள்.

ஆண்டவனுடைய ஏகத்துவத்துக்குப் பங்கம் உண்டாகக்கூடிய சொற்களை, அபூஸுஃப்யான் கூறியதைப் பெருமானார் அவர்கள் கேட்டதும், அவர்களால் மறுமொழி கூறாமல் இருக்க முடியவில்லை.

அதன்பின் அபூஸுஃப்யான், " எங்களிடம் உஸ்ஸா (இதுவும் குறைஷிகளின் விக்கிரகத்தின் பெயர்) இருக்கின்றது. உங்களிடம் இல்லை" என்று கூறினார்.

உடனே, "ஆண்டவன் எங்களுக்கு எஜமானனாக இருக்கின்றான். உமக்கு எஜமானன் இல்லையே?" என்று சொன்னார்கள் தோழர்கள்.

அப்பொழுது அபூஸுஃப்யான், "இன்று பத்ருடைய நாளுக்குப் பழி வாங்கிவிட்டோம். எங்களுடைய படைகள், இறந்தவர்களின் காதுகளையும், மூக்குகளையும் அறுத்து எறிந்தன. அவ்வாறு செய்யுமாறு நான் கட்டளையிடவில்லை. ஆனால், அப்படிச் செய்ததாகத் தெரிந்ததும், அதைப் பற்றி எனக்கு வருத்தமும் இல்லை" என்று கூறினார்.

92. பெண்களின் வீரப் போர்

இந்தச் சண்டையின் போது, முஸ்லிம் படையோடு பெண்கள் பலரும் வந்திருந்தனர்.

ஆயிஷா நாச்சியாரும், அனஸ் அவர்களின் தாயார் உம்மு ஸலீம் அவர்களும் போர் முனையில் காயம் அடைந்தவர்களுக்குத் தண்ணீர் கொண்டு வந்து உதவி புரிந்தனர். வேறு பல பெண்களும், இத்தொண்டில் ஈடுபடலானார்கள்.

குறைஷிகளின் தாக்குதல் பலமாயிருக்கையில், பெருமானார் அவர்களின் அருகில் மிகச் சிலரே இருந்தனர். அதைப் பார்த்த உம்மு அமாரத் என்னும் மாது, பெருமானார் அவர்க-

ளின் அருகில் பாதுகாப்பாக அமர்ந்து கொண்டார்.

எதிரிகள் பெருமானார் அவர்களின் அருகில் நெருங்கி வரும் போது, அந்த அம்மையார் தம்முடைய வாளினாலும், அம்பினாலும் அவர்களைத் தடுத்துக் கொண்டிருந்தார்.

இப்னு கமீயா என்பவர் வேகமாய்ப் பாய்ந்து பெருமானார் அவர்களை நெருங்கிய போது, அந்த அம்மையாரும் முன்னே சென்று அவரை எதிர்த்து வீரமாகப் போர் புரிந்ததில், அவருக்குத் தோளில் பலத்த காயம் ஏற்பட்டது. அந்த நிலையிலும்கூட அந்த அம்மையார் தம்முடைய வாளை அவர் மீது வீசலானார். ஆனால் அவர் இரட்டை அங்கி அணிந்திருந்ததால் வாள் வீச்சு பாதிக்கவில்லை.

93. "இது ஒரு பெரிய தியாகமா?"

போரில் முஸ்லிம்களுக்குப் பெருத்த சேதம் ஏற்பட்டிருப்பதாக மதீனாவுக்குச் செய்தி எட்டியது.

அங்கிருந்து ஹம்ஸா அவர்களின் சகோதரியும், பெருமானாரின் மாமியுமான ஸபிய்யா நாச்சியார் போர் முனைக்கு வந்து விட்டார்.

தமையனாரின் சின்னா பின்னப்படுத்தப்பட்ட உடலை ஸபிய்யா பார்த்தால், வேதனைப்படுவாரே என்று எண்ணிய பெருமானார், அம்மூதாட்டியின் மகனார் ஸுபைர் இப்னு அவ்வாம் அவர்கள் தம் அன்னையாரைத் தடுத்து நிறுத்துமாறு சொன்னார்கள். அவர் அன்னையாருக்குத் தெரிவித்தனர்.

ஆனால், "என் சகோதரருக்கு நிகழ்ந்தது முழுவதும் நான் கேள்விப்பட்டேன். ஆண்டவனுடைய வழியில் இது பெரிதல்ல. அமைதியோடு இருக்க ஆண்டவன் அருள் செய்திருக்கிறான். இன்ஷா அல்லாஹ் அதைப் பார்த்துப் பொறுமையோடு இருப்பேன்" என்று ஸபிய்யா நாச்சியார் சொன்னார்கள். ஸுபைர் அவர்கள் நாயகத்திடம் இதைத் தெரிவித்ததும், "சரி போகட்டும் விட்டு விடுங்கள்" என்று பெருமானார் கூறி விட்டார்கள்.

தம்முடைய அருமைச் சகோதரரின் உடல் சின்னாபின்னப்பட்டுக் கிடப்பதைக் கண்டார். அவருடைய இரத்தம் கொதித்தது. இத்தகைய துக்ககரமான நிலைமையில் அந்த அம்மையார், "நிச்சயமாக நாம் அனைவரும் அல்லாஹ்விடமிருந்தே வருகிறோம்; நிச்சயமாக அவனிடமே திரும்புவோம்" என்ற வேத வசனத்தைக் கூறிப் பின்னர், தம்முடைய சகோதரருக்காகப் பிரார்த்தனை செய்தார். அவருடைய உடலைப் போர்த்தி அடக்கம் செய்வதற்காக இரண்டு துணிகளைக் கொடுத்து விட்டுத் திரும்பி விட்டார்.

94. போர்முனைக்கு ஓடி வந்தனர்

முஸ்லிம்களில் ஆண்களும், பெண்களும், பெருமானார் அவர்களிடத்தில், எத்தகைய அன்பும் விசுவாசமும் கொண்டிருந்தார்கள் என்பதை வரலாற்று நிகழ்ச்சிகள் நிரூபிக்கின்றன.

பகைவர்களின் தாக்குதல் பலமாயிருக்கும் போது, முஸ்லிம் வீரர்களில் சிலர் போர்முனையை விட்டு மதீனாவுக்கு ஓடி விட்டனர்.

அவர்கள் தங்கள் வீடுகளுக்குச் சென்றதும், அவர்களுடைய மனைவியர்களுக்கு நிகழ்ந்தவை தெரிந்ததும், “நாயகத்தைப் போர்க் களத்தில் விட்டு விட்டு, நீங்கள் எதற்காக இங்கு வந்தீர்கள்?” என்று இடித்துக் கூறினர்.

சண்டையின் நிலைமை மதீனாவுக்குத் தெரிந்ததும், எத்தனையோ பெண்கள் பெருமானார் அவர்களைக் காண்பதற்காகப் போர் முனைக்கு விரைந்தனர். அவர்கள் அனைவரும் போர்க் களத்தில் மாண்டு போன நெருங்கிய உறவினர்களுக்காகவோ அல்லது காயம் அடைந்தவர்களுக்காகவோ அவ்வளவு கவலையுறவில்லை. பெருமானார் அவர்களின் நலத்தைப் பற்றியே ஒவ்வொருவரிடமும் வழியெல்லாம் விசாரித்துக் கொண்டிருந்தார்கள்.

95. கவலையும் துக்கமும் பறந்து ஓடின

மதீனாவிலிருந்து பனு தீனார் கோத்திரத்தைச் சார்ந்த பெண்மணி ஒருவர், பெருமானாரைக் காண்பதற்காகப் போர் முனைக்கு வந்தார். வரும் வழியில், போர்முனையிலிருந்து திரும்பிக் கொண்டிருந்த சிலர், அந்தப் பெண்மணியைப் பார்த்து, "உம்முடய தந்தை போரில் உயிர் துறந்து விட்டார்” என்று கூறினர்.

அதற்கும் அந்தப் பெண்மணி, “நாம் எல்லோரும் ஆண்டவனிடம் இருந்தே வருகிறோம்; நிச்சயம் அவனிடமே மீண்டும் செல்வோம்” என்று கூறிவிட்டு, "பெருமானார் அவர்கள் எவ்வாறு உள்ளார்கள்?” என்று கேட்டார்.

அவர்கள், “உம்முடைய சகோதரரும் மரணம் அடைந்துவிட்டார்!” என்றனர் திரும்பி வந்து கொண்டிருந்தவர்கள்.

அதற்கும் முன் சொன்னவாறே கூறிவிட்டு, மீண்டும், “பெருமானார் அவர்கள் எந்த நிலையில் இருக்கிறார்கள்?” என்று வினவினார் அந்தப் பெண்மணி.

மறுபடியும் அவர்கள், “உம்முடைய கணவரும் கொல்லப்பட்டார்” என்றனர்.

அப்பொழுதும் அப்பெண்மணி பெருமூச்செறிந்து “இன்னா லில்லாஹி வ இன்னா இலைஹி ராஜிவூன்” என மீண்டும் கூறிவிட்டு, “பெருமானார் அவர்கள் எவ்வாறு இருக்கின்றனர்?” என்றே கேட்டார்,

“பெருமானார் அவர்கள் நலமாக இருக்கின்றார்கள்” என்ற சொற்களைக் கேட்டவுடன், அவருடைய கவலை பறந்தோடி விட்டது. போர் முனைக்கு வந்து பெருமானார் அவர்களின் திருமுகத்தைப் பார்த்ததும், தம்மை மறந்து, “தாங்கள் இருக்கும் போது எவ்வளவு துன்பங்கள் வந்த போதிலும் அவை எங்களுக்கு ஒரு பொருட்டல்ல; நானும், என் தந்தையும், என் சகோதரரும், என் கணவரும் தங்களுக்கு அர்ப்பணமாகி விட்டோம். ஆண்டவனுடைய திருத்தூதரே! தங்களைப் பெற்றிருக்கும் போது கேவலம் நாங்கள் என்ன?” என்று கூறினார்.

96. வெற்றியா? தோல்வியா?

உஹத் சண்டை முடிவான போது, முஸ்லிம் படையில் காயம் அடைந்தவர்கள் அதிகமாக இருந்தனர்.

இரண்டு கட்சிப் படையினரும் போர் முனையை விட்டுப் பிரிந்து விட்டனர்.

அபூஸுஃப்யானும் கலக்கத்தோடு, தம்முடைய படையோடு மக்காவை நோக்கிப் பயணமானார். வெகு தூரம் சென்றவுடன் மீண்டும் போர் முனைக்குச் செல்லவேண்டும் என்ற எண்ணம் அவருக்கு உண்டாயிற்று.

"சண்டையில் நாம் வெற்றி பெற்றதாக எண்ணினோம். ஆனால், நாம் வெற்றி பெற்றதற்கான அடையாளம் எதுவுமே இல்லை. எதிரிகளின் பக்கமிருந்து, ஒருவரையாவது சிறைப் படுத்தவில்லை. போர்க் களத்தையும் எதிரிகள் வசம் விட்டு விட்டோம். தவிர, மதீனாவையும் ஒன்றும் செய்யாமல் வந்து விட்டோம். ஆகையால், திரும்பிச் செல்வோம்" என்ற எண்ண அலைகளுடன், மதீனாவை நோக்கித் திரும்பலானார்.

பெருமானார் அவர்கள் மதீனா போய்ச் சேர்ந்ததும், முஸ்லிம்கள் சேதம் அடைந்து விட்டார்கள் என்று அபூஸுஃப்யான் நினைத்து, மதீனாவைத் தாக்காமல் இருப்பதற்காக, அவரைப் பின் தொடர்ந்து துரத்திச் செல்ல வேண்டும் என்று கட்டளையிட்டார்கள். அதற்காக எழுபது பேர் கொண்ட ஒரு கூட்டம் சேர்ந்தது. அதில் அபூபக்கர் அவர்களும், ஸுபைர் அவர்களும் சேர்ந்திருந்தனர். முஸ்லிம்களுக்கு எவ்வளவோ கஷ்ட நஷ்டங்கள் ஏற்பட்டிருந்த அந்த நிலையிலும் கூடப் பெருமானார் அவர்களின் கட்டளையை மனப்பூர்வமாக ஏற்றுக் கொண்டார்கள்.

பெருமானாரும் மீதியிருந்த படையுடன் அபூஸுஃப்யானைப் பின் தொடர்ந்து சென்றார்கள்,

அபூஸுஃப்யான் திரும்பி வந்து கொண்டிருக்கும் போது வழியில், இஸ்லாத்தின் மீது அபிமானம் கொண்ட ஒரு கூட்டத்தின் தலைவரைச் சந்தித்தார். அப்போது அவரிடம் இரண்டாவது தடவையாக முஸ்லிம்களைத் தாக்கப் போவதாகச் சொன்னார்.

அதற்கு அவர், "அவ்வாறு தாக்குவதில் பயன் இல்லை. முஸ்லிம்கள் முழுமையான ஆயத்தத்தோடு வந்திருக்கிறார்கள்" என்று கூறினார்.

அதைக் கேட்டதும், அபூஸுஃப்யான் மனம் தளர்ந்து, தம் படையுடன் மக்காவுக்குத் திரும்பி விட்டார்.

பெருமானார் அவர்கள் மதீனாவுக்குத் திரும்பி வந்து சேர்ந்ததும், எங்கு பார்த்தாலும் அழுகைக் குரலாகவே இருந்தது.

உஹத் சண்டையின் முடிவைக் கவனிக்கும் போது வெற்றி பெற்றது யார்? தோல்வியுற்றது யார்? என்று கூற இயலாது.

முஸ்லிம்களுக்குப் பெருத்த சேதம் விளைந்திருந்தது. ஆனால், குறைஷிகளின் நோக்கம் எதுவும் நிறைவேறவில்லை.

***

ஹிஜ்ரி மூன்றாவது வருடம், பாத்திமா நாச்சியாருக்கு இமாம் ஹஸன் (ரலி) அவர்கள் பிறந்தனர்.

உமர் அவர்களின் மகளார், பத்ருப் போரில் விதவையாகி விட்ட ஹப்ஸா நாச்சியாரை இதே வருடத்தில் பெருமானார் அவர்கள் திருமணம் செய்து கொண்டார்கள்.

இவ்வருடத்தில் பெருமானார் அவர்களின் மகளார் உம்மு குல்தூம் அம்மையாரை உதுமான் அவர்கள் திருமணம் செய்து கொண்டார்கள்.

97. நயவஞ்சகச் செயல்

அரேபியாவில் சில கோத்திரங்களைத் தவிர, ஏனையவை இஸ்லாத்துக்கு விரோதமாகவே இருந்தன.

விக்கிரக வழிபாட்டைத் தங்கள் மதமாக கொண்டிருந்த அரேபியர்களிடம் அதை அகற்றி ஏக இறை வணக்கத்தை நிலை நிறுத்த இஸ்லாம் பாடுபட்டது. அதுவே அவர்களுடைய விரோதத்துக்கு முதல் காரணம்.

எந்தச் சட்ட,திட்டத்துக்கும் உட்படாமல், அன்னியர் பொருட்களை அபகரித்தும், காலம் முழுதும் தீய வழிகளிலேயே கழித்தும் வாழ்ந்த அவர்களுடைய வாழ்க்கையைக் கண்டித்து, தீய வழக்கங்களை முற்றிலும் கை விடும்படி இஸ்லாம் அறிவுறுத்தியது. அது அவர்களுடைய விரோதத்துக்கு மற்றொரு காரணம்.

பத்ருச் சண்டையில், முஸ்லிம்கள் அடைந்த வெற்றியினால் அரேபியர்கள் திகில் அடைந்து, தங்களுடைய விரோதத்தை வெளியே காட்டாமல் இருந்தனர்.

உஹத் சண்டையில் முஸ்லிம்கள் கஷ்டமும், நஷ்டமும் அடைந்ததால், அரேபியர்களுக்குப் பயம் நீங்கிற்று.

அந்த ஒவ்வொரு கூட்டத்தினரும், முஸ்லிம்களைத் தாக்க முற்பட்டார்கள். அதனால் சிறு சிறு சண்டைகள் பல அந்த வருடத்தில் உண்டாயின.

அவ்வருடம் ஸபர் மாதத்தில், பனூ ஆமீர் கோத்திரத்தின் தலைவரான அபூ பரா என்பவர், நாயகத்திடம் தங்கள் வகுப்பினர்களை இஸ்லாத்துக்கு அழைப்பதற்காக முஸ்லிம் பிரச்சாரகர்கள் சிலரைத் தம்மோடு அனுப்பி வைக்குமாறு கேட்டுக் கொண்டார்.

அவர் அழைக்கும் பகுதியில், முஸ்லிம் விரோதிகள் அதிகமாயிருந்ததால், அங்கே பிரச்சாரகர்களை அனுப்பி வைக்கப் பெருமானார் அவர்கள் முதலில் சம்மதிக்கவில்லை. ஆனால், அவர்களுக்குத் தாம் பொறுப்பாக இருப்பதாக அந்தத் தலைவர் உறுதி அளித்தார். அதன்பின், தன்னலமற்ற எழுபது அன்சாரிச் சீலர்களை அவருடன் அனுப்பிவைத்தார்கள்.

பனூ ஆமீர் கோத்திரத்தார் வாழும் ஊருக்கு அருகில் முஸ்லிம்கள் போய்ச் சேர்ந்ததும், அங்கேயே நின்று கொண்டார்கள்.

ஊர்த் தலைவருக்குப் பெருமானார் அவர்கள் எழுதிய கடிதத்தைக் கொடுத்து வருமாறு தங்களில் ஒருவரை ஊருக்குள் அனுப்பினார்கள். கடிதத்தைக் கொண்டு போய்க் கொடுத்தவரை, அவர் கொன்று விட்டதோடு, சுற்றிலும் உள்ள கூட்டத்தார்களை, முஸ்லிம்களோடு சண்டை செய்யுமாறு தூண்டி விட்டார். அவர்கள் எல்லோரும் சேர்ந்து ஊருக்கு வெளியே இருந்த முஸ்லிம்களைச் சூழ்ந்து கொண்டு அம்ரு இப்னு உமையா என்பவரை மட்டும் விட்டு விட்டு மற்றவர்களைத் தாக்கிக் கொன்று விட்டனர்.

"என் தாய் ஒரு அடிமையை விடுதலை செய்வதாக உறுதி மேற்கொண்டிருந்தார். அதற்காகவே, உன்னை விடுவிக்கிறேன்" என்று அம்ரு இப்னு உமையாவிடம் கூறி, அவருடைய தலை மயிரைக் கத்தரித்து அனுப்பி விட்டார்.

கொல்லப்பட்டவர்களுக்கு மத்தியில், பிரக்ஞையற்றிருந்த மற்றொரு முஸ்லிமும் உயிர் தப்பினார். அவருக்குப் பிரக்ஞை வந்ததும் மதீனாவுக்குத் திரும்பினார்.

இந்த நிகழ்ச்சியை அறிந்த பெருமானார் அவர்கள் அளவற்ற வருத்தம் அடைந்தார்கள். அம்ரு இப்னு உமையா மதீனாவுக்குத் திரும்பி வரும் வழியில் பனு ஆமீர் கூட்டத்தைச் சேர்ந்த இருவரைச் சந்தித்தார். அந்தக் கூட்டத்தினர், முஸ்லிம்களுக்கு இழைத்த கொடுமை அவர் மனத்தை ஊடுருவியது. அதனால் அவ்விருவரையும் கொன்று விட்டார்.

ஆனால், கொல்லப்பட்ட இருவருக்கும், பெருமானார் அவர்கள் ஏற்கனவே அபயப் பத்திரம் எழுதிக் கொடுத்திருந்தார்கள். இவ்விஷயம் அம்ருஇப்னு உமையாவுக்குத் தெரியாது. இந்த நிகழ்ச்சியைப் பெருமானார் அவர்களிடம் தெரிவித்ததும், அவர்கள் மிகுந்த வருத்தம் அடைந்ததோடு, கொல்லப்பட்ட இருவருடைய குடும்பத்தாருக்கும் நஷ்ட ஈட்டுத் தொகை அளித்தார்கள்.

98. உயிர் இழந்த உத்தமர்கள்

மற்ற இரு கூட்டத்தினர் முன் போலவே, பெருமானார் அவர்களிடம் வந்து தங்கள் கூட்டத்தார் இஸ்லாத்தைத் தழுவி இருப்பதாகவும், அவர்களுக்கு மார்க்க சம்பந்தமான விஷயங்களைப் போதிப்பதற்காகச் சிலரை அனுப்ப வேண்டும் என்று கேட்டுக் கொண்டார்கள்.

அவர்களின் வேண்டுகோளின்படி, ஆஸிம் இப்னு தாபித் உட்பட ஆறு பேரை பெருமானார் அவர்கள் அனுப்பி வைத்தார்கள்.

அவர்கள் அர்ரஜீஃ என்னும் இடம் போய்ச் சேர்ந்ததும், அவர்களை அழைத்துக் கொண்டு சென்றவர்கள், பக்கத்திலுள்ள வேறு ஒரு கூட்டத்தாரைத் தூண்டிவிட்டு, முஸ்லிம்களைத் தாக்கிக் கொல்லும்படிச் செய்தார்கள். அவர்கள் இருநூறு பேர் ஆயுதங்களுடன் தாக்குவதற்கு வந்தனர். முஸ்லிம்கள் அறுவரும், அருகிலிருந்த ஒரு குன்றின் மீது ஏறிக் கொண்டார்கள்.

“நீங்கள் கீழே இறங்கி வந்தால், உங்களை நாங்கள் பாதுகாப்போம்'' என்றார்கள் அந்தக் கூட்டத்தாரில் அம்பு எய்வோர்.

முஸ்லிம்களின் தலைவர் ஆஸிம் அதற்கு, “விசுவாசமற்றவர்கள் ஆதரவில் வர மாட்டோம்'' என்று பதில் அளித்துக் கீழே இறங்கி, சண்டை செய்து வீர மரணம் அடைந்தனர்.

குன்றின் மீது மீதி இருவர் மட்டும் இருந்தனர். அவர்கள் பகைவர் பேச்சை நம்பி கீழே இறங்கி வந்தனர். அவர்களைச் சிறைப்படுத்தி மக்காவுக்குக் கொண்டு போய் அடிமைகளாக விற்றுவிட்டனர். அந்த இருவரில் ஒருவர் குபைப், மற்றொருவர் ஸைத்.

மேற்படி இருவரும்,பத்ருப் போரின் போது மக்காவாசியான ஹாரித் இப்னு ஆமீரைக் கொன்றதற்குப் பழி வாங்கும் நோக்கத்தோடு, ஹாரிதின் மக்கள் அவர்களை விலைக்கு வாங்கி, கொஞ்ச நாள் வைத்திருந்து, பிறகு கஃபாவின் எல்லையைக் கடந்து வெளியே கொண்டு போய் வதைத்துக் கொன்று விட்டனர். அந்த இருவரில் ஒருவரான குபைப் வெட்டப்படுவதற்கு முன்னர் இரண்டு முறை தொழுகைக்கு அனுமதி கேட்டார். தொழுகை நிறைவேறியதும், எதிரிகளை நோக்கி, “வெகு நேரம் வரை, தொழ எனக்கு விருப்பம் உண்டு. ஆனால் நான் மரணத்துக்குப் பயந்து அவ்வாறு செய்தேன் என்று நீங்கள் நினைத்து விடக் கூடும். ஆதலால், வெகுநேரம் தொழவில்லை'' என்று கூறி விட்டு, அரபியில் ஒரு கவிதை

பாடினார். அதன் கருத்து: “இஸ்லாத்துக்காக நான் வெட்டப்படும் போது, எவ்வாறு வெட்டப்படுவேன் என்ற கவலை எனக்கு இல்லை. நான் வெட்டப்படுவது ஆண்டவனுக்காகவே. அவன் விரும்பினால் என்னுடைய உடலின் ஒவ்வொரு சிறிய பகுதிக்கும், நல்லருளை இறக்கலாம்”

மற்றொருவரான ஸைதை விலைக்கு வாங்கியிருந்த ஸப்வான் என்பவர் அவரைச் சிரச்சேதம் செய்வதற்கு ஒரு நாள் குறிப்பிட்டு, இந்த நாளில் குறைஷிகள் எல்லோரையும் வருமாறு சொல்லியிருந்தார். அதைக் காண்பதற்காக எல்லோரும் வந்து கூடினார்கள். அவர்களில் அபூஸுஃப்யானும் ஒருவர்.

அப்பொழுது ஸைதைப் பார்த்து, “இந்த நேரத்தில் உமக்குப் பதிலாக, முஹம்மதை வெட்டுவதாயிருந்தால், அதை உம்முடைய நல்வாய்ப்பாக நீர் கருத மாட்டீரா? உண்மையைக் கூறும்” என்று கேட்டார் அபூஸுஃப்யான்.

அதற்கு, “நபிகள் பெருமானார் (ஸல்) அவர்களின் பாதங்களில் முள் தைப்பதனால், என் உயிர் பாதுகாக்கப்படும் என்ற போதிலும், அவர்கள் பாதங்களில் முள் தைப்பதை விட, என் உயிரைப் பலி கொடுக்கவே நான் மனப்பூர்வமாகத் தயாராயிருப்பேன் என்பதை ஆண்டவன் சத்தியமாக நான் கூறுகிறேன்” என்றார் ஸைத்.

அதைக் கேட்ட அபூஸுஃப்யான், “முஹம்மதை அவரைச் சேர்ந்தவர்கள் எவ்வளவு உண்மையான அன்போடு நேசித்து வருகிறார்களோ, அவ்வளவு அன்போடு வேறு எவரையும் அவருடைய தோழர்கள் நேசித்து வந்திருப்பதை நான் பார்த்ததில்லை” என்று கூறி வியப்படைந்தார்.

அதன்பின் ஸைதை வெட்டிக் கொன்று விட்டனர்.

99. யூதர்கள் செய்த தீங்குகள்

பெருமானார் அவர்கள் மதீனாவுக்கு வருமுன்னர், யூதர்களின் செல்வாக்கு அங்கே அதிகமாயிருந்தது.

யூதர்களில் பனூ கைனுகா, பனூ நலிர், பனூ குறைலா என்னும் மூன்று கூட்டத்தினரே முக்கியமானவர்கள். அவர்களே நிலப் பிரபுகளாகவும், செல்வந்தர்களாகவும் இருந்தார்கள். வியாபாரமும், கைத்தொழிலும் அவர்களிடமே இருந்தன.

யூதர்களுள் பனூ கைனுகா கூட்டத்தார் நகை செய்யும் தொழிலை மேற்கொண்டிருந்தனர். வீரத்திலும் அவர்கள் சிறந்து விளங்கினார்கள். அவர்களிடம் ஏராளமான யுத்தத் தளவாடங்கள் இருந்தன.

யூதர்களுக்குச் செல்வம், கல்வி, மதம் ஆகியவற்றிலும் செல்வாக்கு இருந்தது. அதனால் அவர்கள் பெருமைப்பட்டுக் கொண்டிருந்தார்கள்.

மதீனா வாசிகளில் மற்ற இரு பிரிவினரான ஔஸ், கஸ்ரஜ் என்னும் கூட்டத்தினர் கல்வி அறிவு இல்லாதவர்களாகவும், விக்கிரக வணக்கத்தில் ஈடுபட்டவர்களாகவும் இருந்தனர். அவர்களுக்குள் அடிக்கடி உண்டான சச்சரவு காரணமாக நலிவடைந்து, யூதர்களின் ஆதிக்கத்திற்கு உட்பட்டிருந்தனர்.

யூதர்களிடம் அவர்கள் கடன் வாங்கிக் கொள்வார்கள். மதீனா வாசிகளில் பெரும்பான்மையோர் யூதர்களுக்குக் கடன் பட்டவர்களாகவே இருந்தனர்.

யூதர்கள் கடன் கொடுத்தால், கடுமையான நிபந்தனைகளை விதிப்பார்கள். கடனுக்கு ஆதாரமாகப் பெண்களையும் பிள்ளைகளையும் ஈடு வைக்கும்படிச் சொல்லுவார்கள். செல்வச் செருக்கினால் விபச்சாரம் முதலிய தீய செய்கைகள் யூதர்களிடம் மிகுதியாயிருந்தன. அவர்களைக் கண்டிப்பார் எவரும் இல்லை.

நிலைமை இவ்வாறு இருக்கும் போது, பெருமானார் அவர்கள் மதீனாவுக்கு வந்தார்கள். ஔஸ், கஸ்ரஜ் என்னும் இரு கூட்டத்தினர் இஸ்லாத்தைத் தழுவினார்கள்; இவர்கள்தாம் அன்ஸாரிகள்-உதவி செய்தவர்கள் என்று அழைக்கப்பட்டனர்.

இஸ்லாம் நாளுக்கு நாள் வளர்ந்து ஓங்கிச் சிறப்படைந்தது.

யூத மதத்திலிருந்த மதிப்பு மக்களுக்குக் குறையத் தொடங்கியது.

ஔஸ், கஸ்ரஜ் கூட்டத்தார் முஸ்லீம்களான பிற்கு, மிக ஒற்றுமையுடன் இருந்தார்கள்.

யூதர்கள் முன் போலக் கொடுமையான காரியங்கள் செய்ய இயலாதவர்களானார்கள்.

போர்களின் மூலமாக அன்ஸாரிகளுக்கு நிறையப் பொருள்கள் கிடைத்தன. அதைக் கொண்டு யூதர்களின் கடனைத் தீர்த்து, அவர்களுடைய கொடுமையிலிருந்து விடுபெற்றார்கள். அதனாலும், யூதர்களுடைய செல்வாக்குக் குறையத் தொடங்கிற்று.

மேலும், பெருமானார் அவர்கள் யூதர்களிடமுள்ள குறைகளை எடுத்துக் காட்டி, அவர்களைக் கண்டித்து போதனை செய்து வந்தார்கள்.

அதுவும் யூதர்களுக்குப் பெருமானாரின் மீது வருத்தத்தை ஏற்படுத்தியது.

ஆனால், பெருமானார் அவர்களுடன் முன்னர் செய்து கொண்ட உடன்படிக்கையை அனுசரித்து, சில காலம் வரை யூதர்கள் விரோதத்தையும், வெறுப்பையும் வெளிக்காட்டாதவாறு இருந்தார்கள்.

பின்னர், பெருமானார் அவர்களுக்கும், மற்ற முஸ்லிம்களுக்கும் யூதர்கள் பலவாறு இடையூறு உண்டாக்க முற்பட்டார்கள்.

ஆனால், நாயகம் அவர்கள் அவற்றை எல்லாம் பொருட்படுத்தாமல், ஆண்டவனுடைய கட்டளையை ஏற்றுப் பொறுமையுடன் இருந்தார்கள்.

இஸ்லாத்தின் கௌரவத்தைக் குறைப்பதற்காக, யூதர்கள் பல சூழ்ச்சிகளை மேற்கொண்டார்கள். விக்கிரக வழிபாட்டுக்காரர்களிடம் யூதர்கள் சென்று "உங்களுடைய மதமே இஸ்லாத்தைவிட மேலானது" என்று சொல்லுவார்கள்.

இஸ்லாம் உண்மையான மதம் அல்ல என்றும், அதைத் தழுவியவர்களுக்கு அம்மதத்தில் நிலையான பற்று இருக்காது என்பதை வெளிப்படுத்த வேண்டும் என்ற கெட்ட எண்ணத்தோடும் யூதர்கள் இஸ்லாத்தில் சேர்ந்து, மறுபடியும் யூத மதத்தில் சேர்ந்து கொள்வார்கள்.

ஔஸ், கஸ்ரஜ் என்னும் அன்ஸாரிகளின் ஒற்றுமையே இஸ்லாத்தின் வலிமைக்கு முக்கியக் காரணம் என்பதை அறிந்து, அவர்களுக்குள் பிரிவினையை உண்டாக்கி விட்டால், இஸ்லாம் நசுங்கிவிடும் என்று அவர்கள் கருதினார்கள்.

அரபி தேசத்தில் பகையை மூட்டி விடுவது மிகவும் எளிதானது.

ஒரு சமயம், மேற்படி இரு கூட்டத்தினரும், வேறு சிலருடன் கூடி ஓர் இடத்தில் பேசிக் கொண்டிருந்தார்கள். அவர்களுக்குள் பிரிவினையை உண்டாக்குவதற்காக, சில யூதர்கள்

அங்கே சென்றார்கள். ஔஸ், கஸ்ரஜ் கூட்டத்தினர் நலிவடைவதற்கு முக்கியக் காரணமாயிருந்த உஹதுப் போர் பற்றி யூதர்கள் மெதுவாகப் பேசத் தொடங்கினார்கள். அதனால் அக்கூட்டத்தினருக்குப் பழைய நிகழ்ச்சி நினைவுக்கு வந்து, அவர்களுக்குள் வாக்குவாதம் முற்றி விட்டது. சண்டையே மூண்டு விடும் போல் இருந்தது. ஆனால், பெருமானார் அவர்களுக்கு இச்செய்தி தெரிந்து உடனே அங்கே சென்று அவர்களைச் சமாதானப்படுத்தி வைத்தார்கள்.

100. மதீனாவிலிருந்து யூதர்கள் ஓட்டம்

பத்ருப் போரில் முஸ்லிம்களுக்குக் கிடைத்த வெற்றியானது யூதர்களுக்கு அச்சத்தை விளைவித்தது.

இஸ்லாம் வலுவாக வேரூன்றி விடு முன், அதை நசுக்கி விட வேண்டும் என்ற கெட்ட எண்ணம் யூதர்களுக்கு ஏற்பட்டு விட்டது.

அதனால், முஸ்லிம்களுடன் ஏற்கனவே செய்து கொண்ட உடன்படிக்கையை மீறிச் சண்டை செய்யப் போவதாக கைனுகா கூட்டத்தினர் அறிவித்தார்கள்.

அத்துடன் தற்செயலாக நிகழ்ந்த மற்றொரு நிகழ்ச்சியும் பகையைத் துரிதப்படுத்துவதற்குக் காரணமாய் அமைந்தது.

ஒரு நாள், முஸ்லிம் பெண் ஒருவர் சாமான்கள் வாங்குவதற்காக கைனுகா கூட்டத்தைச் சேர்ந்த யூதருடைய நகைக் கடைக்குச் சென்றார். அப்போது அங்கே கூடியிருந்த யூதர்கள் சிலர், அந்தப் பெண்ணின் ஆடையின் ஒரு முனையை அவள் அறியாது, ஓர் ஆணியில் மாட்டி விட்டனர். அதனால் அப்பெண் எழுந்த போது ஆடை அவிழ்ந்து விட்டது. அப்பொழுது அவ்வழியாகப் போய்க் கொண்டிருந்த முஸ்லிம் ஒருவர், அந்தக் கடைக்குப் போய் யூதனை அடித்தார். அவன் கீழே விழவும், அங்கிருந்த யூதர்கள் எல்லோரும் கூடி அந்த முஸ்லிமைக் கொன்று விட்டனர்.

இந்தச் செய்தியை பெருமானார் அவர்கள் அறிந்தார்கள். உடனே அங்கே போய் "ஆண்டவனுக்குப் பயப்படுங்கள். அவ்வாறு பயப்படாவிடில், பத்ரில் உள்ளவர்களுக்கு வந்ததைப் போல் உங்கள் மீதும் துன்பம் வந்து இறங்கும்" என்று எச்சரித்தார்கள்.

யூதர்கள் உடனே பெருமானரிடம் "நாங்கள் குறைஷிகள் அல்லர்: எங்களுடன் போர் புரிவதாயிருந்தால், போர் வீரர்கள் என்றால், உண்மையில் யார் என்பதை உங்களுக்குக் காண்பிப்போம்" என்று சொன்னார்கள்.

அதோடு மட்டுமன்றி, உடன்படிக்கைக்கு விரோதமாக முஸ்லிம்களுடன் சண்டை செய்யப் போவதாகவும் அறிவித்தார்கள்.

ஆகவே, பெருமானார் அவர்களுக்கு, அவர்களுடன் சண்டை செய்ய வேண்டிய நிலைமை உண்டாயிற்று.

முஸ்லிம்கள் கைனுகா யூதர்களின் கோட்டைகளை முற்றுகை இட்டார்கள்.

பதினைந்து நாட்களுக்குப் பிறகு, பெருமானார் அவர்கள் செய்யும் தீர்ப்பை ஏற்றுக் கொள்வதாக யூதர்கள் சொல்லி அனுப்பினார்கள். முஸ்லிம்கள் அனைவரும், யூதர்களைக் கொன்று விட வேண்டும் என்ற ஆவேசத்தோடு இருந்தார்கள்.

ஆனால், யூதர்களோடு இரகசிய உடன்படிக்கை செய்து கொண்டிருந்த அப்துல்லாஹ் இப்னு உபை, பெருமானாரிடம் வந்து யூதர்களை மதீனாவை விட்டு வெளியேற்றினால் போதுமானது என்று வேண்டிக் கொண்டார்.

பெருமானார் அவர்கள் அதற்குச் சம்மதித்தார்கள். கைனுகா கூட்டத்தார் மதீனாவை விட்டு வெளியேறி, ஷாம் மாநிலத்தில் போய்க் குடியேறினார்கள். அவர்கள் மொத்தம் எழுநூறு பேர்கள். அவர்களில் முந்நூறு பேர்கள் கவசம் தரித்தவர்கள்.

இது ஹீஜ்ரீ இரண்டாவது வருடம் ஷவ்வால் மாதத்தில் நடந்த நிகழ்ச்சியாகும்.

101. கொலை செய்யச் சதி

யூதர்களுள் ஒரு பிரிவினரான பனூ நலீர் கூட்டத்தார் முஸ்லிம்களுக்கு விரோதமாகக் கிளம்பினார்கள்.

அவர்களுக்கும், முஸ்லிம்களுக்கும் நட்புறவு உடன்படிக்கை முன்னர் ஏற்பட்டிருந்தது. அந்த உடன்படிக்கையின் படி, நஷ்டஈடு சம்பந்தமாக அவர்களும், முஸ்லிம்களுக்கு உதவி புரிய வேண்டியிருந்தது. அதைக் கேட்பதற்காகப் பெருமானார் அவர்கள், பனூ நலீர் கூட்டத்தாரிடம் சென்றார்கள். ஆரம்பத்தில் அந்தக் கூட்டத்தார் உதவி செய்வதாகப் பாவனை செய்தார்கள். ஆனால் பெருமானாரின் உயிருக்கு ஆபத்து விளைவிக்க மறைமுகமாகச் சதி செய்திருந்தார்கள்.

பெருமானார் அவர்கள் ஒரு சுவரின் பக்கமாக உட்கார்ந்திருந்தார்கள். அந்தச் சுவரின் மேல் ஒரு பெரிய கல் வைக்கப்பட்டிருந்தது. அதைப் பெருமானார் அவர்களின் மீது தள்ளி விடுவதற்காக, ஒரு யூதர் மாடிக்குச் சென்றார். அந்தக் கல்லைத் தள்ள முயன்றும், அவருடைய நோக்கம் நிறைவேறவில்லை. பெருமானார் அவர்களுக்கு உதிப்பாக இச்செய்தி தெரிந்ததும் அங்கு இருந்து திரும்பி விட்டார்கள்.

101. கொலை செய்யச் சதி

யூதர்களுள் ஒரு பிரிவினரான பனூ நலீர் கூட்டத்தார் முஸ்லிம்களுக்கு விரோதமாகக் கிளம்பினார்கள்.

அவர்களுக்கும், முஸ்லிம்களுக்கும் நட்புறவு உடன்படிக்கை முன்னர் ஏற்பட்டிருந்தது. அந்த உடன்படிக்கையின் படி, நஷ்டஈடு சம்பந்தமாக அவர்களும், முஸ்லிம்களுக்கு உதவி புரிய வேண்டியிருந்தது. அதைக் கேட்பதற்காகப் பெருமானார் அவர்கள், பனூ நலீர் கூட்டத்தாரிடம் சென்றார்கள். ஆரம்பத்தில் அந்தக் கூட்டத்தார் உதவி செய்வதாகப் பாவனை செய்தார்கள். ஆனால் பெருமானாரின் உயிருக்கு ஆபத்து விளைவிக்க மறைமுகமாகச் சதி செய்திருந்தார்கள்.

பெருமானார் அவர்கள் ஒரு சுவரின் பக்கமாக உட்கார்ந்திருந்தார்கள். அந்தச் சுவரின் மேல் ஒரு பெரிய கல் வைக்கப்பட்டிருந்தது. அதைப் பெருமானார் அவர்களின் மீது தள்ளி விடுவதற்காக, ஒரு யூதர் மாடிக்குச் சென்றார். அந்தக் கல்லைத் தள்ள முயன்றும், அவருடைய நோக்கம் நிறைவேறவில்லை. பெருமானார் அவர்களுக்கு உதிப்பாக இச்செய்தி தெரிந்ததும் அங்கு இருந்து திரும்பி விட்டார்கள்.

102. யூதர்களின் சூழ்ச்சி

பெருமானார் அவர்களை விரோதிக்குமாறு, மக்காவிலுள்ள குறைஷிகள் மதீனாவிலுள்ள யூதர்களுக்குக் கடிதம் எழுதியிருந்தார்கள்.

பனூ நலீர் கூட்டத்தினர் ஏற்கனவே, முஸ்லிம்களுக்குப் பகைவர்களாயிருந்து வந்தார்கள். குறைஷிகளின் கடிதம் கிடைத்ததிலிருந்து மேலும் பகிரங்கமாக விரோதத்தைக் காட்டத் தொடங்கினார்கள்.

பெருமானார் அவர்களுக்கு யூதர்கள் ஒரு தூது அனுப்பினார்கள். அதாவது, "முஸ்லிம்களில் முப்பது பேரை, யூதர்கள் குறிப்பிடக் கூடிய இடத்துக்குக் கூட்டிக் கொண்டு வருமாறும், தாங்களும் தங்களுடைய மதகுருமார்களைக் கூட்டிக் கொண்டு அங்கு வருவதாகவும், அவர்களுக்குப் பெருமானார் அவர்கள் சமய போதனை செய்ய வேண்டும் என்றும், அந்தப் போதனையினால், மத குருமார்கள் மனம் மாறி, முஸ்லிம்கள் ஆவதானால், தங்கள் கூட்டத்தார் அனைவருமே அதைப் பின்பற்றுவதில் ஆட்சேபணை இல்லை" என்றும் சொல்லி அனுப்பினார்கள்.

ஆனால், பெருமானார் யூதர்களின் வார்த்தைகளை நம்ப முடியாது என்றும், புதிய உடன்படிக்கை ஒன்று செய்து கொள்ள வேண்டும் என்றும் சொல்லி அனுப்பினார்கள்.

பனூ நலீர் கூட்டத்தார் அதற்குச் சம்மதிக்கவில்லை.

அவர்களில் பனூ குறைலா கூட்டத்தார் மட்டும் முஸ்லிம்களுடன் செய்து கொண்ட பழைய உடன்படிக்கையைப் புதுப்பித்துக் கொண்டார்கள்.

பனூ நலீர் கூட்டத்தார் இரண்டாவது தடவையும் பெருமானார் அவர்களுக்கு ஒரு தூது அனுப்பினார்கள்.

அதாவது தங்களுக்கு இஸ்லாத்தைப் போதிப்பதற்காக, முஸ்லிம்களில் மூன்று பேரையாவது கூட்டிக் கொண்டு வர வேண்டும் என்றும், தாங்களும் தங்களுடைய மதகுருக்கள் மூவரைக் கூட்டிக் கொண்டு வருவதாகவும், அந்த மத குருக்கள் இஸ்லாத்தைத் தழுவுவதாயிருந்தால், தாங்களும் அவ்வாறே செய்வதாயும் சொல்லி அனுப்பினார்கள்.

பெருமானார் அவர்களும் அதற்குச் சம்மதித்துச் சென்ற போது அவர்களின் உயிருக்கே ஆபத்து விளைவிக்க யூதர்கள் சூழ்ச்சி செய்திருக்கிறார்கள் என உறுதியான செய்தி கிடைத்ததால், உடனே திரும்பி விட்டார்கள்.

103. மதீனாவிலிருந்து யூதர்கள் வெளியேறுதல்

பனூ நலீர் கூட்டத்தினருக்குப் பலமான கோட்டைகள் இருந்ததாலும், அவர்களுக்கு உதவி செய்வதாக, "முனாபிகூன்" என்ற நயவஞ்சகர்கள் வாக்குறுதி அளித்திருந்ததாலும், அவர்கள் முஸ்லிம்களுக்குத் தீங்கு செய்யத் துணிந்திருந்தார்கள்.

அவர்கள் ஓயாது, முஸ்லிம்களுக்குத் தொல்லை கொடுத்துக் கொண்டிருந்தார்கள். பெருமானார் அவர்களின் உயிருக்கும் ஆபத்து உண்டாக்க இரகசியமாகச் சூழ்ச்சி செய்து வந்தார்கள்.

அவர்களை அடக்க வேண்டும் என்ற நோக்கத்தோடு பெருமானார் சில தோழர்களுடன் சென்று, அவர்களுடைய கோட்டைகளை முற்றுகை இட்டார்கள். பதினைந்து மாதங்கள் வரை முற்றுகை நீடித்தது.

பனூ நலீர் கூட்டத்தார் தப்புவதற்கு வழி இல்லாததால், பெருமானாரிடம் ஒரு தூது அனுப்பினார்கள். அதாவது மதீனாவை விட்டுத் தாங்கள் வெளிநாட்டுக்குப் போய் விடுவதாகவும், ஆனால் தங்கள் ஒட்டகைகள் சுமக்கும் அளவுக்குப் பொருள்களை மட்டும் எடுத்துச் செல்வதற்கு அனுமதி தர வேண்டும் என்று சொல்லி அனுப்பினர்.

அதற்குப் பெருமானார் அவர்கள் சம்மதம் அளித்தார்கள்.

பனூ நலீர் கூட்டத்தினர் ஏராளமான பொருட்களையும் வீட்டுக் கதவுகளைக் கூடப் பெயர்த்து எடுத்துக் கொண்டும், வெளியேறி சிலர் கைபரிலும், சிலர் ஸிரியாவிலும் சென்று குடியேறினார்கள். அவர்கள் போகும் போது சிறிது கூட வருத்தமின்றி மகிழ்ச்சியோடும், வாத்தியங்களை முழங்கிக் கொண்டும் சென்றார்கள்.

கைபரில் செல்வாக்குப் பெற்ற அவர்களே தலைமை இடத்தைப் பெற்றனர்.

104. பகைவர்களின் கூட்டு முயற்சி

யூதர்களும், குறைஷிகளும் ஒன்று சேர்ந்து மக்காவுக்கும், மதீனாவுக்கும் மத்தியிலுள்ள நாடுகள் அனைத்தையும் இஸ்லாத்துக்கு விரோதமாகச் சண்டை செய்யுமாறு தூண்டி விட்டுக் கொண்டிருந்தார்கள்.

அதனால் பல கூட்டத்தார் ஒன்று சேர்ந்தும், தனியாகவும் மதீனாவைத் தாக்கத் தயாரானார்கள்.

ஒன்றிரண்டு கூட்டத்தார் தாக்குவதற்கான ஆயத்தத்தோடு புறப்படும் சமயம், பெருமானார் அவர்களுக்குச் செய்தி எட்டியது. அவர்கள் படைகளைத் தயார் செய்து கொண்டு, எதிரே செல்ல முற்பட்டார்கள். அதைக் கண்ட அந்தக் கூட்டத்தார் ஓடி மறைந்து கொண்டார்கள்.

ஹிஜ்ரீ ஆறாம் ஆண்டு ஷஅபான் மாதம் மதீனாவுக்கு இருநூறு மைல் தொலைவிலுள்ள முரீஸீ என்னும் ஊரில், பனூ முஸ்தலிக் என்னும் கூட்டத்தின் தலைவரான அல் ஹாரிதுப்னு அபீலிரார் என்பவர் மதீனாவைத் தாக்குவதற்காக ஆயத்தம் செய்து கொண்டிருந்தார். இது பெருமானார் அவர்களுக்குத் தெரிந்தது. அந்தச் செய்தி உண்மையே என்று மற்றொரு உளவாளி மூலமாகவும் நிச்சயப்படுத்திக் கொண்டார்கள்.

அக்கூட்டத்தின் தலைவர் தங்களைத் தாக்க புறப்படுவதற்கு முன்னரே, அவரைத் தடுத்து நிறுத்த வேண்டும் என்ற நோக்கத்தோடு பெருமானார் அவர்கள் முஸ்லிம் படைகளை நடத்தி அவ்வூருக்குச் சென்றார்கள். முஸ்லிம் படை வந்த தகவல் தெரிந்ததும், ஹாரிதின் சேனைகளில் பலர் பல பக்கங்களிலும் சிதறி ஓடி விட்டனர். ஹாரிதும் தம் ஊரை விட்டு, வெளியேறி, ஒளிந்து கொண்டார். ஆனால், அவ்வூர் மக்கள் ஒன்று சேர்ந்து அணி வகுத்து நின்று கொண்டு, வெகு நேரம் வரை முஸ்லிம் படையின் மீது அம்புகளை எய்து கொண்டிருந்தனர். முஸ்லிம் படையினரும் சளைக்காமல், அவர்களைத் தாக்கிக் கொண்டிருந்தனர்.

இறுதியாக, பனூ முஸ்தலிக் கூட்டத்தார் தோல்வியுற்றனர்.

இச்சண்டையில், அக்கூட்டத்தாரில் பத்துப் பேர் வரை கொல்லப்பட்டனர். அறுநூறு பேர் வரை சிறைப்படுத்தப்பட்டனர். இரண்டாயிரம் ஒட்டகங்களும், ஐயாயிரம் ஆடுகளும் முஸ்லிம் படையினர் வசமாயின.

சிறைப் பிடிக்கப்பட்டவர்களுள் ஹாரிதின் மகள் ஜுவைரிய்யா என்னும் பெண்மணியும் ஒருவராவர்.

அந்தச் செய்தி அறிந்ததும், அவருடைய தந்தை ஹாரித் பெருமானார் அவர்கள் முன்னிலையில் வந்து "என் மகளைச் சிறைப் படுத்தி வைத்திருப்பது தகுதியானதல்ல. நான் மிகவும் கண்ணியமான குடும்பத்தைச் சேர்ந்தவன். ஆகையால், அவளை விடுவித்து விட வேண்டும்" என்று வேண்டிக் கொண்டார்.

பெருமானார் அவர்கள் அதற்கு, "ஜுவைரிய்யாவின் கருத்துப் படியே விட்டுவிடுவது நல்லது அல்லவா?" என்று சொன்னார்கள்.

உடனே ஹாரித் தம் மகளிடம் சென்று, "முஹம்மது உன்னுடைய கருத்துப்படி விட்டிருக்கிறார். என் கௌரவத்துக்கு இழுக்கு நேரிடாமல், நீ நடந்து கொள்ள வேண்டும்" என்று கூறினார்.

அதற்கு ஜுவைரிய்யா, "நபி பெருமானார் அவர்களின் தொண்டிலேயே இருக்க விரும்புகிறேன்" என்று கூறி விட்டார்.

அதன்பின், அந்தப் பெண்மணியைப் பெருமானார் அவர்கள் திருமணம் செய்து கொண்டார்கள் போரில் சிறைப் பிடித்தவர்களை எல்லாம் படைகளிடம் பிரித்துக் கொடுக்கப் பட்டனர்.

"எந்தக் குடும்பத்தில் பெருமானார் அவர்கள் திருமணம் செய்துள்ளார்களோ, அந்தக் குடும்பத்தார் அடிமைகளாக இருக்கக்கூடாது" என்று கூறி, முஸ்லிம் படைகள் தாங்களாகவே அவர்களை விடுவித்து விட்டார்கள்.

சில நாட்களில் ஹாரிதும் இஸ்லாத்தைத் தழுவினார்கள்.

ooo
ooooo

இப்போர் முடிந்து திரும்பி வரும் பொழுதுதான் முனாபிக்குகள், ஆயிஷாப் பிராட்டியார் அவர்களின் மீது பெரும் பழி ஒன்றைச் சுமத்தினார்கள். அந்த வஞ்சகர்களின் தீய வலையில், முஸ்லிம்களில் நால்வர் சிக்கி, அதை உண்மை என நம்பி விட்டார்கள். ஆனால், பின்னர் விசாரணையில் அது நயவஞ்சகர்களின் கட்டுப்பாடான பொய் என்று வெளியாயிற்று.

அதே சமயத்தில், ஆயிஷாப் பிராட்டியார் அவர்களின் சீலத்தைப் பற்றி பெருமானார் அவர்களுக்கு ஆண்டவன் சமூகத்திலிருந்து அறிவிக்கப்பட்டது.

105. கூட்டு முயற்சியில் தாக்க வருதல்

பனூ நலீர் கூட்டத்தார் கைபரில் குடியேறி, நிலைத்த பின் அவர்கள் முஸ்லிம்களுக்கு விரோமாக சூழ்ச்சிகள் செய்யத் தொடங்கினார்கள்.

அவர்களுடைய தலைவர்கள், மக்கா குறைஷிகளிடம் சென்று, "தங்களுக்கு உதவி புரிய வேண்டும் என்றும், அவ்வாறு செய்வதாயிருந்தால் இஸ்லாத்தை வேரோடு பெயர்த்து விட-லாம்" என்றும் சொன்னார்கள்.

இத்தகைய ஒத்துழைப்புக்காகக் காத்துக் கொண்டிருந்த குறைஷிகள், அவர்கள் கூறிய ஆலோசனையை மகிழ்ச்சியோடு ஒப்புக் கொண்டனர். மதீனாவைத் தாக்குவதற்காகக் குறை-ஷிகள் தயாரானதோடு, சுற்றுப்புறங்களில் உள்ளவர்களையும் தங்களுடன் சேர்த்துக் கொண்-டனர்.

யூதர்களும் தங்களுடன் நட்பாயிருந்த ஒவ்வொரு கூட்டத்தாரையும் சேர்த்துக் கொண்-டார்கள்.

குறைஷிகள், யூதர்களின் படை பலம் மொத்தம் இருபத்து நான்காயிரம் வரை சேர்ந்தது. அந்தப் படைக்கு அபூ ஸூப்யான் தலைவராக ஆனார்.

குறைஷிகள் இருபத்து நான்காயிரம் வீரர்களுடன் மதீனாவைத் தாக்க வரும் செய்தி, பெருமானார் அவர்களுக்குத் தெரிந்தது. உடனே, தோழர்களைக் கூட்டி, ஆலோசனை செய்-தார்கள்.

தோழர்களில் ஸல்மான் பார்ஸி என்ற பார்ஸி தேசத்தார் போர் முறைமையில் திற-மையானவராக இருந்தார்கள். குறைஷிகள் ஏராளமான படையுடன் வருவதால் அவர்க-ளோடு, எண்ணிக்கையில் மிகக் குறைவாயுள்ள முஸ்லிம் படை, சம தளத்தில் எதிரே நின்று சண்டை செய்வது சரியல்ல என்றும், முஸ்லிம் படையை ஒரு பாதுகாப்பான இடத்தில் சேக-ரித்து வைத்து, அதைச் சுற்றிலும் அகழ் தோண்டிக் கொள்ள வேண்டும் என்றும் ஸல்மான் பார்ஸி அவர்கள் ஆலோசனை கூறினார்கள், அதை அனைவரும் ஏற்றனர்.

அகழ் தோண்டுவதற்கு ஏற்பாடாயிற்று.

மதீனா நகரைச் சுற்றி மூன்று புறங்களில் கட்டடங்களும், சிறு குன்றுகளும், தோட்-டங்களும் அமைந்திருந்தன. அம்மூன்று பக்கங்களுக்கும் அவை பாதுகாப்பாக இருந்தன. எனவே திறந்திருந்த ஒரு பகுதியில் அகழ்கள் தோண்டுவதற்குப் பெருமானார் அவர்கள் மூவாயிரம் தோழர்களுடன் சென்றார்கள். அகழின் அளவைப் பெருமானார் அடையாளம் போட்டுக் கொடுத்தார்கள். முப்பதடி சதுரமும், பதினைந்து அடி ஆழமுமான அளவுள்ள அகழைப் பத்துப் பேர் சேர்ந்து, தோண்ட வேண்டும் எனக் கட்டளையிட்டார்கள். மற்-றவர்களுக்குக் கட்டளையிட்டதோடு நிற்கவில்லை. மற்றவர்களால் தோண்டி எடுக்கப்படும் மண்ணைப் பெருமானார் அவர்கள் அள்ளி அப்புறப்படுத்திக் கொண்டும், சில சமயங்களில் அவர்களே தோண்டிக் கொண்டும் இருந்தார்கள்.

களைப்புத் தோன்றாமல் இருப்பதற்காக, அகழ் வெட்டும் தோழர்கள் அரபிக் கவிதையை மிகுந்த உற்சாகத்தோடு பாடிக் கொண்டிருந்தார்கள். அந்தக் கவிதையின் பொருள்:

"ஆண்டவனே! உன் கருணை எங்கள் மீது இல்லாதிருந்தால், நாங்கள் நேரான வழியை அடைந்திருக்க மாட்டோம்; தருமங்கள் செய்திருக்க மாட்டோம்; உன்னை வணங்கியிருக்க மாட்டோம்,

"ஆண்டவனே! எங்களுக்கு நலத்தையே அருள்வாயாக! பகைவர்கள் எங்களுக்கு எதி-ராக வந்தால், எங்களுடைய கால்கள் நிலையாக நிற்குமாறு கருணை புரிவாயாக. பகைவர்-கள் எங்களைத் துன்புறுத்தி, இடையூறுகள் செய்து, எங்களை இஸ்லாத்தை விட்டு விடுமாறு

செய்து விடலாம் என்று நினைக்கிறார்கள். ஆனால், 'நாங்கள் அதை மறுத்து நிற்கிறோம்', 'நாங்கள் அதை மறுத்து நிற்கிறோம்,' 'நாங்கள் அதை மறுத்து நிற்கிறோம்'" என்ற இறுதிச் சொற்களைத் திரும்பத் திரும்ப சொல்லிக் கொண்டே இருப்பார்கள்.

அவர்கள் எல்லோரும் அவ்வாறு பாடிக் கொண்டிருக்கும் போது, பெருமானார் அவர்கள், "ஆண்டவனே! மறுமையில் சுகமாயிருப்பதே உண்மையான சுகம். ஆகையால், அன்சாரிகளுக்கும், முஹாஜரீன்களுக்கும் கருணை காட்டி ஆதரிப்பாயாக!" என்று வேண்டிக் கொள்வார்கள்.

106. வழி காட்டிய ஒளி

பெருமானார் அவர்கள் கட்டளையிடுவார்களானால், அவர்கள் உத்தரவைச் சிரமேற் கொண்டு நிறைவேற்றுவதற்கு எத்தனையோ பேர் ஆவலுடன் காத்துக் கொண்டிருக்கிறார்கள்.

ஆனால், நாயகம் அவர்களோ மற்றவர்களைப் போலவே கடினமான வேலைகளையும் செய்தார்கள். தங்களைப் பின்பற்றுபவர்களுக்கும் அவ்வாறே உழைத்துப் பாடுபட வேண்டும் என்பதைக் காட்டுவதற்கே அவ்வாறு செய்தார்கள். அவர்கள் அரசர்களுக்கெல்லாம் மேலான அரசராக இருந்தது போலவே, உழைத்து வேலை செய்வதிலும் சிறப்பான திறமை வாய்ந்தவர்களாக இருந்தார்கள். அவர்களுடைய வாழ்க்கையில் அதுவும் சிறப்புமிக்க ஒரு பகுதியாக இருந்தது.

தோழர்கள் அகழ் வெட்டிக் கொண்டிருக்கும் போது கடினமான பாறை ஒன்று குறுக்கிட்டது. ஒவ்வொருவராக அதை வெட்டிப் பார்த்தார்கள். ஆனால், அதை உடைக்க இயலவில்லை. அதனால் மனம் தளர்ந்த தோழர்கள் அந்தப் பாறையை விட்டுவிட்டு, வேறு பக்கமாக வெட்டலாம் என்ற எண்ணத்தில், பெருமானார் அவர்களிடம் உத்தரவு கேட்டார்கள். பெருமானார் மற்றவர்களிடமிருந்து குந்தாலியை வாங்கி, அகழுக்குள் இறங்கி நின்று அந்தப் பாறையின் மீது ஓங்கி அடித்தார்கள். உடனே அது பிளந்தது. அப்போது ஓர் ஒளி வீசியது! அதைக் கண்டு, நாயகம் அவர்கள் "அல்லாஹு அக்பர்" என்று சொன்னதும், அங்கிருந்த தோழர்கள் அனைவரும் "அல்லாஹ் அக்பர்" என உரக்க முழங்கினார்கள்.

பெருமானார் அவர்கள் "எனக்கு ஷாம் தேசத்தின் திறவு கோல்கள் கொடுக்கப் பட்டன" என்று கூறி விட்ட, இரண்டாவது முறையும் பாறை அதிகமாகப் பிளவு பட்டது. முன் போலவே அதிலிருந்து ஒளி வீசியது. பெருமானார் அவர்கள், "அல்லாஹு அக்பர்" எனக்குப் பாரசீக நாட்டின் திறவு கோல்கள் கொடுக்கப் பட்டன" என்று கூறினார்கள். மூன்றாவது முறை உடைக்கவும் பாறை பிளவுண்டு, முன் போலவே ஒளி வீசியது. பெருமானார் அவர்கள், "எனக்கு ஏமன் நாட்டின் திறவு கோல்கள் கொடுக்கப் பட்டன" என்று சொன்னார்கள்.

பின்னர் பெருமானார் அவர்கள் கண்ட காட்சியை விளக்கிக் கூறினார்கள்:

"முதலாவதாக, ரோமபுரிச் சக்கரவர்த்தியான கெய்ஸருடைய ஷாம் மாகாணத்திலுள்ள அரண்மனையும், இரண்டாவதாக, மதாயின் என்னும் நகரத்திலுள்ள பார்ஸி தேசத்துச் சக்கரவர்த்தியான கிஸ்ராவின் அரண்மனையும், மூன்றாவதாக, ஏமன் நாட்டுத் தலைநகரான

ஸன் ஆ பட்டணத்தின் அரண்மனையும் காட்டப்பட்டதாகவும், அதே சமயம் ஜிப்ரீல் என்னும் தேவதூதர் வந்து அவர்களைப் பின்பற்றி அந்தத் தேசங்களை ஜெயிப்பார்கள் என்று அறிவித்ததாயும்'' சொன்னார்கள்.

ஆனால் இம் முன்னறிவிப்பு வெளியான சந்தர்ப்பம், முஸ்லிம்களுக்கு மிகவும் நெருக்கடியானதாயிருந்தது குறிப்பிடத் தக்கதாகும்.

107. உடன்படிக்கையைக் கைவிட்ட துரோகிகள்

சண்டைக்குத் தயாரான முஸ்லிம்களோ மூவாயிரம் பேர். மிகவும் குறைவான எண்ணிக்கை.

அவர்களை அழித்து விட வேண்டும் என்ற உறுதியான தீர்மானத்துடன் இருபத்து நான்காயிரம் பேர் அடங்கிய படையானது, மும்முரமான முயற்சியோடு மதீனாவுக்கு மிக அருகில் வந்துவிட்டது.

இத்தகைய இக்கட்டான நிலையில்தான் ஷாம், ஈரான், ஏமன் ஆகிய மாகாணங்களின் ஆட்சி முஸ்லிம்களின் வசமாகும் என்று அறிவிக்கப்பட்டது.

அகழ் வெட்டி முடிந்தது; ஸலஅ என்னும் குன்றைப் படைகளுக்குப் பின்புறமாக வைத்து பெருமானார் அவர்கள் அணி வகுத்தார்கள். பெண்களைப் பாதுகாப்பான கோட்டைகளுக்கு அனுப்பி வைத்தார்கள்.

°°°°°

பனூ குறைலா கூட்டத்தார் முஸ்லிம்களோடு நட்புடன் இருப்பதாகவும், அவர்களைப் பகைவர்கள் தாக்கினால், உதவி புரிவதாகவும், முன்னர் ஓர் உடன்படிக்கை செய்து கொண்டிருந்தார்கள். அவ்வுடன்படிக்கைப்படி அவர்கள் இப்பொழுது நடந்து கொள்வார்கள் என நம்ப முடியாமல் இருந்தது. அவர்கள் மதீனாவின் தென்கிழக்குப் பகுதியில் வாழ்ந்து வந்தார்கள். அவர்களிடம் பல கோட்டைகள் இருந்ததால், முஸ்லிம்களுக்கு அவர்களைப் பற்றிய பயம் இருந்தது. அப்பகுதியில், பாதுகாப்புக்காக இருநூறு பேர் கொண்ட படை ஒன்றை அனுப்பி வைத்தனர். முஸ்லிம்களுக்கு ஒத்துழைப்பு அளிக்காமல் இருந்த பனூ குறைலா கூட்டத்தாரை, அவர்களுக்கு விரோதமாகச் சண்டை செய்யுமாறு தூண்டுவதற்கு பனூ நலீர் கூட்டத்தார் முயன்றார்கள்.

பனூ நலீர் கூட்டத் தலைவரான ஹூயைய் இப்னு அக்தப், பனூ குறைலா கூட்டத் தலைவர் கஅபிடம் சென்று, தங்களோடு சேர்ந்து கொள்ளும்படி வேண்டிக் கொண்டார்.

அவ்வாறு செய்ய இயலாது என கஅப் முதலில் கூறினார். பனூ நலீர் கூட்டத் தலைவர் அதோடு விடவில்லை. ''தாம் ஏராளமான படைகளுடன் வந்திருப்பதாகவும், குறைஷிகளும், அரேபிய தேசத்தார் அனைவருமே ஒன்று திரண்டு வந்திருப்பதாகவும், எல்லோரும், முஹம்மதின் இரத்தத்தில் தாகம் உடையவர்களாக இருப்பதாயும் இஸ்லாத்துக்கு முடிவு காலம் வந்து விட்டதாகவும்'' கூறி, "இத்தகைய அரிய சந்தர்ப்பத்தை நழுவவிடக்கூடாது'' என்றும், மேலும் பலவாறு எடுத்துச் சொன்னார்.

அதைக் கேட்ட கஅப், ''நான் முஹம்மதுடன் உடன்படிக்கை செய்திருக்கிறேன். வாக்குக் கொடுப்பதில் எப்போதும் அவர் உண்மையாக நடப்பவர் என்று எனக்கு நன்றாகத் தெரியும்,

அப்படியிருக்கும்போது, இப்போது நான் உடன்படிக்கையை மீறுவது நல்லதல்ல'' என்று சொன்னார்.

ஆனால் பனூ நலீர் கூட்டத் தலைவர், பலவாறான தந்திரங்களைச் செய்து, அவரை இணங்குமாறு செய்து விட்டார்.

அதன் விளைவாக, பனூ குறைலா கூட்டத்தார் முஸ்லிம்களுக்கு விரோதமாக குறைஷி-களுடன் சேர்ந்து கொண்டனர்.

உடன்படிக்கைக்கு விரோதமாக பனூ குறைலா கூட்டத்தினர் நடந்து கொண்ட செய்தி பெருமானார் அவர்களுக்குத் தெரிய வந்தது. அது உண்மைதானா என அறிந்து வருமாறு இரண்டு அன்ஸாரிகளை அனுப்பினார்கள். அவர்கள் இருவரும், முஸ்லிம்கள் ஆவதற்கு முன்னர் யூதர்களுடன் நெருங்கிய நட்புக் கொண்டிருந்தவர்கள்.

அவ்விருவரும் பனூ குறைலா கூட்டத்தாரிடம் சென்று. உடன்படிக்கையை நினைவு படுத்தினார்கள். அதற்கு அவர்கள், ''முஹம்மது யார் என்பதே எங்களுக்குத் தெரியாது. உடன்படிக்கை இன்னது என்பதும், எங்களுக்குத் தெரியாது'' என்று கூறி விட்டார்கள்.

மேலும், அக்கூட்டத்தார் படைகளைத் திரட்டிக் கொண்டு சண்டைக்குத் தயாராக இருந்-ததைக் கண்டு, அவர்களைக் கண்டித்தார்கள்.

அவர்கள் இருவரும் திரும்பி வந்து, பெருமானாரிடம் மட்டும் விவரத்தைத் தெரிவித்தார்-கள்.

இந்தச் செய்தி படையிலுள்ளவர்களுக்குத் தெரிந்தால், மனம் தளர்ந்து விடக் கூடும் என்று கருதி பெருமானார் அவர்கள் எவரிடமும் கூறவில்லை.

108. தளராத உறுதி

தங்களுடைய படைகளை மூன்று பிரிவுகளாகப் பிரித்து, குறைஷிகள் மதீனா நகரத்தின் மூன்று புறங்களைத் தாக்கினார்கள்.

ஆரம்பத்தில், முஸ்லிம் படையில் முனாபிக்குகளும் சேர்ந்திருந்தார்கள். அப்பொழுது குளிர் காலமாயிருந்தது. உணவும் போதிய அளவு கிடைக்கவில்லை. தவிர, இரவில் கண் விழித்திருக்க வேண்டியதிருந்தது. மேலும், பகைவர்களின் படையோ எண்ணிக்கையில் பன்-மடங்கு அதிகமாயிருப்பதையும் கண்டு, முனாபிக்குகள் தப்பித்துச் செல்ல வழி பார்த்தார்-கள். தங்களுடைய வீடுகள் பாதுகாப்பற்று இருக்கின்றன என்றும் ''அவற்றைப் பாதுகாக்கத் தாங்கள் போக வேண்டியது அவசியம்'' என்றும் காரணம் கூறி, பின் வாங்கிச் செல்லத் தொடங்கினார்கள்.

ஆனால், பகைவர்களின் மிகுந்த படைபலத்தைக் கண்டு, உண்மையான முஸ்லிம்களுக்கு ஊக்கம் அதிகரித்தது.

முற்றுகை கடுமையாக இருந்தது. அப்போது சில வேளைகளில் நபி பெருமானாரும், தோழர்களும் தொடர்ந்து மூன்று வேளையும் பட்டினி கிடக்க நேரிட்டது. ஒரு நாள், தோழர்-களில் சிலர் பசியினால் வாடி வருந்திப் பெருமானார் அவர்களிடம் வந்து தங்கள் வயிற்றைத் திறந்து காட்டினார்கள். ஒவ்வொருவருடைய வயிற்றிலும் ஒரு கல் வைத்துக் கட்டப்பட்டி-

ருந்தது.

அப்போது பெருமானார் அவர்கள் தங்கள் வயிற்றைக் காட்டினார்கள். அதில் மூன்று கற்கள் வைத்துக் கட்டப்பட்டிருந்தன.

அரபி தேசத்தில், பசி வேளையில் குறுக்கு வளையாமல் இருப்பதற்காக, மக்கள் வயிற்றில் கல்லை வைத்துக் கட்டிக் கொள்வது அக்காலத்தில் வழக்கமாயிருந்தது.

109. "எங்களிடம் வாளைத் தவிர வேறு இல்லை!"

முற்றுகை நாளுக்கு நாள் கடுமையாகிக் கொண்டிருந்தது.

எதிரிகள் அகழைத் தாண்ட முடியாமல், கற்களையும் அம்புகளையும் எறிந்து கொண்டிருந்தனர்.

பெருமானார் அவர்கள் முஸ்லிம் படையைV பல பகுதிகளிலும் பிரித்து வைத்திருந்தார்கள்.

முற்றுகை நீடித்துக்கொண்டு போவதால், அன்ஸாரிகள் தைரியம் இழந்து விடக் கூடாது என்று நினைத்து பெருமானார் அவர்கள், எதிரிகளில் ஒரு பிரிவினரான கத்பான் கூட்டத்தாரை தாங்கள் வசப்படுத்திக் கொள்ளலாமா என்று யோசித்தார்கள்.

அதாவது மதீனாவின் விளை பொருள்களில் மூன்றில் ஒரு பாகத்தை, ஒவ்வொரு வருடமும் கத்பான் கூட்டத்தாருக்குக் கொடுத்து விடுவது என்றும், அதற்குப் பதிலாக அவர்கள் சண்டையிலிருந்து விலகிக் கொள்ள வேண்டும் என்ற நிபந்தனையோடு, ஓர் உடன்படிக்கை அவர்களோடு செய்து கொள்ளலாமா என்று எண்ணினார்கள்.

அதைப் பற்றி அன்ஸாரிகளின் தலைவர்களான ஸஃதுப்னு உபாதா, ஸஃதுப்னு முஆத் ஆகிய இருவரிடமும் பெருமானார் அவர்கள் கலந்து ஆலோசித்தார்கள். அதற்கு அவர்கள் இருவரும், "இவ்வாறு செய்யுமாறு ஆண்டவன் தங்களுக்குக் கட்டளை பிறப்பித்திருக்கிறானா? அல்லது தங்களுடைய சொந்தக் கருத்தா? ஆண்டவனுடைய கட்டளை இவ்வாறு இருக்குமானால், அதை நாங்கள் மறுத்துக் கூற இயலாது. தங்களுடைய சொந்தக் கருத்தாக இருக்குமானால், எங்களுடைய கோரிக்கையையும் கேட்டுக் கொள்ளுமாறு வேண்டிக் கொள்கிறோம்", என்று கூறினர்.

பெருமானார், "அது தங்களுடைய சொந்தக் கருத்தே" என்று சொன்னார்கள்.

அவர்கள் இருவரும், "நாங்கள் ஆண்டவனுக்கு இணையாக விக்கிரகங்களை வணங்கிக் கொண்டு, ஆண்டவனைப் பற்றிய அறிவும், ஆண்டவனுக்குச் செய்ய வேண்டிய வணக்க முறைகளும் கொஞ்சமும் அறியாமல் காலம் கழித்துக் கொண்டிருந்த அந்தக் காலத்தில், மதீனாவிலிருந்து ஒரு பேரீச்சம் பழத்தைக் கூட விலையில்லாமல் கொண்டு போவதற்குக் கத்பான் கூட்டத்தாருக்குத் துணிவு இல்லாமல் இருந்தது. அப்படியிருக்கும் போது, தங்கள் மூலமாக ஆண்டவன் எங்களுக்கு நேர் வழியைக் காட்டி, எங்களைப் பெருமைப்படுத்தியிருக்கும் இந்தக் காலத்தில், நாங்கள் மதீனாவின் மகசூலில் மூன்றில் ஒரு பாகத்தைக் கொடுக்கலாமா? அவர்களுக்குக் கொடுப்பதற்கு இப்பொழுது எங்களிடம் வாளைத் தவிர வேறு ஒன்றும் இல்லை" என்று தெரிவித்தார்கள்.

இதைக் கேட்டதும் அன்ஸாரிகளும் உறுதியுடனே இருக்கிறார்கள் என்பதைப் பெருமானார் அறிந்து திருப்தி அடைந்தார்கள்.

110. பலமான எதிரி ஒருவர் மாண்டார்

குறைஷிகளின் பிரபலமான தளபதிகளான அபூ ஸுஃப்யான், காலித் இப்னு வலித், அம்ருப்னுல் ஆஸ், ஸிரரர் இப்னுல் கத்தாப், ஸுபைரா ஆகிய ஐவரும், ஒவ்வொரு நாளும் ஒவ்வொருவர் தலைமை ஏற்றுப் போர் புரிந்தார்கள்.

அவர்களால் அகழைக் கடக்க இயலவில்லை. படைகளை எல்லாம் ஒரே பக்கமாகத் திரட்டி, அகழில் அகலக் குறைவான பகுதியைத் தாக்கி, அதைக் கடந்து, முஸ்லிம்களுடன் சண்டை செய்வது எனத் தீர்மானித்தார்கள்.

அரபி தேசத்தில் பிரபல போர் வீரர்களான நௌபல், ஹுபைரா, அம்ரு, லிரார் ஆகிய நால்வரும் குதிரைகளின் மீது இருந்து அகழைத் தாண்டி விட்டனர். அவர்களில் அம்ரு இப்னு அப்தூத் மிகவும் பிரபலமானவர். அவரை அரபி தேசத்தார் ஆயிரம் குதிரை வீரர்களுக்கு சமானமாகக் கருதியிருந்தார்கள்.

முன்னர், பத்ருச் சண்டையில் காயம் அடைந்து, மக்காவுக்கு திரும்பிப் போகும் போது 'முஸ்லிம்களைப் பழி வாங்கும் வரை, தம் தலையில் எண்ணெய் தடவுவதில்லை' எனச் சபதம் செய்திருந்தார். அவருக்கு வயது அப்போது தொண்ணூறு. அத்தகையவர் எல்லோர்க்கும் முன்னே சென்று, "என்னுடன் சண்டை செய்வதற்கு யாராவது முன் வருவார்களா?" என்று கூறினார்.

"நான் வருகிறேன்" என்றார்கள் அலீ.

ஆனால், அவர்கள் போவதைப் பெருமானார் தடுத்து விட்டார்கள்.

முன்போலவே அம்ரு இரண்டாவது முறையும் கூவினார்.

அலீ அவர்களைத் தவிர வேறு எவரும் பதில் அளிக்கவில்லை.

மூன்றாவது முறையும் அம்ரு கூவினார்.

அப்போது பெருமானார் அவர்கள், அலீ அவர்களுக்கு விடை கொடுத்து, தங்கள் கையிலிருந்த வாளையும் கொடுத்துத் தலைப்பாகையையும் கட்டி விட்டார்கள்.

உலகில் எவரேனும் மூன்று கோரிக்கைகளைத் தம்மிடம் வேண்டிக் கொண்டால், அவற்றில் ஒன்றையேனும் நிறைவேற்றி வைப்பதாக அம்ரு முன்னர் ஒருமுறை வாக்களித்திருந்தார். அந்த வாக்குறுதி பற்றி அம்ருக்கும், அலி அவர்களுக்கும் உரையாடல் நிகழ்ந்தது.

"நீர் இஸ்லாத்தைத் தழுவுமாறு, உம்மைக் கேட்டுக் கொள்கிறேன்" என்றார் அலீ அவர்கள். "அது இயலாத காரியம்" எனப் பதில் அளித்தார் அம்ரு.

"சண்டையிலிருந்து திரும்பிப் போய்விடும்" என்றார் அலி அவர்கள்.

"குறைஷிப் பெண்களிடமிருந்து ஏளனச் சொற்களைத் கேட்க முடியாது" என்று பதில் கூறினார் அம்ரு.

"என்னுடன் சண்டை செய்ய வாரும்" என்றார் அலி அவர்கள்.

அதைக் கேட்டதும் அம்ரு சிரித்துக் கொண்டே, "இந்த வானத்தின் கீழ், இத்தகைய கோரிக்கையை என்னிடம் எவரேனும் விடுப்பார்கள் என்று நான் எண்ணவே இல்லை" என்றார்.

ஹலரத் அலிக்குக் குதிரை கிடையாததால், தாம் மட்டும் குதிரையின் மீது இருந்து கொண்டு அவர்களுடன் சண்டையிடுவது தம் கௌரவத்துக்கு இழுக்கு என்று எண்ணிக் குதிரையை விட்டுக் கீழே இறங்கி, வாளினால் முதலாவது குதிரையின் காலை வெட்டினார் அம்ரு.

அதன் பின், அவர்களுடைய பெயர் என்னவென்று கேட்டார்.

அலி அவர்கள், தங்கள் பெயரைக் கூறினார்கள். "உம்முடன் சண்டை செய்ய எனக்கு விருப்பம் இல்லை" என்றார் அம்ரு.

"நான் உம்மோடு சண்டை செய்ய விரும்புகிறேன்" என்றார்கள் அலி.

அதைக் கேட்டதும் அம்ருவுக்குக் கோபம் தாளவில்லை. வாளை உருவி, அவர்களுக்கு நேராக வீசினார்.

தங்களுடைய கேடயத்தினால், அலி அவர்கள் அதைத் தடுத்தார்கள். ஆனால், அவ்வாள் கேடயத்தையும் உடைத்துக்கொண்டு அவர்கள் நெற்றியில் பட்டது. அதனால் சிறு காயம் உண்டாயிற்று. அந்தத் தாக்குதலை அடுத்து, தங்கள் வாளை அம்ரு மீது வீசவே, அது அவருடைய உடலில் கீழே இறங்கிவிட்டது. உடனே அலி அவர்கள் "அல்லாஹு அக்பர்" என முழங்கினார்கள். அம்ரு திடீரென்று சாய்ந்து விட்டார்.

அதைக் கண்டதும் குறைஷி வீரர்கள் எல்லோரும் அலி அவர்களைச் சூழ்ந்து தாக்கினார்கள். ஆனால், ஒருவர் பின் ஒருவராக, அலியின் வாளுக்கு அவர்கள் இரையானார்கள்.

அதன் பின்னர், குறைஷிகள் முஸ்லிம்கள் இருக்கும் இடத்தைந் நோக்கிக் கற்களையும் அம்புகளையும் விடாமல் எறிந்து கொண்டிருந்தார்கள்.

111. வீரச் செயல் புரிந்த பெண்மணி

அகழ்ச் சண்டையின் காரணமாகப் பெண்கள் பாதுகாப்புள்ள கோட்டைக்கு அனுப்பி வைக்கப் பட்டிருந்தனர்.

அந்தக் கோட்டை பனூ குறைலா கூட்டத்தார் வாழும் இடத்துக்கு அருகில் இருந்தது.

முஸ்லிம் வீரர்கள் எல்லோரும் பெருமானார் அவர்களுடன் அகழிலிருந்து சண்டை செய்து கொண்டிருப்பதால், பெண்கள் இருக்கும் கோட்டை பாதுகாப்பற்று இருக்கும் என்று எண்ணி, யூதர்கள் அதைத் தாக்கத் தீர்மானித்தார்கள்.

முதலில் நிலைமையை அறிந்து வருமாறு ஒரு யூதரை அனுப்பினார்கள். அந்த யூதர் கோட்டையின் வாசல் வரை போய்க் கோட்டையை எவ்வழியாகத் தாக்கலாம் என்று கவனித்துக் கொண்டிருந்தார். அந்த யூதர் வருவதைப் பெருமானார் அவர்களின் மாமியார் ஸபிய்யா நாச்சியார் பார்த்து விட்டார்கள். உடனே கோட்டையின் காவலராயிருந்த கவிஞர் ஹஸ்ஸானைக் கூப்பிட்டு, அந்த யூதரை வெட்டி விடுமாறு கூறினார்கள்.

ஹஸ்ஸான் ஒரு நோயாளி. மேலும் அவருடைய இருதயம் பலவீனம் அடைந்திருந்தது. அதனால், சண்டை நடந்து கொண்டிருப்பதைக் கூட அவர் காணச் சகிக்க மாட்டார். இந்தக் காரணத்தை ஸபிய்யா நாச்சியாரிடம் சொல்லி, “இவ்வேலைக்கு நான் தகுதியுடையவனாக இருந்தால் போர் முனைக்குப் போயிருக்க மாட்டேனா?” என்றார். உடனே ஸபிய்யா, கூடாரத்தின் கம்பு ஒன்றை எடுத்துக் கொண்டு கோட்டையை விட்டு வெளியே வந்து, அந்த யூதருடைய தலையை நோக்கி ஓங்கி அடித்தார்கள். அந்த அடியினால் மண்டை உடைந்து கீழே விழுந்தார் அந்த யூதர்.

அதன்பின், ஸபிய்யா கோட்டைக்குள் சென்று மாண்ட யூதருடைய ஆயுதங்களை எடுத்து வருமாறு ஹஸ்ஸானிடம் கூறினார்கள். அவரோ 'தமக்கு ஆயுதம் அவசியம் இல்லை' என்று கூறி விட்டார். -

பின்னர் எதிரிகளுக்கு அச்சம் உண்டாவதற்காக, அந்த யூதருடைய தலையை வெட்டி, கோட்டைக்கு வெளியே எறிந்து விடும்படி ஸபிய்யா சொன்னார்கள்.

அதுவும் ஹஸ்ஸானால் இயலாது போயிற்று. பிறகு ஸபிய்யாவே அந்த வேலையையும் செய்தார்கள்.

இந்த நிகழ்ச்சியைக் கண்டார்கள் யூதர்கள்: கோட்டைக்குள்ளும் படைகள் இருப்புதர்க எண்ணி, அதைக் தாக்காமல் விட்டு விட்டார்கள்.

112. “எனக்கு என்ன கட்டளை இடுகிறீர்கள்?”

முற்றுகை தொடங்கிப் பல நாட்கள் ஆகிவிட்டன. ஆனால், குறைஷிகள் எந்தப் பயனையும் காணவில்லை. அதனால் குறைஷி, யூதர்களிடையே மனத்தளர்ச்சி உண்டாகியது. அவர்களுக்கு வர வர நம்பிக்கை குறைந்து கொண்டே வந்தது.

தவிர, இருபத்து நான்காயிரம் வீரர்களுக்கு உணவு தயாரித்து அளிப்பது மிகவும் சிரமமாகவும் இருந்தது. இத்தகைய சந்தர்ப்பத்தில் கால நிலையால் பலமான புயல் கிளம்பியது. அதனால் எதிரிகளின் கூடாரங்கள் சிதைந்து போயின. அடுப்பின் மீதிருந்த சமையல் பாத்திரங்கள் எல்லாம் உருண்டு, புரண்டு கீழே விழுந்தன. இதனாலும் எதிரிகள் தைரியத்தை இழந்தனர். மற்றொரு நிகழ்ச்சி: குறைஷிகளுடன் சேர்ந்து சண்டைக்கு வந்திருந்த கத்பான் கூட்டத்தாரில் பிரபலமானவரும், மதிப்புமிக்கவருமான நயீமுப்னு மஸ்வூது என்பவர் பெருமானார் அவர்களிடம் வந்து, “ஆண்டவனுடைய தூதரே, நான் மனப்பூர்வமாய் முஸ்லிம் ஆகி விட்டேன். ஆனால், இவ்விஷயம் இதுவரை என்னுடைய கூட்டத்தாருக்குத் தெரியாது. தாங்கள் என்ன கட்டளையிட்டாலும் அதை நான் நிறைவேற்றத் தயாராக இருக்கின்றேன்” என்றார்.

பெருமானார் அவர்கள், “எதிரிகளுக்குள் பிரிவினை உண்டாக்குவதைத் தவிர, ஒரு மனிதனால் வேறு என்ன செய்ய முடியும்?” என்று சொன்னார்கள்.

113. எதிரிகளிடையே பிளவு உண்டாக்குதல்

கத்பான் கூட்டத்தாரும், பனூ குறைலா கூட்டத்தாரும் வெகுகாலமாக நட்புறவோடு இருந்து வந்தார்கள்.

கத்பான் கூட்டத்தாரின் தலைவர் நயீம், குறைலா கூட்டத்தாரிடம் சென்று, தலைவர்களை எல்லாம் அழைத்து,

"நான் உங்களிடம் ஒரு முக்கியமான விஷயத்தைப் பற்றிக் கேட்கப் போகிறேன். இப்பொழுது, நீங்கள் என்ன செய்து கொண்டிருக்கிறீர்கள் என்பதைப் பற்றி சிறிதளவாவது யோசித்தீர்களா? நான் உங்களுடைய பழைய நண்பன்: உங்களுடைய நலத்தை விரும்புகிறவன். நான் சொல்ல வந்ததை வெளிப்படையாகக் கூறி விடுகிறேன். உங்களுடைய நிலைமை வேறு. குறைஷிகளுடைய நிலைமை வேறு. குறைஷிகள் மதீனாவில் நிலையாக இருக்கக் கூடியவர்கள் அல்லர். அவர்களுக்கு மதீனாவில் பிள்ளைகளோ, சொத்துகளோ எதுவுமே இல்லை, சில நாட்கள் இங்கே இருந்து விட்டுப் பிறகு திரும்பிப் போய் விடுவார்கள். முற்றுகையை நிறுத்தி, குறைஷிகள் மக்காவுக்குத் திரும்பிப் போய் விட்டால், பிறகு நீங்கள் தனியாக முஸ்லிம்களை எதிர்த்து நிற்க இயலுமா? நீங்களும், முஸ்லிம்களும் ஒரே பகுதியில் இருப்பவர்கள். அப்படியிருக்கும் போது, நீங்கள் எதற்காக முஸ்லிம்களுடன் விரோதத்தை உண்டாக்கிக் கொள்ள வேண்டும்? உங்களுடைய நன்மையைக் கருதி நான் சொல்லும் யோசனையைக் கேளுங்கள். சண்டை செய்தே தீர வேண்டும் என்ற எண்ணம் உங்களுக்கு இருந்தால், குறைஷித் தலைவர்கள் சிலரை உங்களிடம் பிணையாக வைக்குமாறு கேளுங்கள். சண்டையைக் கடைசி வரை நடத்தாவிடில், அந்தத் தலைவர்களை விட முடியாது என்று சொல்லி விடுங்கள். அவ்வாறு அவர்கள் செய்தால், உங்களைக் கை விட்டு அவர்கள் ஓட மாட்டார்கள்" என்று கூறினார்கள்.

மேலே கண்டவாறு நயீம் கூறிய சொற்கள், யூதர்களுடைய உள்ளத்தில் நன்கு பதிந்தன. அவருடைய யோசனைப்படியே நடக்க வேண்டும் என அவர்கள் தீர்மானித்தார்கள்.

114. எதிரிகளிடையே குழப்பம்

குறைஷிகள் இருக்கும் இடத்துக்கு கத்பான் கூட்டத்தாரின் தலைவர் நயீம் சென்று அபூ ஸுப்யான் முதலான தலைவர்களை எல்லாம் அழைத்து:

"நேற்று இரவு எனக்கு இரகசியமான செய்தி ஒன்று கிடைத்தது. நான் உங்களுடைய பழைய நண்பன், உங்களுடைய நன்மையை விரும்புகிறவன். ஆகையால் உங்களிடம் சொல்லாமலிருக்க என் மனம் இடம் கொடுக்கவில்லை. நீங்கள் ஏமாந்து விடக் கூடாது. முன்பு பனூ குறைலா கூட்டத்தார், முஹம்மதுடன் உடன்படிக்கை செய்து கொண்டிருந்தார்கள் அல்லவா? அந்த உடன்படிக்கைக்கு விரோதமாகத் தானே இப்பொழுது இந்தச் சண்டையில் சேர்ந்திருக்கிறார்கள்? அவ்வாறு மாறியதைப் பற்றி, குறைலா கூட்டத்தார் அச்சமுற்று, முஹம்மது அவர்களிடம் ஒரு சேதி இரகசியமாகச் சொல்லி அனுப்பியுள்ளார்கள்.

அதாவது "முன்னர் நாங்கள் செய்து கொண்ட உடன்படிக்கையை மீறி, நடந்து கொண்டதற்காக மிகவும் வருந்துகிறோம். மறுபடியும், உங்களுடன் புது உடன்படிக்கை செய்து

கொள்ள விரும்புகிறோம். எங்கள் மீது உங்களுக்கு நம்பிக்கை உண்டாவதற்காக, குறைஷிகளிலிருந்தும், கத்பான் கூட்டத்திலிருந்தும் சில தலைவர்களை உங்களிடம் ஒப்படைத்து விடுகிறோம்; அதன் பின், நாம் இரு கூட்டத்தாரும் இணைந்து, அவர்களுடன் சண்டை செய்து அவர்களைத் துரத்தி விடுவோம். அவ்வாறு நாம் செய்யா விடில், அவர்கள் மதீனாவையும், சுற்றுப்புறங்களையும் கைப்பற்றி விடுவார்கள். இதுவே அந்த இரகசியச் செய்தி'' என்று கூறி முடித்தார் நயீம்.

அவர் கூறிய மேற்கண்ட செய்தி குறைஷிகளுக்குக் கலக்கத்தை உண்டாக்கியது.

oooooo

நயீம் கத்பான் கூட்டத்தாரிடம் சென்று அவர்களிடமும் மேற்கண்டவாறு கூறினார். அவர்களும் கலங்கி விட்டனர்.

oooooo

கத்பான் கூட்டத்தின் தலைவரான நயீம், பனூ குறைலா கூட்டத்தார், குறைஷிக் கூட்டத்தார், கத்பான் கூட்டத்தார் ஆகியோரிடையே சென்று, சாதுர்யமாகப் பேசி, அவர்களிடையே பிளவு உண்டாக்க முயன்றார்.

115. கூட்டத்தில் பிளவு உண்டாகி விட்டது

குறைஷிகளும், கத்பான் கூட்டத்தினரும் கூடி ஆலோசித்தார்கள்.

அபுஜஹிலின் மகன் இக்ரிமாவையும் இன்னும் வேறு சிலரையும் பனூ குறைலா கூட்டத்தாரிடம் தூது அனுப்பினார்கள்.

“இங்கே எங்களுடைய ஒட்டகங்களும் குதிரைகளும் துன்புற்றுக் கொண்டிருக்கின்றன. ஆகையால், நாளைக் காலையில் நாம் அனைவரும் ஒன்று சேர்ந்து போர் செய்து ஒரு முடிவுக்கு வந்துவிடுவோம்'' இவ்வாறு தூது வந்த இக்ரிமா கூறினார்.

அதற்கு, பனூ குறைலா கூட்டத்தின் தலைவர்கள், ‘‘நாளை எங்களுக்கு ஓய்வு நாள். நாங்கள் ஒரு வேலையும் செய்ய மாட்டோம். அதுவும் தவிர, நீங்கள் உங்களுடைய தலைவர்களில் சிலரை எங்களிடம் பிணையாக ஒப்புவித்தால் ஒழிய, நாங்கள் சண்டை செய்ய முடியாது. ஏனெனில் நாங்கள் தனியாக நின்று, சண்டை செய்யுமாறு எங்களை விட்டு விட்டு, நீங்கள் உங்கள் நாட்டுக்கு ஓடிப் போய் விடுவீர்களோ என்று சந்தேகம் எங்களுக்கு ஏற்பட்டிருக்கிறது'' என்று கூறினார்கள்.

அவர்கள் அவ்வாறு கூறியதும், குறைஷிகளும், கத்பான் கூட்டத்தாரும் நயீம் வந்து, தங்களிடம் கூறியவை அனைத்தும் உண்மையே என உறுதிப்படுத்திக் கொண்டனர்.

பின்னர், அவர்களிடம், ‘‘எங்கள் தலைவர்களில் யாரையும் உங்களிடம் நாங்கள் பிணையாக ஒப்புவிக்க இயலாது. ஆனால், அவசியம் சண்டை செய்ய வேண்டும் என்ற எண்ணம் உங்களுக்கு இருந்தால், நாளையே நடத்தி விடுவோம்'' என்றனர் குறைஷிகள்.

“எங்களுக்குத் திருப்தி ஏற்படாத வரையில், நாங்கள் உங்களுடன் சேர்ந்து சண்டை செய்ய முடியாது'' என்று கூறிவிட்டனர் புனூ குறைலா கூட்டத்தினர்.

இதிலிருந்து அவர்களுக்குள் பிளவு உண்டாக்கி விட்டது.

116. எதிரிகள் வந்த வழியே சென்றனர்

அபூ ஸுப்யான், குறைஷிகளை எல்லாம் அழைத்து:

"நம்முடைய நாட்டை விட்டு நாம் அனைவரும் இங்கு வந்து, கஷ்ட நிலையில் இருக்கிறோம். நம்முடைய படைகளும், ஒட்டகங்களும், குதிரைகளும் நலிவடைந்து கொண்டிருக்கின்றன. தவிர. புயலின் கோரத்தால் நாம் அடுப்புப் பற்ற வைக்கவும், நம்முடைய உணவைத் தயாரித்துக் கொள்ளவும் முடியவில்லை. இந்த நிலைமையில் நாம் இங்கு தாமதிப்பது சரியல்ல" என்று கூறி, ஒட்டகத்தில் ஏறி அவர் புறப்பட்டு விட்டார்.

அதன் பின்னர், குறைஷிகள் எல்லோரும் அவரைப் பின் தொடர்ந்து போய் விட்டார்கள். குறைஷிகளுடன் வந்த கூட்டத்தினரும் அவர்களைப் பின் தொடர்ந்து செல்லலானார்கள்.

மதீனாவைச் சுற்றிலும் கவிந்து கொண்டிருந்த யுத்த மேகமானது, இருபத்து இரண்டு நாட்களுக்குப் பிறகு கலைந்து விட்டது

ஃஃஃ

இந்தச் சண்டையில் முஸ்லிம்களுக்கு உயிர்ச் சேதம் மிகவும் குறைவுதான். ஆனால் அவர்களுக்குப் பாலமாகவும், ஔஸ் குடும்பத்தாரின் தலைவராகவும் இருந்த ஸஅத் இப்னு முஆத் என்பவர் பலத்த காயமுற்றார்.

117. தோல்வியும் தண்டனையும்

அகழ்ச் சண்டை முடிவானதும், படைகள் ஆயுதங்களைக் கீழே வைக்காமல் பனூ குறைலா கூட்டத்தார் வசிக்கும் இடத்துக்குச் செல்லுமாறு, பெருமானார் அவர்கள் உத்தரவிட்டார்கள்.

அவர்கள் சமாதானத்துக்கு வருவதாயிருந்தால், போதிய காரணத்தைக் கொண்டு அவர்களுடன் சமாதானம் செய்து கொள்ள வேண்டும் என்ற எண்ணத்தோடுதான் அங்கு சென்றார்கள்.

ஆனால், யூதர்கள் சண்டை செய்வது என்றே தீர்மானித்து விட்டனர்.

அலி அவர்கள் முஸ்லிம் படைகளுக்கு முன், யூதர்களின் கோட்டைக்கு அருகில் சென்ற போது, பெருமானார் அவர்களை யூதர்கள் பகிரங்கமாக நிந்தனை செய்தார்கள்.

அவர்களுடைய கோட்டைகள் முற்றுகை இடப்பட்டன.

ஒரு மாதம் வரை முற்றுகை நீடித்தது.

இறுதியில், யூதர்கள் பணிந்து, ஸஅத் இப்னு முஆத் ஏற்படுத்தும் நிபந்தனைகளை ஏற்பதாக ஒப்புக் கொண்டனர்.

குறைலா கூட்டத்தாருக்கும் ஸஅத் குடும்பத்துக்கும் வெகு காலமாக நட்பு இருந்து வந்தது. அதைக் கருதி, தங்களுக்குச் சாதகம் செய்வார் என்ற எண்ணத்தில், அவர்கள் ஏற்படுத்தும் நிபந்தனையை ஒப்புக் கொள்வதற்கு முன் வந்தனர்.

மிகவும் நெருக்கடியான சந்தர்ப்பத்தில், யூதர்கள் துரோகம் செய்தது ஸஅத் அவர்களுக்கு அளவற்ற வருத்தத்தை அளித்தது.

ஸஅத் அவர்கள் யூதர்களுடைய வேதக் கட்டளை அனுசரித்துத் தீர்ப்பளித்தார்கள். பெருமானார் அவர்களும் அதற்குச் சம்மதித்தார்கள்.

ஸஅத் வழங்கிய தீர்ப்பு:

1. சண்டை செய்வதற்குச் சக்தியுள்ள ஆண்களுக்கு மரண தண்டனை

2. பெண்கள், பிள்ளைகளுக்குச் சிறை தண்டனை

3. பொருள்கள் பறிமுதல் செய்யப்பட வேண்டும்.

பெருமானார் அவர்களின் தீர்ப்பின்படி நடப்பதற்கு யூதர்கள் சம்மதித்திருந்தால், முன்னர் பனூ நலீர் கூட்டத்தாருக்குச் செய்த தீர்மானப்படியே செய்திருப்பார்கள்.

(யூதர்களுடைய வேதமான தௌராத்தில், பகைவர்களிடம் எவ்வாறு நடந்து கொள்ள வேண்டும் என கூறப்பட்டுள்ளதோ அவ்வாறே ஸஅத் தீர்மானித்தார்).

யூதர்களில் நானூறு பேர்கள் கொல்லப்பட்டனர். கோட்டை மதில் மீது இருந்து ஒரு பெரிய கல்லை, ஒரு முஸ்லிம் மீது போட்டுக் கொன்றதற்காக ஒரு பெண்ணும் கொல்லப்பட்டாள்.

அடுத்து, கொல்லப்பட்டவர்களில் பனூ நலீர் கூட்டத்தின் தலைவர் ஹுயய் இப்னு அக்தப் ஒருவர். முஸ்லிம்களுடன் ஏற்பட்டிருந்த உடன்படிக்கைக்கு மாறாக, நெருக்கடியான சந்தர்ப்பத்தில் அவர்களைக் கை விட்டு அவர்களுக்கு விரோதமாகச் சண்டை செய்யுமாறு பனூ குறைலா கூட்டத்தாரைத் தூண்டியவர் அவரே. அதைத் தவிர அவருடைய கூட்டத்தாருடன் மதீனாவை விட்டு வெளியேறி, கைபருக்குப் போகும்போது, பெருமானார் அவர்களுக்கு விரோதமாக ஒருவருக்கும் உதவி புரிவதில்லை என்பதாக ஆண்டவன் சாட்சியாகக் குறிப்பிட்டு உடன்படிக்கை செய்திருந்தார்.

(உடன்படிக்கையின் படி அவர் நடந்து கொள்ளவில்லை என்பதை முன் நிகழ்ச்சிகள் எடுத்துக் காட்டும்).

அவரைக் கொல்வதற்காகக் கொண்டு வந்து நிறுத்திய போது தம் குற்றத்தை உணர்ந்து, பெருமானார் அவர்களிடம், “ஆண்டவன் பேரில் சத்தியமாகச் சொல்லுகிறேன். உங்களுடன் ஏன் விரோதம் செய்து கொண்டேன் என்பதைப் பற்றி எனக்கு வருத்தம் இல்லை. ஆனால், ஆண்டவனை விட்டு எவன் விலகுகிறானோ, அவனை ஆண்டவனும் கை விடுகிறான் என்ற உண்மையை இப்பொழுது அறிந்து கொண்டேன்” என்றார்.

ஹிஜ்ரீ ஐந்தாவது, ஆறாவது வருட மத்தியில், சில சிறிய சண்டைகள் நிகழ்ந்தன.

முன்னர், முஸ்லிம்களில் பத்துப் பேரை வஞ்சித்துக் கூட்டிக் கொண்டு போய் ரஜீஅ என்னும் இடத்தில் அவர்களைக் கொலை செய்த கூட்டத்தாரைத் தண்டிப்பதற்காகப் பெருமானார் அவர்கள் தோழர்களுடன் அங்கே சென்றார்கள்.

அவர்கள் வருவதை அறிந்த அக்கூட்டத்தார் அருகில் இருந்த மலையில் போய் ஒளிந்து கொண்டார்கள்.

முஸ்லிம்கள் கொலை செய்யப்பட்ட இடத்தில் பெருமானார் அவர்கள் தங்கியிருந்து, அவர்களுக்காக ஆண்டவனிடம் வேண்டுதல் செய்து விட்டுத் திரும்பி விட்டார்கள்.

118. கருணை மிகுந்த உள்ளம்

நபி பெருமானார், பகைவர்களிடத்தில் எத்தகைய கருணை காட்டினார்கள் என்பதைப் பல நிகழ்ச்சிகள் மூலம் அறியலாம்.

முஸ்லிம்களுக்கும் பனூ ஹனிப் கோத்திரத்தாருக்கும் நிகழ்ந்த சிறிய சண்டையில் அக்கூட்டத் தலைவர் துமாமா என்பவர் முஸ்லிம்களிடம் சிறைப்பட்டார்.

பெருமானார் அவர்களின் முன்னிலையில், துமாமாவைக் கொண்டு வந்து நிறுத்தினார்கள். "உம்மை எவ்வாறு நடத்த வேண்டும்?" என்று அவரிடம் கேட்கப்பட்ட போது அவர்:

"நீங்கள் என்னைக் கொன்று விடுவதால், முஸ்லிம்களைக் கொலை செய்த ஒருவனைக் கொன்றதாகும். ஆனால், என் மீது இரக்கம் காட்டினால் அதற்காக நன்றியறிதல் உள்ள ஒருவன் மீது கருணை காட்டியதாகும்'' என்றார்.

பெருமானார் அவர்கள், உடனே அவரை விடுவிக்கும்படி உத்தரவிட்டார்கள்.

உடனே துமாமா அருகில் இருந்த ஊற்றில் குளித்து விட்டுப் பெருமானார் அவர்களிடம் வந்து,

"ஆண்டவன் மீது சத்தியமாகச் சொல்லுகிறேன். நேற்று வரை நான் உங்களை வெறுத்ததைப் போல் இவ்வுலகில் வேறு எவரையும் வெறுத்ததில்லை. ஆனால் இன்றோ உங்களுடைய முகத்தைப் போல் அவ்வளவு ஒளி மிகுந்ததாக வேறு எதுவும் எனக்குத் தோன்றவில்லை. மற்றும், உங்களுடைய மார்க்கத்தை வெறுத்ததைப் போல் வேறு எதையும் வெறுக்கவில்லை. ஆனால் இன்றோ எனக்கு அதை விடச் சிறந்தது வேறு எதுவும் இல்லை'' என்று கூறி இஸ்லாத்தைத் தழுவினார்.

அதன் பின்னர், துமாமா மதீனாவிலிருந்து நேராக மக்காவிற்குப் பயணமானார்.

குறைஷிகள் அவரைக் கண்டதும், "நீர் என்ன மதம் தவறியவர் ஆகிவிட்டீரே?'' என்று கேட்டனர்.

ஆதற்கு அவர், "நான் மதத்தில் தவறவில்லை; ஆண்டவனுடைய தூதரின் மார்க்கத்தைத் தழுவி இருக்கிறேன்'' என்று பதில் அளித்தார். துமாமா வாழ்ந்து வந்த யமாமா மாகாணத்திலிருந்தே மக்காவுக்குக் கோதுமை போய்க் கொண்டிருந்தது.

அவர் முஸ்லிமானதும், பெருமானார் அவர்களுடைய உத்தரவு இல்லாமல், இஸ்லாத்தின் விரோதிகளான மக்காக் குறைஷிகளுக்குக் கோதுமை அனுப்ப இயலாது என்று கூறி, அதை நிறுத்தி விட்டார். அதனால், குறைஷிகள் மிகுந்த கஷ்டத்துக்கு உள்ளானார்கள். தங்களுக்குக் கோதுமை அனுப்புமாறு துமாமாவுக்குக் கட்டளையிட வேண்டும் என பெருமானார் அவர்களை மிகவும் வேண்டிக் கொண்டனர்.

கடுமையான பகைவர்களின் வேண்டுகோளை, கருணை மிக்க பெருமானார் அவர்கள் மறுக்காமல், துமாமாவுக்குச் சொல்லி அனுப்பினார்கள். வழக்கம்போல் அவர்களுக்குக் கோதுமை கிடைத்தது.

குறைஷிகளுக்கு எவ்வளவு தயை காட்டினாலும், அவர்களோ பகைமையைக் கை விடுவதாக இல்லை.

119. உண்மையும் நாணயமும் உள்ளவர்

பெருமானார் அவர்களின் மருமகன் அபுல் ஆஸ் அப்பொழுதும் முஸ்லிமாகாமல் இருந்தார்.

பத்ருப் போரின் போது சிறைப்படுத்தப்பட்ட குறைஷிகளில் அபுல் ஆஸூம் ஒருவர். அவருடைய மனைவியும் பெருமானார் அவர்களின் மகளுமான ஸைனபை மதீனாவுக்கு அனுப்பி வைக்க வேண்டும் என்ற நிபந்தனையின் பேரில், அபுல் ஆஸ் விடுதலை செய்யப்பட்டார்.

அகழ்ச் சண்டை நடைபெற்ற சிறிது காலத்துக்குப் பின்னர், அபுல் ஆஸ் வியாபாரத்துக்காக ஷாம் தேசத்துக்குச் சென்று, அங்கிருந்து அதிகமான பொருள்களுடன் திரும்பி வந்தார்.

அப்பொழுது முஸ்லிம்களில் சிலர், அபுல் ஆஸ் மற்றும் அவரைச் சேர்ந்தவர்களையும் சூழ்ந்து, சரக்குகளைக் கைப்பற்றி, தங்களுக்குள் பங்கிட்டுக் கொண்டனர். அபுல் ஆஸ், பெருமானார் அவர்களிடம் வந்து, குறைஷிகள் நம்பிக்கையாகத் தம்மிடம் விற்பனைக்காகக் கொடுத்திருப்பதாகவும், அவற்றைத் திரும்பத் தம்மிடம் தர வேண்டும் என்றும் வேண்டிக் கொண்டார்.

உடனே பெருமானார் அவர்கள், சரக்குகளை அவரிடம் திருப்பிக் கொடுத்து விடுமாறு கட்டளையிட்டார்கள். அவ்வாறே, அவை யாவும் அவரிடம் திருப்பிக் கொடுக்கப்பட்டன.

பெருமானார் அவர்களின் கருணை, அபுல் ஆஸின் உள்ளத்தை மிகவும் நெகிழச் செய்துவிட்டது.

அபுல் ஆஸ் மக்காவுக்குச் சென்று சரக்குகளை எல்லாம் உரியவர்களிடம் சேர்ப்பித்தார். பின்னர், "குறைஷிகளே! உங்களுடைய சரக்குகள் ஏதாவது திருப்பித் தரப்படாமல் என்னிடம் உள்ளனவா?" என்று கேட்டார்.

"சரக்குகள் எதுவும் பாக்கி இல்லை; நீர் உண்மையானவர்; நேர்மை மிக்கவர் என்பதை அறிகிறோம். ஆண்டவன் உமக்குத் தகுந்த பரிசு வழங்குவான்" என்று அவர்கள் மகிழ்வோடு சொன்னார்கள்.

"நான் முன்னரே இஸ்லாத்தைத் தழுவியிருப்பேன். ஆனால், உங்களுடைய சரக்குகளை அபகரிப்பதற்காகவே நான் அவ்வாறு செய்தேன் என நீங்கள் சந்தேகப்படுவீர்கள். ஆதலால், அல்லாஹ்வைத் தவிர வேறு இறைவன் இல்லை; நபி அவர்கள் ஆண்டவனுடைய தூதர் என நான் உறுதி கூறுகிறேன்" என்று சொல்லி இஸ்லாத்தைத் தழுவினார் அபுல் ஆஸ்.

120. ஆதரவற்றவருக்கு ஆறுதல் அளித்தல்

ஹிஜ்ரீ ஐந்தாவது வருடத்தில் பெருமானார் அவர்கள், ஸைனப் அவர்களைத் திருமணம் செய்து கொண்டார்கள்.

இந்தத் திருமணத்தை ஏன் செய்து கொண்டார்கள் என்றால், ஸைத் என்பவர் முன்னர் அடிமையாயிருந்து பின்னர், பெருமானார் அவர்களால் விடுதலை பெற்று, அவர்களுடைய உண்மைத் தொண்டராகவே வாழ்ந்தார். அவருக்குப் பெருமானார், தங்களுடைய மாமி

மகளான ஸைனபைக் குறைஷிகளின் ஆட்சேபணைகளுக்கு மாறாக, இஸ்லாமிய சகோதரத்துவத்தை அனுசரித்துத் திருமணம் செய்து கொடுத்தார்கள்.

அந்தப் பெண்மணியும் பெருமானார் அவர்களின் கட்டளைக்கு இணங்கி, ஸைதை மணம் புரிந்து கொண்டார்.

ஆனால் ஸைத்-ஸைனப் இருவரின் இல்வாழ்க்கையானது ஒற்றுமை இல்லாமல் போகவே, இருவரும் விவாகரத்துச் செய்து கொண்டனர்.

ஆதரவற்ற நிலையில் இருந்த அந்தப் பெண்மணி குறைஷிகளின் பழிச் சொற்களால், மனச் சோர்வுற்றிருந்தார். மேலும், பெருமானார் அவர்களின் நெருங்கிய உறவாகவும் இருந்தார். அவருக்கு ஆறுதல் அளிக்கும் பொருட்டே, பெருமானார் அவர்கள், அவரைத் திருமணம் செய்து கொண்டார்கள்.

121. பிறந்த மண்ணைக் காண ஆவல்

யூதர்கள், முனாபிக்குகள், குறைஷிகள் மற்றும் அரேபியாவிலுள்ள கூட்டத்தார் அனைவருமே இஸ்லாத்தை ஒடுக்குவதற்காக நேரடியாகவும், மறைமுகமாகவும் செய்த சூழ்ச்சிகள், சண்டைகள் எதுவுமே பலிக்கவில்லை. ஆனால் மாறாக, அதன் பலம் அதிகரித்து, வளர்ச்சி அடைந்தது.

குறைஷிகளின் கடுமையான எதிர்ப்பின் காரணமாக, முஸ்லிம்கள் மக்காவுக்குப் போக இயலாமல் இருந்தது.

புனித யாத்திரையாக மக்காவுக்கு வருபவர்களைத் தடுப்பதற்குக் குறைஷிகளுக்கு அதிகாரம் இல்லை. எனினும், முஸ்லிம்கள் மக்காவுக்கு வர விடாமல் குறைஷிகள் தடுத்து வந்தனர்.

யாத்திரைக் காலம் அண்மையில் இருந்ததாலும், பகைவர்கள் மதீனாவைத் தாக்கக் கூடும் என்ற அச்சம் இல்லாதிருந்ததாலும் புனிதப் பயணத்துக்காகப் பெருமானார் அவர்கள் மக்காவுக்கு புறப்பட எண்ணினார்கள்.

முஹாஜிர்களுக்கும் தங்கள் பிறப்பிடமான மக்காவிலிருந்து மதீனாவுக்கு வந்து, ஆறாண்டுகள் ஆகி விட்டமையால், மக்காவைக் காண வேண்டும் என்ற ஆவல் மிகுதியாயிற்று. மேலும், அவர்களில் பலருடைய மனைவி, மக்கள் மக்காவிலேயே இருந்தனர். அவர்களைக் காண வேண்டும் என்ற ஆர்வம் அதிகரித்தது.

மக்காவில் இருந்த போது, அளவற்ற துன்பங்களுக்கு ஆளான பிலால் அவர்கள், மக்காவின் நினைவு எழுந்த போது கண்கலங்கி, “அந்தோ! நான் மக்காவில் ஓர் இரவாயினும் தங்கி மகிழும் நாள் எப்போது வருமோ? அங்கே உள்ள நறுமணப் பொருட்கள் எனக்குக் கிட்டுமோ? ஊற்றுகளில் இறங்கி மகிழவும், பேரீச்ச மரங்களைக் காணும் வாய்ப்பும் எப்போது வருமோ?” என்னும் கருத்துள்ள அரபிக் கவிதையைப் பாடிக் கொண்டிருப்பார்.

இப்ராஹீம் நபி அவர்கள் புனர் நிர்மாணமாகத் திகழும் கஃபாவை யாத்திரைக் காலத்தில் அரேபியர்கள் அனைவரும் வந்து தரிசிப்பார்கள்.

குறிப்பிட்ட அந்த நான்கு மாதங்களில் சண்டைச் சச்சரவுகளை விடுவித்துச் சகோதரரைப் போலக் கூடுவார்கள்.

பெருமானார் அவர்களும் மக்காவுக்குள் யாத்திரை சென்று, கஃபாவைச் சுற்று வந்து கொண்டிருப்பதாகக் கனவு கண்டார்கள். அவ்வாறே மக்காவுக்குப் புறப்படத் தீர்மானித்தார்கள்.

122. வருகையும் எதிர்ப்பும்

புனிதத் தலத்தை வழிபடச் செல்லும்போது பகைமை உணர்வுகள் தோன்றாமல் இருப்பதற்காகவும், தங்களிடம் குறைஷிகள் சந்தேகம் கொள்ளாமல் இருப்பதற்காகவும் ஆயுதங்களை வெளியில் எடுக்காமல் முஸ்லிம்கள் புறப்பட்டார்கள்.

வாள்களை உறையில் போட்டு வைத்துக் கொள்ளுமாறு பெருமானார் அவர்கள் சொல்லியிருந்தார்கள். பெருமானார் அவர்களோடு முஹாஜிர்களும், அன்ஸாரிகளும் மொத்தம் ஆயிரத்து நானூறு பேர் சென்றார்கள். குர்பானிக்காக ஒட்டகங்களையும் ஓட்டிச் சென்றார்கள்.

முன்னெச்சரிக்கையாக, குறைஷிகளின் எண்ணத்தை அறிந்து வருவதற்காக, முன்கூட்டியே ஒருவரைப் பெருமானார் அவர்கள் அனுப்பி வைத்தார்கள்.

பெருமானார் அவர்கள் தங்கள் கூட்டத்தாருடன் உஸ்பான் என்னும் இடத்துக்கு வந்து சேர்ந்தனர்.

குறைஷிகளும் இதரர்களும் ஒன்று கூடி, "பெருமானார் அவர்கள் மக்காவுக்குள் நுழைய அனுமதிக்க இயலாது" எனக் கூறியதாக, அந்தத் தூதர் திரும்பி வந்து தெரிவித்தார்.

குறைஷிகள், சுற்றுப் புறத்தில் உள்ளவர்களை எல்லாம் திரட்டிக் கொண்டு, பெருமானார் அவர்களை நுழைய விடாமல் தடுப்பதற்காக, மக்காவுக்கு வெளியே ஆயுத பாணிகளாக எதிர்பார்த்துக் கொண்டிருந்தார்கள்.

123. தூதர் கொண்டு வந்த செய்தி

பெருமானார் அவர்கள், மக்காவுக்கு இருபத்தைந்து மைல் தொலைவிலுள்ள ஹுதைபிய்யா என்ற இடத்தில் தங்கள் கூட்டத்தாருடன் தங்கினார்கள்.

அங்கே ஒரே ஒரு சிறிய கிணறு மட்டுமே இருந்தது. அதிலும் நீர் இல்லாமல் வறண்டிருந்தது.

பெருமானாரின் காலடி பட்ட சிறப்பால், எல்லோருக்கும் போதுமான தண்ணீர், அந்தக் கிணற்றிலிருந்து பொங்கியது.

மக்காவில் இருந்த குஸா கோத்திரத்தார் அப்பொழுது இஸ்லாத்தைத் தழுவவில்லை. எனினும், அவர்கள் முஸ்லிம்களுடன் நட்புடனேயே இருந்தார்கள்.

இஸ்லாத்துக்கு விரோதமாகக் குறைஷிகளும், மற்றவர்களும் செய்யும் சூழ்ச்சிகளை குஸா கோத்திரத்தார் அவ்வப்போது முஸ்லிம்களுக்கு அறிவித்துக் கொண்டிருந்தார்கள். பெருமானார் அவர்கள் மக்காவுக்கு அருகில் வந்திருக்கும் செய்தி அறிந்த குஸா கூட்டத்தின் தலைவர் புதைலுப்னு வர்கா பெருமானார் அவர்களிடம் சென்று "குறைஷிகள் படை திரண்டு உங்களுக்கு எதிராக வந்து கொண்டிருக்கின்றனர். கஃபாவுக்குள் உங்களை நுழைய விடாமல்

அவர்கள் தடுப்பார்கள்" என்று தெரிவித்தார்.

அதற்குப் பெருமானார் "நாங்கள் உம்ராவுக்காக வந்திருக்கிறோமே அன்றி, சண்டை செய்யும் நோக்கத்தோடு வரவில்லை. சண்டையானது குறைஷிகளை விழுங்கி விட்டது. அதனால், அவர்களுக்குப் பெருத்த நஷ்டமும் ஏற்பட்டது. என்னையும், அரபுகளையும் எங்கள் வழியாகப் போக விட்டால் இவர்களுக்கு என்ன இழப்பு வந்துவிடும்? என்னைக் கொன்று விடுவது அவர்கள் விருப்பம்; ஆனால் எனக்கு இறைவன் வெற்றியைக் கொடுத்தால் இவர்களே அணி அணியாக இஸ்லாத்துக்கு வருவார்கள். இறைவன் மீது சத்தியமாகச் சொல்லுகிறேன். அவன் ள்ன்னிடம் ஒப்படைத்திருக்கும் இப்பணியில் வெற்றி பெறும் வரை அல்லது நான் அழியும் வரை ஓயமாட்டேன்" என்றார்கள்.

அதைக் கேட்ட புதைல், குறைஷிகளிடம் சென்று "நான் முஹம்மதிடமிருந்து தூது வந்திருக்கிறேன். நீங்கள் அனுமதித்தால் தெரிவிக்கிறேன்" என்றார்.

சில விஷமிகள், "தூதுச் செய்தி எதுவும் எங்களுக்குத் தேவை இல்லை" என்று கூறி விட்டனர்.

அறிவுடையோர் சிலர், "அந்தச் செய்தியை தெரிவிக்கும்படி" கேட்டுக் கொண்டார்கள்.

தூது வந்த புதைல், பெருமானார் அவர்கள் கூறியவற்றை அவர்களிடம் விவரமாகச் சொன்னார்.

அதன்பின், குறைஷிகளின் பிரமுகர் உர்வத்துப்னு மஸ்ஊத் என்பவர், "குறைஷிகளே! நான் உங்களுக்கெல்லாம் தந்தையைப் போன்றவன்; என்னிடம் உங்களுக்கு எத்தகைய சந்தேகமும் இல்லை அல்லவா? நீங்கள் எனக்கு அனுமதி அளித்தால், நான் போய் முடிவு செய்து வருகிறேன். முஹம்மது நியாயமான நிபந்தனைகளையே சொல்லி அனுப்பியுள்ளார்" என்று கூறினார்.

பிறகு, குறைஷிகளின் அனுமதி பெற்று, உர்வத் பெருமானார் அவர்களிடம் சென்று, குறைஷிகளின் கட்சியை எடுத்துக் கூறி விட்டு, இறுதியில், "உங்களுடைய இனத்தாராகிய குறைஷிகளை அழிப்பதற்காகவே, நீங்கள் இப்பொழுது கூட்டத்தோடு வந்திருக்கிறீர்கள் போலிருக்கிறது. குறைஷிகள் ஆயுதபாணிகளாக வந்து கொண்டிருக்கின்றனர். அவர்களைத் தடுப்பதற்கு உங்கள் கூட்டத்தினருக்கு வலிமையில்லை. இவர்கள் எல்லோரும் உங்களைக் கை விட்டுவிட்டு, தூசியைப் போல் பறந்து போகும்படிச் செய்து விடுவோம்" என சற்றுக் கடுமையாகக் கூறினார்.

அதைக் கேட்டதும் ஹலரத் அபூபக்கருக்கு மிகுந்த கோபம் உண்டாயிற்று. உர்வத்தை மிகவும் வன்மையாகக் கண்டித்து, "நாங்கள் நாயகம் (ஸல்) அவர்களைக் கை விட்டு ஓடி விடுவோம் என்றா, நீர் நினைக்கிறீர்" என்று கேட்டார்கள்.

உர்வத் உடனே, "அவர் யார்?" என்று கேட்டார்.

"அபூபக்கர்" என்று பெருமானார் பதிலளித்தார்கள்.

"அவருடைய கடுமையான சொற்களுக்கு நான் தக்க பதில் சொல்லியிருப்பேன். ஆனால், முன்னர், அவர் எனக்குச் செய்த ஓர் உதவிக்காகக் கடமைப்பட்டிருக்கிறேன்; இப்போது அந்தக் கடப்பாடு தீர்ந்துவிட்டது" என்றார் உர்வத்.

இறுதியில், எவ்வித முடிவும் இல்லாமல், உர்வத் குறைஷிகளிடம் திரும்பிச் சென்றார்.

பெருமானார் அவர்களிடம் தோழர்கள் வைத்திருக்கும் அளவற்ற அன்பும் விசுவாசமும் அவருக்கு வியப்பை உண்டாக்கிற்று.

"ரோமாபுரிச் சக்கரவர்த்தி, பாரசீக அரசர், அபீசீனிய மன்னர் ஆகியோரின் அரசவைகளை நான் பார்த்திருக்கிறேன். ஆனால், இத்தகைய பணிவையும், பற்றுதலையும் நான் எங்கேயும் காணவில்லை. முஹம்மது பேசும் பொழுது, அவருடன் இருப்பவர்கள் மிகவும் பணிவோடு மௌனமாகக் கவனித்துக் கொண்டு இருக்கின்றனர். அவர் ஒலுச் செய்யும் போது சிந்தும், தண்ணீரைக் கூடச் சேர்த்து வைக்கின்றார்கள்!" என்றுரைத்தார் உர்வத்.

124. தூதர்களைச் சிறைப்படுத்துதல்

பெருமானார் அவர்கள், முஸ்லிம்களில் ஒருவரை ஒட்டகத்தில் அனுப்பி, குறைஷிகளிடம் போய் மீண்டும் பேசுமாறு அனுப்பினார்கள்.

குறைஷிகள் அந்த ஒட்டகத்தை வெட்டியதோடு, பேச வந்த முஸ்லிமையும் கொல்ல முயன்றனர். ஆனால், அவர்களில் சிலர் அதைத் தடுத்து விட்டனர். .

அதன் பின், முஸ்லிம்களைத் தாக்குமாறு பெருமானார் இருக்கும் இடத்துக்குக் குறைஷிகள் ஒரு கூட்டத்தை அனுப்பினார்கள்.

ஆனால், முஸ்லிம்கள், அந்தக் கூட்டத்தாரைச் சிறைப்படுத்தி விட்டனர். அந்தச் செய்தி பெருமானார் அவர்களுக்குத் தெரிந்ததும், அவர்களை விடுவித்து விடுமாறு உத்தரவிட்டார்கள். பின்னர், உமர் அவர்களை, குறைஷிகளிடம் போய், சமாதானம் பேசுமாறு, பெருமானார் கூறினார்கள்.

"குறைஷிகள் எனக்குக் கடுமையான விரோதிகள். எங்களின் சொந்த பனூ கோத்திரத்தில் இப்போது எவரும் இல்லை; எனவே, குறைஷியரின் கொடுமைக்கு நான் இரையாகிவிடுவேன்! எனவே வேறெவரையும் அனுப்புவது பயனளிக்கும்" என்று உமர் (ரலி) கூறவே, உதுமான் அவர்களையும் அவர்களுடைய உறவினர் ஒருவரையும் குறைஷிகளிடம் அனுப்பினார்கள்.

அவ்விருவரும் குறைஷிகளிடம் சென்று, பெருமானார் கூறியவற்றைத் தெரிவித்ததும், குறைஷிகள்:

"நீங்கள் வேண்டுமென்றால் கஃபாவை "தவாபு" செய்துவிட்டுப் போகலாம். முஹம்மதை இந்த ஆண்டு கஃபாவுக்குள் விடுவதில்லை என்று நாங்கள் பிரமாணம் செய்திருக்கிறோம்" என்று கூறினர். பேச்சு வார்த்தைகள் நெடுநேரம் நடந்தபடியால், தூதுவர் இருவரும் திரும்பத் தாமதமாயிற்று. எனவே, அவர்கள் இருவரும் குறைஷிகளால் கொல்லப்பட்டனர் என்ற வதந்தி கிளம்பிவிட்டது.

"அவ்வாறு அவர்கள் கொல்லப்பட்டது உண்மையானால், அதற்குப் பழி வாங்கத் தவற மாட்டோம்" என்று சொல்லி, தங்களுடன் இருந்த தோழர்களை எல்லாம் ஒரு மரத்தின் அடியில் கூட்டி வந்து அவர்களிடம், "உயிர்த் தியாகம் செய்ய முன் வர வேண்டும்" என வாக்குறுதி பெற்றார்கள் பெருமானார்.

“பைஅத்துர் ரில்வான்” என்ற பெயர் பெற்ற இந்த நிகழ்ச்சி, “பைஅத்துல் அகபாவைப் போன்று இஸ்லாமிய வரலாற்றில் முக்கியமானதாகும்.

125. மற்றொரு தூதர் வருகிறார்

குறைஷிகள் நன்றாக ஆலோசித்து, தங்களில் வாக்குச் சாதுரியமானவரான ஸுஹைலுப்னு அம்ரு என்பவரைத் தூதராக, பெருமானார் அவர்களிடம் போய்ப் பேசுமாறு அனுப்பினார்கள்.

“நாயகமும், அவர்களுடன் வந்த முஸ்லிம்களும், அவ்வருடம் மக்காவுக்குள் நுழையக் கூடாது” என்ற நிபந்தனையின் பேரில், சமாதானம் பேச வேண்டும் என்று குறிப்பாகச் சொல்லி அனுப்பினார்கள்.

குறைஷிகளின் தூதர் ஸுஹைல் பெருமானாரிடம் வந்து, குறைஷிகளின் கட்சியை எடுத்துச் சொன்னார். வெகு நேரம் வரை பேச்சு நீடித்தது. இறுதியாக, சில நிபந்தனைகளின் மீது சமாதானம் முடிவாகியது.

நாயகம் (ஸல்) அவர்கள், அலீ அவர்களை அழைத்து சமாதான உடன்படிக்கையை எழுதும்படிக் கட்டளை இட்டார்கள்.

இஸ்லாமிய மரபுப்படி உடன்படிக்கையை ‘பிஸ்மில்லாஹிர் ரஹ்மானிர் ரஹிம்” என்று எழுதத் துவங்கினார்கள் அலீ (ரலி) அவர்கள். ஆனால், அரபி தேசத்தார் தொடக்கத்தில், 'பிஸ்மிக்க அல்லாஹும்ம' என்றுதான் எழுதுவது வழக்கம்.

அவ்வாறே எழுத வேண்டும் என குறைஷித் தூதர் ஸுஹைல் வற்புறுத்தினார். பெருமானார் அவர்களும் அதற்கு இணங்கினார்கள். பிறகு, அவ்வாறே எழுதப்பட்டது.

பின்னர், அலீ அந்த உடன்படிக்கையில், “முஹம்மதுர் ரஸுல்- இறைவனின் தூதர் முஹம்மது அவர்களுக்கும்..." என்று எழுதத் துவங்கினார்கள். உடனே ஸுஹைல் பெருமானார் அவர்களிடம், “நாங்கள் உங்களை இறைவனின் தூதராக ஒப்புக் கொண்டிருந்தோமானால், உங்களுக்கும் எங்களுக்கும் எதற்காக மன வேறுபாடு உண்டாக வேண்டும்? ஆகையால், உங்கள் பெயரையும் உங்கள் தந்தையின் பெயரையும் மட்டுமே எழுத வேண்டும்” என்று சொன்னார்.

அதற்குப் பெருமானார் அவர்கள், “நீங்கள் என்னை, நபியாக ஒப்புக் கொள்ளாவிட்டாலும், ஆண்டவன் பேரில் சத்தியமாக நான் ஆண்டவனுடைய தூதனாகவே இருக்கின்றேன்” என்று கூறிவிட்டு, அலி அவர்களிடம் ஸுஹைல் கூறியவாறே எழுதுமாறு சொன்னார்கள்.

பெருமானார் அவர்களிடம் கொண்டுள்ள மிகுந்த அன்பின் காரணாக, அலி அவர்கள், “தங்களுடைய திருப்பெயரை நான் ஒருபோதும் அழிக்க மாட்டேன்” என்று கூறி விட்டார்கள்.

அதன் பின்னர், பெருமானார் அவர்கள், அந்த வார்த்தை எழுதப்பட்டிருந்த இடத்தைக் காண்பிக்கும்படி கேட்டு, தங்கள் திருக்கரத்தாலேயே அதை நீக்கினார்கள்.

அடுத்து சமாதான நிபந்தனைகள் எழுதப்பட்டன.

126. உடன்படிக்கையின் நிபந்தனைகள்

சமாதான உடன்படிக்கையில் கண்டுள்ள நிபந்தனைகள்:

1. இவ்வருடம் முஸ்லிம்கள் மக்காவுக்குள் செல்லாமல் திரும்பி விட வேண்டும்.
2. மறு வருடம் முஸ்லிம்கள், மக்காவுக்குள் வந்து மூன்று நாட்கள் மட்டும் தங்கிப் போகலாம்.
3. முஸ்லிம்கள் மக்காவுக்குள் வரும் போது, ஆயுதங்கள் எதையும் கொண்டு வரக் கூடாது. வாளை மட்டும் கொண்டு வரலாம். ஆனால், அதை உறையிலே போட்டிருக்க வேண்டும்.
4. மக்காவில் ஏற்கனவே தங்கியிருந்த முஸ்லிம்களை, மதீனாவுக்குக் கூட்டிக் கொண்டு போகக் கூடாது.
5. மக்காவிலிருந்து யாரேனும் மதீனாவுக்குச் சென்றால், அவர்கள் முஸ்லிம்களாக இருந்தாலும் சரி, அவர்களை மக்காவுக்குத் திருப்பி அனுப்பி விட வேண்டும். ஆனால், முஸ்லிம்களில் யாரேனும் மக்காவுக்கு வந்தால், அவர்கள் திருப்பி அனுப்பப்பட மாட்டார்கள்.
6. அரபிக் கூட்டத்தார் தங்கள் விருப்பம் போல், இரண்டு கட்சிகளில் எந்தக் கட்சியினரிடமாவது உடன்படிக்கை செய்து கொள்ளலாம்.

127. உடன்படிக்கையால் ஏற்படும் நன்மை

குறைஷிகளுடன் செய்து கொண்ட உடன்படிக்கையின் நிபந்தனைகள் வெளித் தோற்றத்தில் முஸ்லிம்களுக்கு சாதகமற்றவனவாகத் தோன்றலாம்; ஆனால்,

பெருமானார் அவர்கள் எதற்காக இந்தச் சாதகமற்ற நிபந்தனைகளை ஒப்புக் கொள்ள வேண்டும்? என ஒரு கேள்வி எழலாம்.

பெருமானார் அவர்களின் அறிவு சான்ற அரசியல் இங்கே சிறப்பாகப் புலப்படுகிறது.

குறைஷிகளும் முஸ்லிம்களும் நடத்திய பல போர்களில் முஸ்லிம்களே தொடர்ந்து வெற்றி பெற்றிருக்கின்றனர்.

எதிரிகள் வந்து முஸ்லிம்களைத் தாக்கினால், இஸ்லாத்துக்காகத் தங்கள் உயிரைத் தியாகம் செய்ய அவர்கள் அனைவரும் தயாராகவே இருந்தனர். முஸ்லிம்களுக்கு "இத்தகைய நன்மைகள் இருந்தும், இவ்வருடம் ஹஜ் செய்யாமல் திரும்பிப் போவதற்குப் பெருமானார் அவர்கள் ஏன் சம்மதித்தார்கள்?" என்பது ஒரு கேள்வி.

குறைஷிகளுடன் போர் செய்வதைத் தவிர்க்க வேண்டும் என்பதே பெருமானார் அவர்களின் முக்கிய நோக்கம்.

குறைஷிகளுடன் சமாதானம் உண்டானால்தான், அவர்கள் முஸ்லிம்களுடன் கலந்து பழகி, இஸ்லாத்தைப் பற்றி நன்கு அறிந்து கொள்வதற்குப் போதிய வாய்ப்பு உண்டாகும்.

ஆதலால், எவ்வகையிலாவது, குறைஷிகளுடன் சமாதானத்தை ஏற்படுத்த வேண்டும் என்று கருதி, பெருமானார் அவர்கள் மேற்படி நிபந்தனைகளை ஒப்புக் கொண்டு, குறைஷிகளுடன் சமாதானத்தை ஏற்படுத்தினார்கள்.

உடன்படிக்கையின் நிபந்தனைகளை உமர் அவர்களும் மற்றும் சிலரும் அறிந்ததும் மிக வருந்தினார்கள். ஆனால் ஹலரத் அபூபக்கர் அவர்களின் பொருத்தமான விளக்கம் எவ்வாறு இம்மனவருத்தத்தைப் போக்கிற்று என்பதைப் பின்னர் பார்ப்போம்.

இதுவும் இஸ்லாம் வெகு விரைவாகப் பரவி, வளர்ச்சி பெறத் துணை செய்தது.

இந்த உடன்படிக்கை, இஸ்லாமிய வரலாற்றில் மிக முக்கியமான திருப்பமாகும்.

128. மத்தியில் உண்டான இடையூறு

உடன்படிக்கையை எழுதிக் கொண்டிருக்கும் போது, சிறு சலசலப்பு உண்டாயிற்று.

குறைஷிகளின் தூதர் ஸுஹைலும், பெருமானார் அவர்களும் நிபந்தனைகளை விவாதித்து, உடன்படிக்கை எழுதிக் கொண்டிருந்தனர்.

அப்பொழுது, ஸுஹைலின் குமாரர் அபூஜந்தல் என்பவர் இஸ்லாத்தைத் தழுவி இருந்ததால், மக்கா குறைஷிகள் அவரை துன்புறுத்திக் கொண்டிருந்தார்கள். அவர் எப்படியோ தப்பி, காலில் பூட்டப்பட்ட விலங்கோடு, சமாதான உடன்படிக்கைக் கூட்டத்தின் மத்தியில் வந்து விழுந்தார்.

அப்பொழுது ஸுஹைல் பெருமானார் அவர்களிடம், "முஹம்மதே! இந்த மனிதன் உங்களிடம் வருவதற்கு முன்னரே நாம் உடன்படிக்கை (யைப் பற்றிப் பேசி) முடித்து விட்டோம் அல்லவா?" என்றார்.

"ஆம்! நீங்கள் கூறுவது சரியே" என்று பெருமானார் பதிலளித்தார்கள்.

உடனே ஸுஹைல் தம் மகனின் சட்டையைப் பிடித்து, முரட்டுத்தனமாக இழுத்துக் கொண்டு புறப்படலானார்.

குறைஷிகள் அடித்த அடியால், அபூ ஜந்தலுடைய உடல் முழுவதும் இரத்தக் காயங்களாக இருந்தன.

அங்கே கூடியிருந்த முஸ்லிம்களிடம், தம்முடைய காயங்களை எல்லாம் காட்டி, "இஸ்லாமிய சகோதரர்களே! இதே நிலைமையிலா மீண்டும் என்னைப் பார்க்க விரும்புகிறீர்கள்? நானோ முஸ்லிம் ஆகிவிட்டேன். என்னைக் காபிர்களுடைய கையிலா ஒப்படைக்கிறீர்கள்?" என்று அபூ ஜந்தல் கூறியதும், அவர்களுக்கெல்லாம் மிகுந்த வருத்தம் உண்டாயிற்று.

பிறகு, பெருமானார் அவர்கள், "அபூ ஜந்தலே, பொறுமையோடும் கட்டுப்பாட்டுடனும் நடந்து கொள்வீராக. துன்பத்துக்குள்ளான இதர முஸ்லிம்களுக்காகவும் ஆண்டவன் ஏதாவது வழி காட்டுவான். இப்பொழுது உடன்படிக்கை நிறைவேறி விட்டது. அதற்கு மாறாக நாம் எதுவும் செய்ய இயலாது" என்று கூறினார்கள்.

அதன் பின் குறைஷிகளால் அபூ ஜந்தல் மக்காவுக்குக் கொண்டு போகப்பட்டார்.

129. ஆண்டவன் அருளிய வெற்றி

உடன்படிக்கையையும், அபூ ஜந்தலின் பரிதாப நிலைமையையும் கண்ட ஹலரத் உமர் அவர்கள் தம்மைக் கட்டுப்படுத்திக் கொள்ள முடியாமல், பெருமானார் அவர்களிடம் சென்று "ஆண்டவனுடைய தூதரே! தாங்கள் உண்மையான நபி அல்லவா?" என்று கேட்டார்கள்.

"நிச்சயமாக, நான் உண்மையான நபியாயிருக்கின்றேன்" என்றார்கள் பெருமானார்.

"நாம் கடைப்பிடிப்பது நேர்மையான வழி அல்லவா?" என்று கேட்டார்கள்.

"ஆம்!"

"குறைஷிகள் கடைப்பிடிப்பது தவறான வழி அல்லவா?"

"ஆம்"

"இந்த நிலையில், மத சம்பந்தமான விஷயத்தில், நாம் எதற்காக நம்மைத் தாழ்வு படுத்திக் கொள்ள வேண்டும்?" என்று உமர் அவர்கள் கேட்டார்கள்.

அதற்குப் பெருமானார் அவர்கள், "நான் அல்லாஹ்வினுடைய தூதன். அவனுடைய கட்டளைக்கு மாறாக எதுவும் செய்ய முடியாது" என்று பதில் கூறினார்கள்.

அதைக் கேட்டதும் உமர் அவர்கள் மிகுந்த வருத்தத்தோடு, அபூபக்கர் அவர்களிடம் சென்று நிகழ்ந்தவற்றை விவரித்துக் கூறினார்கள்!

அப்பொழுது அபூபக்கர் அவர்கள், "பெருமானார் அவர்கள் ஆண்டவனுடைய நபி; அவர்கள் எதைச் செய்தாலும் ஆண்டவனுடைய கட்டளைப்படியே செய்வார்கள்" என்று சொன்னார்கள்.

அதன் பின்னர், பெருமானார் அவர்களிடம் மறுத்துப் பேசிய குற்றத்தை உமர் அவர்கள் நினைத்து, நினைத்துத் தங்கள் ஆயுள் வரை வருந்திக் கொண்டே இருந்தார்கள். அக்குற்றத்துக்குப் பரிகாரமாக, தொழுவதிலும், நோன்பு நோற்பதிலும், சிறப்பான தர்மங்களைச் செய்வதிலும் அடிமைகளை விடுதலை செய்வதிலும் கவனம் செலுத்திக் கொண்டிருந்தனர்.

இதர முஸ்லிம்களுக்கும், அபூஜந்தலின் நிலைமையைக் கண்டு மிகுந்த கவலை உண்டாயிற்று. ஆனால், பெருமானார் அவர்களின் கட்டளையானதால், ஒன்றும் பேச இயலவில்லை.

பெருமானார் அவர்கள் அதன் பின் குர்பானியும் அதைச் சேர்ந்த சடங்குகளையும் அங்கே நிறைவேற்றினார்கள்.

உடன்படிக்கை நிறைவேறியதும், மூன்று நாட்கள் ஹுதைபிய்யாவிலேயே பெருமானார் அவர்கள் இருந்தார்கள். அதன் பின் அவர்கள் மதீனாவுக்குப் புறப்பட்டுச் சென்றார்கள்.

வழியிலேயே, இறைவாக்கு அருளப் பெற்றது.

"(நபியே) நிச்சயமாக நாம் ஒரு தெளிவான வெற்றியாக உமக்கு வெள்ளி அளித்துள்ளோம்....."

பெருமானார் அவர்கள், உமர் அவர்களை அழைத்து, அச்செய்தியைத் தெரிவித்தார்கள், அதைக் கேட்டதும் உமர் அவர்கள் அளவற்ற மகிழ்ச்சி அடைந்தார்கள்.

130. பெருமானார் அவர்களின் பெருமை

பெருமானார் அவர்கள் இரண்டரை ஆண்டுகளுக்குப் பின், மக்காவுக்குப் போகும் போது பதினாயிரம் முஸ்லிம்களும் சென்றார்கள். முன்னர், போகும் போது ஆயிரத்தி நானூறு பேர்களே சென்றார்கள். குறுகிய காலத்தில் இவ்வளவு தொகையினர் இஸ்லாத்தில் எவ்வாறு சேர்ந்தனர்?

முஸ்லிம்களுக்கும், காபிர்களுக்கும் மத்தியில் ஓயாமல் சண்டைசச்சரவு நிகழ்ந்து வந்ததால், ஒருவரோடு ஒருவர் நெருங்கிப் பழக வாய்ப்பு இல்லாமல் இருந்தது. ஹுதைபிய்யா உடன்படிக்கைக்குப் பிறகு, அவர்களுக்குள் போக்குவரவு உண்டாயிற்று. வியாபாரத் தொடர்புக்காகவும், குடும்ப சம்பந்தமாகவும் காபிர்கள் அடிக்கடி மதீனாவுக்கு வந்தார்கள்; அங்கே சில காலம் தங்கினார்கள். அப்பொழுது அவர்கள் முஸ்லிம்களுடன் நெருங்கிப் பழகி வந்தார்கள்; அதனால், இஸ்லாத்தைப் பற்றி நன்கு அறிந்து கொண்டார்கள். பெருமானார் அவர்களின் மேன்மையும், எளிமையும், நற்செய்கைகளும் சிறப்பாகக் கண் முன் காணும் வாய்ப்பு அவர்களுக்கு உண்டாயிற்று. இவை யாவும் குறைஷிகளின் உள்ளத்தில் பசுமையாகப் பதிந்து, ஒரு புத்துணர்ச்சியை உண்டாக்கிற்று.

இஸ்லாத்தின் கொள்கைகள் குறைஷிகளை ஈர்த்தன. கூட்டம் கூட்டமாக அவர்கள் இஸ்லாத்தைத் தழுவினார்கள்.

இவ்வளவு அதிகமான பேர் இதற்கு முன் ஒரு பொழுதும் வந்து சேரவில்லை,

குறைஷிகளில் பிரபலமான வீரரும், உஹுத் சண்டையின் போது, முஸ்லிம்கள் அதிக இழப்புக்கு முக்கிய காரணமாயிருந்தவர்களுமான காலித் இப்னு வலிது, அம்ருப்னுல் ஆஸ் ஆகியோர் இக்காலத்தில் இஸ்லாத்தில் சேர்ந்தார்கள்.

131. ஆண்டவன் வழி காட்டுவான்

எனினும், உடன்படிக்கையின்படி, மக்காவிலே தங்கியிருந்த முஸ்லிம்களைக் குறைஷிகள் கொடுமைப்படுத்தி துன்பத்துக்கு ஆளாக்கினார்கள்.

அந்தத் துன்பத்திலிருந்து தப்புவதற்காகப் பலர், மதீனாவுக்கு வரத் தொடங்கினார்கள். அவ்வாறு முதன்முதலில் வந்தவர் உத்பதுப்னு உஸைது என்னும் அபூபஸீர் ஆவார்.

அவர் மதீனாவுக்குப் போய் விட்ட செய்தியை அறிந்த குறைஷிகள் அவரைத் திரும்ப அழைத்து வருவதற்காக, இருவரைப் பெருமானார் அவர்களிடம் அனுப்பினார்கள். பெருமானார் அவர்கள், அவரை மக்காவுக்குத் திரும்பிச் செல்லுமாறு கட்டளையிட்டார்கள்.

அப்பொழுது அவர் பெருமானார் அவர்களிடம், "குபிரில் சேருமாறு நிர்ப்பந்திக்கும் காபிர்களிடமா, என்னைப் போகச் சொல்லுகிறீர்கள்?'' என்று கேட்டார்.

பெருமானார் அவர்கள், "அபூ பஸீர்! உமக்கும் உம்மைப் போன்ற நிராதனவானவர்களுக்கும் நிச்சயமாக, அல்லாஹ் ஒரு வழி செய்வான்'' என்று கூறி, அவரை குறைஷித் தூதர்களுடன் அனுப்பி விட்டார்கள்.

அபூ பஸீர் தூதர் இருவருடன் மக்காவுக்குத் திரும்பி வந்து கொண்டிருந்த போது, அத்தூதர்களில் ஒருவரை வாளால் வெட்டி வீழ்த்தினார். மற்றொருவர், அதைப் பார்த்து மதீனா-

வுக்கு ஓடி வந்து, பெருமானார் அவர்களிடம் நிகழ்ந்ததைக் கூறி முறையிட்டார்.

அப்பொழுது அபூபஸீரும் திரும்பி மதீனாவுக்கு வந்து விட்டார்.

அவர் பெருமானார் அவர்களிடம், “உடன்படிக்கைப்படி தாங்கள் என்னை அனுப்பி விட்டீர்கள். பிறகு நிகழ்ந்ததற்குத் தாங்கள் பொறுப்பு இல்லை” என்று கூறி விட்டு வெளியே போய்விட்டார்.

132. தடை நீங்கியது!

அபூபஸீர் மதீனாவை விட்டுத் தப்பி, கடற்கரை ஓரமாக இருந்த அல் ஈஸ் என்னும் இடத்தில் போய்த் தங்கிவிட்டார்.

அங்கே போய் அவர் தங்கி இருக்கும் செய்தியானது, மக்காவில் ஆதரவற்ற நிலையில், துன்பத்தில் உழன்று கொண்டிருந்த முஸ்லிம்களுக்குத் தெரிந்தது.

குறைஷிகளின் கொடுமையிலிருந்து தாங்கள் தப்பிச் செல்வதற்கு வழி ஏற்பட்டு விட்டது என்று கருதி, அபூ பஸீர் தங்கியிருந்த பகுதிக்கு ஒருவர் பின் ஒருவராக, மறைவாக, வரத் தொடங்கி விட்டார்கள்.

நாளுக்கு நாள் முஸ்லிம்களின் எண்ணிக்கை அல் ஈஸில் அதிகமாயிற்று. அவர்கள் அனைவரும் அங்கே நிலையாகத் தங்கிவிட்டார்கள். குறைஷிகளின் வியாபாரப் பொருட்கள், அல் ஈஸ் வழியாகத்தான் ஷாமுக்குச் செல்ல வேண்டியிருந்தது. அவ்வாறு செல்லும் குறைஷிகளின் சரக்குகளை முஸ்லிம் கூட்டத்தினர் மடக்கிக் கைப்பற்றத் தொடங்கினார்கள்.

இந்தச் செய்தி குறைஷிகளுக்குத் தெரிந்தது. அவர்கள் பெருமானாருக்குக் கடிதம் எழுதி அனுப்பினார்கள்.

அக்கடிதத்தில்: “முஸ்லிம்கள் மக்காவிலிருந்து மதீனாவுக்கு வந்தால், அவர்களைத் திரும்ப மக்காவுக்கு அனுப்பி விட வேண்டும் என்று ஹுதைபிய்யா உடன்படிக்கையில் குறிப்பிட்டிருந்த நிபந்தனையை நீக்கி விட வேண்டும் என்றும், நம் இரத்த பந்துவத்தின் பேரால் பெரிதும் வேண்டுகிறோம்” என்றும் எழுதியிருந்தார்கள்.

அதன்படி, அல் ஈஸிலிருந்த முஸ்லிம்களை எல்லோரையும் பெருமானார் அவர்கள் மதீனாவுக்கு அழைத்துக் கொண்டார்கள்.

அவ்வாறு வந்தவர்களுள் அபு ஜந்தலும் ஒருவர்.

அதன் பிறகு, குறைஷிகளின் வியாபாரத்துக்கு எவ்வித இடையூறும் இல்லாமல் இருந்தது.

133. இஸ்லாத்தை உலகுக்கு அறிவித்தல்

மக்கா வாசிகளுக்கும் முஸ்லிம்களுக்கும் இருந்து வந்த சச்சரவு உடன்படிக்கையின் மூலம் ஓரளவு ஓய்ந்து, சமாதானம் ஏற்பட்டதும் இஸ்லாத்தைப் பற்றி உலகத்துக்கு அறிவிக்கப் பெருமானார் அவர்கள் எண்ணினார்கள்.

அதற்காக, தோழர்களை எல்லாம் கூட்டிச் சொற்பொழிவு ஒன்று நிகழ்த்தினார்கள்.

"ஆண்டவன் என்னை உலக முழுவதற்கும் அருளாகவும், தூதனாகவும் அனுப்பியுள்ளான். ஹலரத் ஈசா அவர்களின் சீடர்களைப் போல், உங்களுக்குள் வேற்றுமை எதுவும் இருக்கக் கூடாது. என் சார்பாக, நீங்கள் போய் ஆண்டவனின் தூதை நிறைவேற்றுங்கள். உண்மையை உணருமாறு மக்களை அழைப்பீர்களாக!" என்பதாக இறுதியில் குறிப்பிட்டார்கள்.

ரோமாபுரி அரசர் கெய்ஸர் (ஸீஸர்), பாரசீக அரசர் குஸ்ரு பர்வேஸ், எகிப்து அரசர் முகௌகீஸ், அபிசீனியா அரசர் நஜ்ஜாஷீ ஆகியோருக்கு இஸ்லாத்தின் பெருமையை எடுத்துக் கூறி, அதில் சேருமாறு கடிதம் எழுதி, தனித் தனியே தூதர்கள் மூலம் பெருமானார் அவர்கள் அனுப்பி வைத்தார்கள்.

134. தூதரும் வியாபாரிகளும்

ரோமாபுரி நாட்டினருக்கும், பாரசீக நாட்டினருக்கும் நிகழ்ந்த போரில், ரோமாபுரி நாட்டினருக்குப் பெரும் வெற்றி கிடைத்தது. அதைக் கொண்டாடுவதற்காக, ரோமாபுரி அரசர் ஷாம் தேசத்துக்கு வந்திருந்தார்.

பெருமானார் அவர்களின் தூதர் ஷாம் தேசப் பிரதிநிதி மூலமாகக் கடிதத்தை ரோமாபுரி அரசர் கெய்ஸரிடம் சேர்ப்பித்தார்.

கடிதத்தைப் பெற்றுக் கொண்ட அரசர், "அரபு நாட்டிலிருந்து யாரேனும் இங்கே வந்திருக்கின்றனரா?" என விசாரித்தார்.

சிலர் வந்திருப்பதாகத் தெரிவிக்கப்பட்டது.

அவர்களை அழைத்து வருமாறு அரசர் கட்டளையிட்டார். வியாபாரத்துக்காக, ஷாமுக்கு வந்திருந்த குறைஷிகளில் சிலர் அரசசபைக்குக் கொண்டு வரப்பட்டனர்,

"ஆண்டவனுடைய தூதர் என்று கூறப்பட்டுள்ள பெரியோருக்கு நெருங்கிய உறவினர் யாரேனும் உங்களில் இருக்கின்றனரா?" என்று கேட்டார் அரசர்.

"நானே நெருங்கிய உறவினர்" எனக் கூறினார் அபூ ஸுஃப்யான்.

அரசருக்கும் அபூ ஸுஃப்யானுக்கும் மத்தியில் மொழிபெயர்ப்பாளரை நியமித்து, உரையாடல் தொடங்கியது.

135. மன்னரின் மட்டற்ற மகிழ்ச்சி

"நபி என்று தம்மைக் கூறிக் கொள்பவரின் வரலாற்றை, அபூ ஸுஃப்யானிடம் நான் விசாரிக்கப் போகிறேன். என் கேள்விகளுக்கு அவர் ஏதாவது பொய் சொன்னால், உடனே அதை என்னிடம் தெரிவிக்க வேண்டும்" என்று ரோமாபுரி அரசர், சபையில் அறிவித்தார்.

பெருமானார் அவர்களிடம் கடுமையான பகைமை கொண்டு, அவர்களைக் கேவலப்படுத்துவதிலேயே கருத்தாக இருந்தவர் அபூ ஸுஃப்யான். ஆயினும், அரசரின் கேள்விகளுக்குப் பெருமானார் அவர்களைப் பற்றிய உண்மைகளைக் கூறியது, பெருமானார் அவர்களுடைய பெருமையை மேலும் உயர்த்தியது. உண்மைக்கு அழிவில்லை; உண்மை எப்பொழுதும்

வெற்றி பெறும் என்பதை அரசர் உள்பட அனைவரும் உணர்ந்தனர்.

அரசர் கேட்ட கேள்விகளுக்கு அபூ ஸுஃப்யான் பதில் அளித்தார்.

அவற்றைச் சீர் தூக்கிப் பார்த்த அரசர், அபூ ஸுஃப்யானிடமே அதைத் தெளிவுபடுத்து-கிறார்.

“நபியின் குடும்பக் கௌரவத்தைப் பற்றி உம்மிடம் கேட்டேன்.

அரபு நாட்டில் மிகவும் கௌரவமும் பெருமையும் மிக்க குடும்பத்தில் அவர் தோன்றிய-தாகக் கூறினீர்.

தீர்க்கதரிசிகள் எல்லோருமே மேன்மையான குடும்பத்திலேயே தோன்றியுள்ளனர்.

முன்னர், அந்தக் குடும்பத்தில் ஒருவரும் தம்மை நபி என்று கூறிக் கொள்ளவில்லை என்பதை நீரே ஒப்புக் கொள்கிறீர்.

அவ்வாறு, யாரேனும் கூறியிருந்தால், அதைப் பின்பற்றியே இவரும் கூறி இருப்பார் என்று நினைக்கலாம்.

அவருடைய குடும்பத்தில் ஒருவரும் அதற்கு முன் அரசராக இருந்ததில்லை என்று சொல்லுகின்றீர். அவ்வாறு யாராவது இருந்திருந்தால், இழந்த அரசைப் பெறுவதற்காகவே, இவரும் தம்மை நபி என்று கூறிக் கொள்கிறார் என்று சொல்லலாம்.

அவர் ஒரு போதும் பொய் சொன்னதில்லை என்று நீரே கூறுகின்றீர்.

ஆண்டவனுடைய அடியார்களிடம் எவர் ஒரு போதும் பொய் சொல்லி இருக்க மாட்-டோரோ, அத்தகையவர் ஆண்டவனைப் பற்றிய விஷயத்தில் எவ்வாறு கட்டுப்பாடான பொய் சொல்லுவார்?

ஏழைகளே முதலில் அவரைப் பின்பற்றியதாகச் சொல்கிறீர்.

தீர்க்கதரிசிகளை முதன் முதலில் ஒப்புக் கொள்பவர்கள் ஏழைகளே!

அவருடைய மதத்தைத் தழுவியவர்கள் எவரும் பின்னர், வெறுப்படைந்து அதை விட்டு அகன்றதில்லை என்று கூறுகின்றீர்.

விசுவாசத்தின் உண்மை நிலை அதுவே. எப்பொழுது விசுவாசம் உள்ளத்தில் குடி கொண்டு விட்டதோ, பிறகு அது ஒரு போதும் நீங்குவதில்லை.

அவரைப் பின்பற்றுபவர்களின் எண்ணிக்கை நாளுக்கு நாள் அதிகரித்துக் கொண்டே போவதாகக் கூறுகின்றீர்.

உண்மையான மதமானது நாளுக்கு நாள் வளர்ச்சி அடைந்து கொண்டுதான் இருக்கும்.

போர்களில், சில வேளைகளில் அவருக்கும், சில வேளைகளில் உம்முடைய கூட்டத்தி-னருக்கும் வெற்றி கிட்டியிருப்பதாகக் கூறுகிறீர்.

விரோதிகளுக்கு மத்தியில் தீர்க்கதரிசிகள் இவ்வாறே சோதிக்கப்படுகின்றனர். ஆனால் இறுதியில் தீர்க்கதரிசிகளுக்கே வெற்றி கிட்டும். அவர் ஒருபோதும் வாக்கு மாறியதில்லை என்று சொல்லுகின்றீர்.

தீர்க்கதரிசிகள் ஒரு போதும் வாக்கு மாறி நடந்து கொண்டதில்லை".

பின்னர் அபூ ஸுஃப்யானிடம், “அவர் போதிக்கும் கொள்கைகள் எவை?" என்று கேட்-டார் அரசர்.

“அவர் ஆண்டவனை வணங்கும் படியும், அந்த ஆண்டவனுக்கு வேறு யாரையும் இணையாக வைக்காமல் இருக்குமாறும், நோன்பைக் கடைப் பிடிக்குமாறும், உறவினர்களை

அன்பாக நடத்துமாறும் போதிக்கின்றார்'' என்று கூறினார்.

“நீர் இதுவரை கூறியவை உண்மையாக இருக்குமானால், அவர்கள் நபி என்பதில் எவ்விதச் சந்தேகமும் இல்லை. அவர்களுடன் நான் இருந்திருப்பின், அவர்களுடைய பாதங்களைக் கழுவியிருப்பேன். இன்னொரு கருத்தையும் இப்பொழுதே கூறிவிடுகிறேன். இன்று நான் ஆட்சி செலுத்தும் இந்த நாடும் ஒரு காலத்தில் அவர்கள் வசமாகும்'' என்று அரசர் கூறி முடித்தார்.

பெருமானார் அவர்களிடம் பகைமை கொண்டிருந்தாலும், அரசரிடம் உண்மையை ஒளிவு மறைவின்றி அபூ ஸுப்யான் கூறியது வியப்புக்குரியது.

ooo

பெருமானார் அவர்களின் கடிதம் அரசவையில் படிக்கப்பட்டதும், சபையில் சிறிது பரபரப்பு உண்டாயிற்று.

அரசரை இஸ்லாத்தைத் தழுவுமாறும், அவ்வாறு செய்தால் நலமாக இருப்பீர்கள் என்றும் கடிதத்தில் குறிப்பிடப்பட்டிருந்தது.

அதன் பின்னர், அபூ ஸுப்யான் முதலானோரை சபையை விட்டு வெளியேறுமாறு உத்தரவிடப்பட்டது.

வெளியேறிய அபூ ஸுப்யான் தம்முடைய கூட்டத்தாரிடத்தில், “ரோமாபுரி அரசரும் மதிக்கும்படியான கௌரவத்தை முஹம்மது பெற்றிருக்கிறாரே'' என்று சொல்லி, அங்கலாய்த்துக் கொண்டார்.

136. தீர்க்கதரிசி கூறியது உண்மையே

பெருமானார் அவர்கள் பாரசீக நாட்டு அரசருக்கும், தூதர் மூலம் கடிதம் அனுப்பினார்கள்.

பாரசீக நாட்டு வழக்கப்படி கடிதம் எழுதுவதானால், அரசர் பெயரையே தலைப்பில் எழுதுவது வழக்கம். ஆனால், இக்கடிதத்திலோ, முதலாவதாக, ஆண்டவனுடைய திருநாமமும், அதன் பின் பெருமானாரின் திருப்பெயரும் எழுதப்பட்டிருந்தன.

அரசர் அக்கடிதத்தைப் பார்த்ததும் ஒரு அடிமை, தம்மைக் கேவலப்படுத்தி எழுதியிருப்பதாக ஆத்திரம் கொண்டு, அந்தக் கடிதத்தைத் துண்டு துண்டாகக் கிழித்து எறிந்தார்.

அந்த விவரம் பெருமானார் அவர்களுக்குத் தெரிய வந்ததும், “அந்த அரசும் சின்னா பின்னமாக்கப்பட்டுவிடும்'' என்று தெரிவித்தார்கள்.

கடிதத்தைக் கிழித்து எறிந்த அரசர், மேலும் பெருமானார் அவர்களைச் சிறைப் பிடித்துக் கொண்டு வருமாறு, ஏமன் நாட்டு கவர்னருக்கு உத்தரவிட்டார். அதை நிறைவேற்றுவதற்காக இருவரை மக்காவுக்கு அனுப்பி வைத்தார் கவர்னர்.

செய்தி அறிந்த மக்கா வாழ் குறைஷிகள், “முஹம்மதை பாரசீக நாட்டு அரசர் உயிரோடு விட்டு வைக்க மாட்டார்'' என் எண்ணி மிகவும் குதூகலம் அடைந்தனர்.

ஏமனிலிருந்து வந்த தூதர் இருவரும், பெருமானார் அவர்கள் மதீனாவில் இருப்பதை அறிந்து, அங்கே சென்று விவரத்தைக் கூறினார்கள்.

தூதர்கள் இருவரையும் ஒரு நாள் அங்கே தாமதிக்குமாறும், மறு நாள் முடிவு கூறுவதாகவும், பெருமானார் அவர்கள் கூறினார்கள்.

அன்று இரவு பெருமானார் அவர்கள் ஆண்டவனைத் தொழுதார்கள். அன்று இரவே, பாரசீக நாட்டு அரசரை, அவருடைய குமார் கொன்று விட்டார் என்ற செய்தி பெருமானார் அவர்களுக்கு, ஆண்டவனால் அறிவிக்கப்பட்டது.

மறுநாள் காலையில், தூதர்கள் இருவரையும் பெருமானார் அவர்கள் அழைத்து ''உங்களுடைய அரசர் நேற்று இரவு கொல்லப்பட்டு விட்டார்'' என்று தெரிவித்தார்கள்.

தூதர்கள் திடுக்கிட்டு, ''தாங்கள் கூறுவதை நன்கு சிந்தித்துக் கூறுங்கள். இச்செய்தியை தங்களுடைய பொறுப்பின் மீது நாங்கள் அரசருக்கு அறிவிக்கின்றோம். அதனால் உண்டாகும் விளைவை, நீங்கள் அனுபவிக்க வேண்டியதிருக்கும். ஏனெனில், எந்தக் குற்றத்துக்காக நாங்கள் தங்களைக் கொண்டு போக வந்திருக்கிறோமோ, அதைக் காட்டிலும், தாங்கள் இப்பொழுது சொல்வது மிகப் பெரிதாக இருக்கின்றதே'' என்று சொன்னார்கள்.

அப்பொழுது பெருமானார் அவர்கள், ''என்னுடைய பொறுப்பிலேயே இச்செய்தியை நீங்கள் தெரிவிக்கலாம். அத்துடன் 'இஸ்லாத்தின் ஆட்சியானது, உங்கள் அரசரின் சிம்மாசனத்தின் அஸ்திவாரம் வரை வந்து சேரும்' என்றும் தெரிவியுங்கள்,'' என்று கூறினார்கள்.

தூதர்கள் இருவரும் ஏமனுக்குத் திரும்பி வந்து, ஆட்சித் தலைவரிடம் செய்தியைச் சொன்னார்கள்.

அதைக் கேட்டதும் அவர் வியப்படைந்தார். ''இச்செய்தி உண்மையாயிருக்குமானால், அவர்கள் நபிகள் என்பதில் எவ்வித ஐயமும் இல்லை. ஏனெனில், இந்தச் செய்தியை வெகு தொலைவில் இருந்து அறிந்து அவர்கள் சொல்லியிருக்கிறார்கள்'' என்றார்.

சில நாட்களுக்குப் பிறகு, பெருமானார் அவர்கள் கூறியது உண்மை என்பது தெரிய வந்தது.

அரசர் கொல்லப்பட்டு அவருடைய மகன் ஆட்சியை ஏற்றிருக்கிறார் என்ற அறிக்கை ஆளுநருக்குக் கிடைத்தது. அப்பொழுதே, பெருமானார் அவர்கள் ஆண்டவனுடைய உண்மையான திருத்தூதர் என்பதை அவர் நன்கு உணர்ந்து, இஸ்லாத்தைத் தழுவினார். அவரோடு ஏமன் பகுதியிலிருந்தவர்களும் இஸ்லாத்தில் சேர்ந்தனர்.

137. பாராட்டும் பரிசுகளும்

இப்பொழுது எகிப்து தேசமாக விளங்குவது முன்னர் மிஸ்று என்னும் நாடாக இருந்தது. அதை முகௌகிஸ் என்ற கிறிஸ்துவ மதத் தலைவர் ஆட்சி புரிந்து வந்தார்.

பெருமானார் அவர்கள் மற்ற அரசர்களுக்குக் கடிதம் எழுதி, இஸ்லாத்தைத் தழுவுமாறு அழைப்பு விடுத்ததைப் போலவே, அந்தக் கிறிஸ்துவ மதத் தலைவருக்கும், தூதர் மூலம் கடிதம் அனுப்பினார்கள்.

பெருமானார் அவர்களின் தூதரை அவர் அன்புடன் வரவேற்று உபசரித்தார். கடிதத்தைப் படித்துக் கருத்தைத் தெரிந்து கொண்டார்.

“நபி ஒருவர் தோன்றுவார்கள் என்பதை நான் முன்னரே அறிவேன். ஆனால், அவர்கள் ஷாம் தேசத்தில்தான் தோன்றுவார்கள் என எண்ணி இருந்தேன். தங்களுடைய தூதரைக் கௌரவப்படுத்தி, சில பரிசுகளையும் தங்களுக்கு வழங்கியுள்ளேன். சிறந்த சில உடைகள், மிஸ்று நாட்டுப் பெண்கள் இருவர் உயர்தரமான ஒரு கோவேறு கழுதை ஆகியவற்றை அனுப்பியுள்ளேன்” எனப் பதில் எழுதி, தூதரிடம் மேற்கண்டவற்றைப் பெருமானார் அவர்களுக்கு அனுப்பி வைத்தார் அவர்.

தலைவரின் பரிசுகளையும், கடிதத்தையும் பெருமானார் மகிழ்வோடு ஏற்றுக் கொண்டார்கள்.

வந்த இரண்டு பெண்களில் ஒருவரான மரிய்யத்துல் கிப்தி நாச்சியாரைப் பெருமானார் திருமணம் செய்து கொண்டார்கள். ஸிரின் என்ற மற்றொரு பெண்ணைக் கவிஞர் ஹஸ்ஸானுப்னு தாபித் திருமணம் செய்து கொண்டார். கோவேறு கழுதையைப் பெருமானார் அவர்கள் துல் துல் எனப் பெயரிட்டு சவாரிக்குப் பயன்படுத்திச் கொண்டார்கள். “எனக்கு மேலே இருப்பவர்கள் என்னை வெளியேற்றி விடுவார்கள் என்ற அச்சமில்லாதிருப்பின், நானும் உங்களைப் பின்பற்றியிருப்பேன்” என்று அவர் கடிதத்தில் குறிப்பிட்டிருந்தார்.

°°°°°°

அபிசீனியா நாட்டு அரசர் நஜ்ஜாஷிக்கு பெருமானார் அவர்கள் எழுதிய கடிதம் கிடைத்ததும். பெருமானார் அவர்களை ஆண்டவனின் உண்மையான திருத்தூதர் என ஏற்றுக் கொண்டு உடனே பதில் அனுப்பி வைத்தார்.

°°°°°°

அரபி தேசத்துப் பிரபுகளுக்குப் பெருமானார் அவர்கள் அனுப்பிய கடிதங்களுக்கும் பதில் வந்தன.

°°°°°°

ரோமாபுரிச் சக்கரவர்த்தியின் ஆட்சியின் கீழ், ஷாம் தேசத்தை நிர்வாகம் செலுத்தி வந்த ஹாரிஸ் கஸ்ஸானி என்பவருக்குப் பெருமானார் அவர்கள் அனுப்பிய கடிதத்தைக் கண்டு, அவர் மிகுந்த சினம் கொண்டு படைகளைத் தயார் செய்யும்படி உத்தரவிட்டார்.

முஸ்லிம்களை அவர் எந்த நேரத்திலும் தாக்கக் கூடும் என்று ஒவ்வொரு நிமிடமும் எதிர்பார்க்கப்பட்டது.

அவ்விரோதமே பின்னர் 'தபூக்' சண்டைக்குக் காரணமாக அமைந்தது.

138. பெருமானார் அவர்களின் முத்திரைக் கடிதம்

மிஸ்று ஆட்சித் தலைவருக்குப் பெருமானார் அவர்கள் எழுதிய கடிதத்தை அவர் பத்திரப்படுத்தி வைத்திருந்ததை இஸ்லாமிய வரலாறுகள் குறிப்பிடுகின்றன.

1853-ம் ஆண்டில் பிரெஞ்சு உல்லாசப் பயணிகள் சிலர், மிஸ்று (எகிப்து) தேசத்தில் சுற்றுலாச் சென்ற போது, ஒரு கிறிஸ்துவ மடத்தில் பெருமானார் அவர்களின் மேற்படி கடிதம் அகப்பட்டது. அதில் உள்ள எழுத்துகள் அக்காலத்திய அரபி எழுத்தில் எழுதப்பட்டிருந்தன. டாக்டர் பாட்ஜர் என்பவர் அதைப் பிரித்து எடுத்து இக்காலத்திய எழுத்தில் எழுதினார்.

அதில் காணப்படும் வாசகத்துக்கும், இஸ்லாமிய வரலாற்றில், மிஸ்று தேச அரசருக்கு எழுதப்பட்டதாகக் கூறப்படும் வாசகத்துக்கும் கொஞ்சம் கூட வேறுபாடு இல்லை.

அக்கடிதத்தின் இறுதியில், "முஹம்மதுர் ரஸூலுல்லாஹ்" என்ற முத்திரை ஒன்று இடப்பட்டிருக்கிறது. வரலாறுகளிலும் அவ்வாறு முத்திரையிடப் பெற்றதாகக் குறிப்பிடப்பட்டிருக்கிறது.

அக்கடிதம் இப்பொழுது கான்ஸ்டாண்டி நோபில் அரண்மனையில் இருக்கிறது.

139. யூதர்களின் பொறாமை

மதீனாவிலிருந்து இருநூறு மைல் தொலைவில் உள்ளது கைபர். அது செழிப்பான ஒரு பகுதி. அதனால் யூதர்கள் அங்கே சென்று கோட்டை கட்டிக் கொண்டு வாழ்ந்தனர். பனூ நலீர் கோத்திரத்தைச் சேர்ந்தோர் மதீனாவிலிருந்து வெளியேற்றப்பட்ட போது, அங்கே குடியேறினர் என்பதை முன்னர் படித்தோம். அப்பொழுது முதல், யூதர்களுக்கு கைபர் மிகவும் முக்கியமான இடமாக இருந்தது.

முஸ்லிம்களின் செல்வாக்கு, யூதர்களைப் பொறாமைப் படச் செய்தது.

முன்பு அகழ்ச் சண்டையைத் தூண்டியவர்கள் அங்கே இருந்த யூதர்களே.

கைபரில் உள்ள யூதர்களுக்கு ஹுயையுப்னு அக்தப் என்பவர் தலைவராக இருந்தார். பனூ குறைலாச் சண்டையில் அவர் கொல்லப்பட்டார்.

அவருக்குப் பின் அபூராபி அஸ்லம் என்பவர் தலைமை வகித்தார். அவர் மிகுந்த செல்வாக்குள்ள வியாபாரி. அரபு நாட்டில் அதிக செல்வாக்குள்ள கத்பான் குடும்பத்துக்கும், கைபர் யூதர்களுக்கும் நெருங்கிய தொடர்பு இருந்தது. அந்த இரு கோத்திரத்தினரும் நட்புறவு உடன்படிக்கை செய்து கொண்டிருந்தார்கள்.

ஹிஜ்ரி 6-வது ஆண்டு, அபூராபி யூதர் தலைவர் கத்பான் கோத்திரத்தாரிடம் சென்று, அவர்களையும், அவர்களைச் சேர்ந்தவர்களையும் இஸ்லாத்துக்கு விரோதமாகச் சண்டை செய்யுமாறு தூண்டிவிட்டார். அவர்கள் மதீனாவைத் தாக்குவதற்குப் பெரிய படையைத் திரட்டித் தயாராகி விட்டார்கள்.

அப்பொழுது ரமலான் மாதம். யூதர் தலைவர் அபூராபி கைபர் கோட்டையில் தூங்கிக் கொண்டிருக்கையில், அன்ஸாரி ஒருவர் அங்கே போய், அவரைக் கொன்று விட்டார்.

அவருக்குப் பின், யாஸிர் என்பவர் தலைமைப் பதவியை ஏற்றார். யூதர்களையும், கத்பான் கூட்டத்தாரையும் இணைத்து, மதீனாவைத் தாக்குவதற்கு, அவரும் பெரும் படையைத் திரட்டினார்.

இச்செய்தியை அறிந்த பெருமானார் அவர்கள், யாஸிரை அழைத்து வருமாறு முப்பது பேரை அனுப்பி வைத்தார்கள். அவர்கள் போய் யாஸிரை அழைத்துக் கொண்டு திரும்பும் போது, யாஸிருக்கு ஏதோ சந்தேகம் தோன்றி, முஸ்லிம் ஒருவரின் வாளைக் கைப்பற்ற முற்பட்டார். ஆனால் வீரரோ, குதிரையை விரைவாகச் செலுத்தினார். யாஸிர் அவரை வேகமாகப் பின் தொடர்ந்து வெட்ட முயன்றார். ஆனால், அந்த முஸ்லிம் யாஸிரை வெட்டவே, அவர் கீழே விழுந்தார். அப்பொழுது வெட்டிய முஸ்லிமையும் அவர் காயப்படுத்தி விட்டார்.

அதிலிருந்து முஸ்லிம்களுக்கும், யாஸிருடன் வந்த முப்பது யூதர்களுக்கும் சண்டை மூண்டது. யூதர்களிலே ஒருவர் மட்டுமே தப்பினார்.

கைபரிலுள்ள யூதர்கள் குறைஷிகளையும், கத்பான் கூட்டத்தாரையும், முஸ்லிம்களுக்கு விரோதமாகச் சண்டை செய்யுமாறு தூண்டி விட்டுக் கொண்டிருந்தார்கள். அப்பொழுது, மதீனாவில் உள்ள முனாபிக்குகளும் முஸ்லிம்களுடைய நிலைமையை பலவீனமாகக் காட்டி, யூதர்களுக்கு ஊக்கமூட்டி வந்தார்கள்.

பெருமானார் அவர்கள், யூதர்களுடன் சமாதான உடன்படிக்கை செய்து கொள்ள விரும்பி, அப்துல்லாஹ் இப்னு ரவாஹாவை அவர்களிடம் அனுப்பினார்கள். ஆனால், இயல்பாகவே கல் நெஞ்சர்களான யூதர்கள் மேலும் சந்தேகம் கொள்ளத் தொடங்கினார்கள்.

முனாபிக்குகளின் தலைவர் அப்துல்லாஹ் இப்னு உபை, கைபரிலுள்ள யூதர்களுக்கு "முஹம்மது உங்களைத் தாக்கப் போவதாகத் தெரிகிறது. ஆனால், நீங்கள் அவருக்குப் பயப்படக் கூடாது. அவருடன் சேர்ந்திருப்போரின் எண்ணிக்கையோ மிகவும் குறைவு. தவிர, அவர்களிடத்தில் தகுந்த ஆயுதங்களும் இல்லை" என்ற செய்தியைச் சொல்லி அனுப்பினார்.

இச்செய்தியைக் கேட்டதும் யூதர்கள் சமாதான உடன்படிக்கை செய்துகொள்ள மறுத்துவிட்டனர்.

140. யூதர்கள் தாக்க வருதல்

யூதர்களின் தலைவர்கள் மதீனாவைத் தாக்குவதற்காக, கத்பான் கோத்திரத்தினரையும் தங்களுடன் சேர்த்துக் கொண்டார்கள்.

தாக்குதலுக்கு ஆரம்பம், அல்கபா என்னும் மேய்ச்சல் நிலத்தில் பெருமானார் அவர்களின் பால் கறக்கும் ஒட்டகங்கள் மேய்ந்து கொண்டிருந்தன. சிலர் அங்கே போய் இருபது ஒட்டகங்களைக் கைப்பற்றி, மேய்த்துக் கொண்டிருந்த பனூ கிபாரீ கோத்திரத்தைச் சேர்ந்தவரைக் கொன்று விட்டதோடு, அவருடைய மனைவியையும் சிறைப்படுத்தி விட்டனர்.

முஸ்லிம்களில் அம்பு எய்துவதில் திறமைசாலியான ஸலமா இப்னு அமறுக்குச் செய்தி தெரிந்தது. உடனே அவர் கத்பான் கூட்டத்தாரைப் பின்தொடர்ந்து சென்றார். அவர்களோ அருகில் இருந்த குகையில் போய் ஒளிந்து கொண்டார்கள். ஸலமா குகையின் அருகில் சென்று அவர்களின் மீது அம்புகளை விடுத்தார். கூட்டத்தினர் ஒட்டகங்களை விட்டு ஓடி விட்டார்கள்.

உடனே ஸலமா பெருமானார் அவர்களிடம் வந்து விவரத்தைக் கூறி, தம்மோடு நூறு பேர்களை அனுப்புவதாயிருந்தால், அவர்கள் அனைவரையும் சிறைப்படுத்திக் கொண்டு வருவதாகக் கூறினார்.

பெருமானார் அவர்கள், "பகைவர்கள் உம்மிடம் அகப்படுவார்களானால், நீர் இரக்கத்துடன் நடந்து கொள்ளும்" என்று உத்தரவிட்டார்கள்.

இந்த நிகழ்ச்சி நடந்து மூன்று நாட்களுக்குப் பிறகு, கைபர்ச் சண்டை தொடங்கியது.

யூதர்களும், கத்பான் கூட்டத்தாரும் மதீனாவைத் தாக்கத் தயாராகி விட்டார்கள் என்ற உறுதியான செய்தி பெருமானார் அவர்களுக்குக் கிடைத்தது.

அதற்கு அறிகுறியாக, கத்பான் கூட்டத்தார் ஒட்டகங்களைக் கொள்ளை அடித்தார்கள். அவர்களை முறியடிப்பதற்காகப் பெருமானார் அவர்கள் கைபரைத் தாக்க எண்ணம் கொண்டார்கள்.

கைபர்ச் சண்டையானது, அதற்கு முன் நிகழ்ந்த இதர சண்டைகளினின்றும் மாறுபட்டதாகும்.

கைபர் மீது படையெடுக்கப் பெருமானார் அவர்கள் எண்ணிய போது, "ஆண்டவனுக்காகச் சண்டை செய்ய விருப்பம் உள்ளவர்கள் மட்டுமே நம்முடன் சேர்ந்து வாருங்கள்" என பகிரங்கமாக உத்தர விட்டார்கள்.

141. யூதர்களைத் தாக்கப் புறப்படுதல்

ஹிஜ்ரீ ஏழாவது ஆண்டு, கத்பான் கூட்டத்தினரையும், யூதர்களையும் முறியடிப்பதற்காகப் பெருமானார் அவர்கள் மதீனாவை விட்டுப் புறப்பட்டார்கள்.

அவர்களுடைய பிராட்டியார்களில் உம்மு ஸமா அவர்கள் மட்டும் உடன் சென்றார்கள். பெருமானார் அவர்களுடன் சென்ற படைகளின் எண்ணிக்கை ஆயிரத்து அறுநூறு. அவற்றில் இருநூறு குதிரைப்படையும் மீதி காலாட் படையுமாயிருந்தன.

நடைபெற்ற சண்டைகளில் சிறிய கொடிகளையே கொண்டு போவது வழக்கம். இப்பொழுது மூன்று பெரிய கொடிகள் கொண்டு செல்லப்பட்டன.

படை புறப்பட்டுச் செல்லும் போது, பிரபலமான அரபுக் கவிஞர் ஒருவர் அரபுப் பாடலைப் பாடி படையினருக்கு உற்சாகமூட்டினார்.

"அல்லாஹ்வே! நீ வழி காட்டாவிட்டால், நாங்கள் ஒரு போதும் நேர் வழியை அடைந்திருக்க மாட்டோம்.

நோன்பு வைத்திருக்கவும் மாட்டோம்.

தருமம் செய்திருக்கவும் மாட்டோம்.

தொழுது இருக்க மாட்டோம்.

நாங்கள் உனக்கு அர்ப்பணமாகிறோம்.

எங்களுடைய வணக்கத்தில் ஏற்படும் குறைகளைப் பொறுத்து அருள்க.

எங்களுக்கு அமைதியைக் கொடுத்து அருள்க.

உதவிக்காக நாங்கள் அழைக்கப்பட்டால், நாங்கள் சேர்ந்து கொள்வோம்.

நியாயமற்ற காரியங்களுக்கு எங்களை யாரேனும் அழைத்தால் நாங்கள் அதை மறுப்போம்.

நாங்கள் சண்டை செய்வதாயிருந்தால், எங்களுடைய கால்கள் நிலைத்து நிற்குமாறு அருள் புரிவாயாக.

உன்னுடைய கருணையை விட்டு நாங்கள் விலகி இருக்க மாட்டோம்"

மேற்காணும் பாடலைப் பாடிக் கொண்டு, புறப்பட்டுச் சென்றார்கள். போகும் வழியில் அவர்கள் பெரிய மைதானத்தை அடைந்தார்கள்.

தோழர்கள் "அல்லாஹு அக்பர், அல்லாஹு அக்பர்" என்று பெரு முழக்கம் செய்து கொண்டு சண்டைக்குக் கிளம்பினார்கள்.

அதைக் கவனித்த பெருமானார் அவர்கள், "மெதுவாகச் சொல்லுங்கள். ஏனெனில், உங்களிலிருந்து தொலைவில் இருக்கும் ஒருவனையோ, அல்லது காது கேளாத ஒருவனையோ நீங்கள் அழைக்கவில்லை. நீங்கள் யாரைக் கூப்பிடுகிறீர்களோ, அவன் உங்களுக்கு நெருக்கமாகவே இருக்கிறான்," என்று அறிவுறுத்தினார்கள்.

141. யூதர்களைத் தாக்கப் புறப்படுதல்

ஹிஜ்ரீ ஏழாவது ஆண்டு, கத்பான் கூட்டத்தினரையும், யூதர்களையும் முறியடிப்பதற்காகப் பெருமானார் அவர்கள் மதீனாவை விட்டுப் புறப்பட்டார்கள்.

அவர்களுடைய பிராட்டியார்களில் உம்மு ஸமா அவர்கள் மட்டும் உடன் சென்றார்கள். பெருமானார் அவர்களுடன் சென்ற படைகளின் எண்ணிக்கை ஆயிரத்து அறுநூறு. அவற்றில் இருநூறு குதிரைப்படையும் மீதி காலாட் படையுமாயிருந்தன.

நடைபெற்ற சண்டைகளில் சிறிய கொடிகளையே கொண்டு போவது வழக்கம். இப்பொழுது மூன்று பெரிய கொடிகள் கொண்டு செல்லப்பட்டன.

படை புறப்பட்டுச் செல்லும் போது, பிரபலமான அரபுக் கவிஞர் ஒருவர் அரபுப் பாடலைப் பாடி படையினருக்கு உற்சாகமூட்டினார்.

"அல்லாஹ்வே! நீ வழி காட்டாவிட்டால், நாங்கள் ஒரு போதும் நேர் வழியை அடைந்திருக்க மாட்டோம்.

நோன்பு வைத்திருக்கவும் மாட்டோம்.

தருமம் செய்திருக்கவும் மாட்டோம்.

தொழுது இருக்க மாட்டோம்.

நாங்கள் உனக்கு அர்ப்பணமாகிறோம்.

எங்களுடைய வணக்கத்தில் ஏற்படும் குறைகளைப் பொறுத்து அருள்க.

எங்களுக்கு அமைதியைக் கொடுத்து அருள்க.

உதவிக்காக நாங்கள் அழைக்கப்பட்டால், நாங்கள் சேர்ந்து கொள்வோம்.

நியாயமற்ற காரியங்களுக்கு எங்களை யாரேனும் அழைத்தால் நாங்கள் அதை மறுப்போம்.

நாங்கள் சண்டை செய்வதாயிருந்தால், எங்களுடைய கால்கள் நிலைத்து நிற்குமாறு அருள் புரிவாயாக.

உன்னுடைய கருணையை விட்டு நாங்கள் விலகி இருக்க மாட்டோம்"

மேற்காணும் பாடலைப் பாடிக் கொண்டு, புறப்பட்டுச் சென்றார்கள். போகும் வழியில் அவர்கள் பெரிய மைதானத்தை அடைந்தார்கள்.

தோழர்கள் "அல்லாஹு அக்பர், அல்லாஹு அக்பர்" என்று பெரு முழக்கம் செய்து கொண்டு சண்டைக்குக் கிளம்பினார்கள்.

அதைக் கவனித்த பெருமானார் அவர்கள், "மெதுவாகச் சொல்லுங்கள். ஏனெனில், உங்களிலிருந்து தொலைவில் இருக்கும் ஒருவனையோ, அல்லது காது கேளாத ஒருவனையோ நீங்கள் அழைக்கவில்லை. நீங்கள் யாரைக் கூப்பிடுகிறீர்களோ, அவன் உங்களுக்கு நெருக்கமாகவே இருக்கிறான்," என்று அறிவுறுத்தினார்கள்.

143. யூதர்களின் தோல்வி

முஸ்லிம் படைகள் செல்லும் வழியில், ரஜீஅ என்னும் இடத்தில், தங்கள் பொருட்களையும் கூடாரங்களையும் பெண்களையும் இறக்கி விட்டனர்.

அந்த இடமானது, கத்பான் கூட்டத்தார் இருக்கும் இடத்துக்கும், கைபருக்கும் மத்தியில் இருந்தது.

படைகள் எல்லாம் கைபரை நோக்கிப் புறப்பட்டுச் சென்றன.

அதை அறிந்த கத்பான் கூட்டத்தார் ஆயுதங்கள் தாங்கி, கைபரை நோக்கிப் புறப்பட்டாகள். ஆனால், சிறிது தூரம் சென்றதும், தங்கள் வீடுகள் எல்லாம் பாதுகாப்பற்று இருப்பதைக் கருதி, உடனே பின் வாங்கி ஊருக்குத் திரும்பி விட்டார்கள்.

கைபரில் ஆறு கோட்டைகள் இருந்தன. அவற்றில் இருபதினாயிரம் போர் வீரர்கள் வைக்கப்பட்டிருந்தனர். அந்தக் கோட்டைகளில் மிகவும் உறுதியும், பாதுகாப்பும் உள்ளது அல் கமூஸ் என்னும் கோட்டையே ஆகும்.

அரபு நாட்டின் திறமையான வீரர் மர்ஹப் என்பவர் அந்தக் கோட்டைக்குத் தளபதியாக இருந்தார்.

முஸ்லிம் படை, கைபருக்கு அருகிலுள்ள ஸஹ்பா என்னும் இடத்தை அடைந்தது. மாலை நேரம் ஆகிவிட்டபடியால், அங்கேயே தொழுதார்கள்.

பிறகு அவ்விடத்தை விட்டு புறப்பட்டுக் கைபரை நெருங்கியதும், இரவு நேரமாகிவிட்டது. கைபரிலுள்ள கட்டடங்கள் யாவும், இருளில் படையின் பார்வைக்கு நன்கு புலப்பட்டன.

முன்னேறிச் செல்லாமல், அவ்விடத்திலேயே நின்று கொள்ளுமாறு பெருமானார் அவர்கள் படைக்குக் கட்டளை இட்டார்கள்.

அதன்பின், "ஆண்டவனே, நாங்கள் இந்த நகரத்தினுடையவும், நகர வாசிகளுடையவும், இன்னும் இந்த நகரத்திலுள்ள பொருள்களுடையவும் நன்மையையே உன்னிடத்தில் வேண்டுகிறோம். இன்னும், இவை எல்லாவற்றின் தீங்கை விலக்கி, உன்னிடத்தில் பாதுகாப்புத் தேடுகிறோம்" எனப் பெருமானார் அவர்கள் வேண்டுதல் செய்தார்கள்.

பெருமானார் அவர்கள் ஒவ்வொரு ஊருக்குள் நுழையும் முன்பு இவ்வாறு பிரார்த்தனை செய்வது வழக்கமாயிருந்தது.

இரவு நேரத்தில் பெருமானார், அவர்கள் பகைவர்களைத் தாக்குவது இல்லை; ஆதலால், அன்று இரவு அங்கே தங்கிவிட்டுக் காலையில் கைபருக்குள் நுழைந்தார்கள்.

யூதர்கள் தங்கள் குடும்பத்தினரைப் பாதுகாப்பான ஒரு கோட்டையிலும், தானியங்களையும், சண்டைக்கு வேண்டிய தளவாடங்களையும் ஒரு கோட்டையிலும், படைகளை இரண்டு கோட்டைகளிலும் வைத்திருந்தார்கள்.

அதிகாலையில், யூதர்களின் கோட்டைகளைத் தாக்கினார்கள். அவர்களுடைய கோட்டைகள் ஒவ்வொன்றாக முஸ்லிம்கள் வசமாயின. இருபது நாட்கள் மிக உக்கிரமாக முற்றுகையிட்டதின் பின்னர் வெற்றி பெற முடிந்தது.

யூதர்கள் உறுதியான கோட்டைக்குள் இருபதினாயிரம் வீரர்கள் இருந்தும் அவர்கள் தோற்று விட்டனர். அதற்குக் காரணம் என்ன என்பதே கேள்வி.

தாங்கள் கோட்டைக்குள் இருப்பதால், முஸ்லிம்களால் தங்களை எதுவும் செய்ய இயலாது என மிகுந்த நம்பிக்கை கொண்டிருந்தார்கள் யூதர்கள்.

முஸ்லிம்களின் திடீர்த் தாக்குதலாலும், கோட்டைக்குள் இருந்து கொண்டே சண்டையிட வேண்டியிருந்ததாலும், தண்ணீர்த் தட்டுப்பட்டாலும் யூதர்கள் திண்டாட வேண்டியதாயிற்று.

கத்பான் கூட்டத்தாரின் வெளி உதவி எதிர்பார்த்தபடி அவர்களுக்குக் கிடைக்கவில்லை. யூதர்களிடையேயும் ஒற்றுமை நிலவவில்லை. தங்கள் ஆட்களையே காட்டிக் கொடுக்க அவர்கள் தயங்கவில்லை.

இந்தச் சண்டையில் யூதர்கள் தொண்ணூற்று மூன்று பேர்களும், முஸ்லிம்கள் பதினைந்து பேர்களும் உயிர் துறந்தனர்.

இந்தச் சண்டையில், ஆயுதங்களும், ஆபரணங்களும், கால் நடைகளும், தோட்டங்களும், நிலங்களும் முஸ்லிம்களுக்கு ஏராளமாகக் கிடைத்தன.

முஸ்லிம்கள் அடைந்த வெற்றிக்குப்பின், “நாட்டைத் தங்களிடமே விட்டு விடுமாறும், ஆண்டுதோறும் விளைபொருட்களில் பாதியைத் தந்து விடுவதாகவும்” பெருமானார் அவர்களிடம் வந்து, யூதர்கள் வேண்டிக் கொண்டனர். அவர்களும் அதற்குச் சம்மதித்தார்கள்.

144. பகைமை நீங்கத் திருமணம்

கைபர் சண்டையின் போது, பலர் சிறைப்படுத்தப் பட்டனர். அவர்களில் ஸபிய்யா என்னும் பெண்ணும் ஒருவர். அவர் கைபரில் வாழ்ந்த யூதர்களின் தலைவரின் மகள். அவருடைய கணவரோ பனூ நலீர் கூட்டத்தாரின் தலைவர்.

சண்டையில் தந்தையையும், கணவரையும் இழந்து சிறைப்பட்ட அந்தப் பெண்ணை, பெருமானார் அவர்கள் விடுவித்து, ஆதரவற்ற நிலையில் இருந்த அவரைத் திருமணம் செய்து கொண்டார்கள்.

பெருமானார் அவர்கள், அவரைத் திருமணம் செய்து கொண்டதற்குக் காரணம் என்ன?

உயர் குடும்பத்தில் பிறந்த அந்தப் பெண் தம் தந்தையையும், கணவரையும் இழந்து ஆதரவற்ற நிலையில் இருந்தார் மற்றும்,

யூதர்களோ, முஸ்லிம்களிடம் கடும் பகைமை கொண்டிருந்தனர். இந்தத் திருமணத்தால், அவர்களுடைய விரோத மனப்பான்மை நீங்கும் என்று பெருமானார் அவர்கள் கருதினார்கள்.

145. விருந்தில் விஷம்

கைபரின் சண்டை முடிந்ததும், அங்குள்ள நிலைமைகளைச் சீர்படுத்தி, ஒழுங்கு செய்ய, பெருமானார் அவர்கள் சில நாட்கள் அங்கே தங்கினார்கள்.

நாயகம் அவர்கள், யூதர்களுக்கு அமைதியை ஏற்படுத்திக் கொடுத்து, அவர்களுடன் சமாதானமாயிருந்தும், யூதர்களின் தொல்லை நீங்கியபாடில்லை.

பெருமானார் அவர்கள் கைபரில் தங்கி இருந்த போது, ஒரு யூதப் பெண் பெருமானார் அவர்களையும், அவர்களுடைய தோழர்கள் சிலரையும் விருந்துக்கு அழைத்தார்.

பெருமானார் அவர்களும் சம்மதித்து, அவள் வீட்டுக்குச் சாப்பிடச் சென்றார்கள்.

இறைச்சியில் நஞ்சு கலந்து பெருமானார் அவர்களுக்கும், மற்றவர்களுக்கும் உணவு படைத்தாள்.

பெருமானார் அவர்கள் ஒரு இறைச்சித் துண்டை எடுத்து வாயில் வைத்ததுமே, நஞ்சு கலந்துள்ளதை அறிந்து, அதைத் துப்பி விட்டார்கள். உடன் இருந்த தோழர் பிஷ்ரு அந்த இறைச்சியை உண்டு உயிர் துறந்தார்.

பெருமானார் அவர்கள், அந்தப் பெண்ணை அழைத்து விசாரித்தார்கள்.

அந்தப் பெண், "தாங்கள் உண்மையில் நபிதானா என்பதைச் சோதித்துப் பார்ப்பதற்காகவே, நஞ்சைக் கலக்க ஏற்பாடு செய்தோம். தாங்கள் உண்மையில் நபியாய் இருந்தால், இந்த விஷம் தங்களை ஒன்றும் செய்யாது. அவ்வாறு இல்லாமல், தாங்கள் மற்ற அரசர்களைப் போன்று ஓர் அரசராக இருந்தால், இந்த விஷம் தங்களைக் கொன்று விடும். அதனால், தங்களிடமிருந்து விடுதலை கிடைக்கும்" என உண்மையைக் கூறினாள். தங்களைக் கொல்ல முயன்றதற்காக நாயகம் அவர்கள், அவளுக்குத் தண்டனை எதுவும் கொடுக்கவில்லை.

146. பகைவர்கள் பெரும்பாலும் அழிந்தனர்

கைபர் பிரதேசம் தங்களுடைய கட்டுப்பாட்டின் கீழ் வந்ததும், அதை இரண்டு பங்காக்கி, ஒரு பங்கைப் பொது நிதிக்கு ஒதுக்கி, அதாவது விருந்தினர், தூதர்களுடைய செலவுக்காக ஏற்படுத்தி வைத்தனர்.

மற்றொரு பங்கு, போரில் கலந்து கொண்ட யுத்த வீரர்கள் அனைவருக்கும் சமமாகப் பங்கிட்டுக் கொடுக்கப் பட்டது.

வீதாசாரப்படி பெருமானார் அவர்களுக்கும் பங்கு கிடைத்தது. கைபரின் வெற்றிக்குப் பின், முஸ்லிம் அரசியல் நிலைமையில் ஒரு புது மலர்ச்சி தோன்றியது.

இஸ்லாத்துக்கு முக்கியமாகப் பகைவர்கள் இரு வகையாக இருந்தனர். அவர்கள் குறைஷிகளும், யூதர்களும் ஆவார்கள்.

கிறிஸ்துவர்கள், அரேபியாவில் இருந்த போதிலும், அவர்களுக்குப் போதிய வலிமையோ செல்வாக்கோ இல்லை.

குறைஷிகளும் யூதர்களும் கொள்கை வேறுபாடு உடையவர்களானாலும், இஸ்லாத்தைத் தாக்குவதற்கு மட்டும் அவர்கள் ஒன்று சேர்ந்து கொள்வார்கள்.

கைபரின் வெற்றிக்குப் பின், யூதர்களின் வலிமை அடியோடு குன்றிவிட்டது. பொருளாதாரத்திலும் அவர்கள் நிலை சரிந்து விட்டது.

அதன்பின் குறைஷிகள் மட்டுமே எஞ்சி இருந்தார்கள். இதுகாறும் பகைவர்கள் அதிகமாக இருந்தமையால், மத சம்பந்தமான அறிவுரைகளைப் போதிப்பதற்கு முழு நேரமும் செலவிட வாய்ப்பு இல்லாமல் போய்விட்டது.

யூதர்களின் முறியடிப்பு, ஹுதைபிய்யா உடன்படிக்கை இவற்றால் மார்க்கப் போதனை செய்வதற்கு வாய்ப்பும் வசதியும் உண்டாயிற்று. பெருமானார் அவர்கள் தோழர்களுடன், கைபரிவிருந்து வாதியுல்குரா என்னும் பள்ளத்தாக்கை நோக்கிச் சென்றார்கள். ஆனால் சண்டை செய்ய வேண்டும் என்ற நோக்கத்தோடு அவர்கள் அங்கே செல்லவில்லை

அங்கே யூதர்கள் கூட்டமாக வாழ்ந்து கொண்டிருந்தார்கள். அவர்கள் ஏற்கனவே தயாராக இருந்ததால், முஸ்லிம்களை நோக்கி அம்புகளை எய்ய ஆரம்பித்தார்கள். அதிலிருந்து சண்டை தொடங்கியது. சிறிது நேரத்தில் யூதர்கள் பணிந்து விட்டனர்.

கைபர் யூதர்கள் செய்து கொண்ட உடன்படிக்கையின் நிபந்தனைகளை அவர்களும் ஏற்றுக் கொண்டார்கள்.

147. மக்காவில் கண் கொள்ளாக் காட்சி

ஹுதைபிய்யா உடன்படிக்கை ஏற்பட்டு ஒரு வருடம் ஆகி இருந்தது. அதன்படி, இவ்வருடம், ஹிஜ்ரீ ஏழாம் ஆண்டு ஹஜ்ஜை நிறைவேற்றப் பெருமானார் அவர்கள் விரும்பினார்கள்.

உடன்படிக்கையின் போது, பெருமானாருடன் சென்றவர்கள் எல்லோரும் வர வேண்டும் என அறிவிக்கப்பட்டது.

அதன்படி பெருமானார் அவர்களுடன் 2000 முஸ்லிம்கள் சென்றார்கள்.

உடன்படிக்கையின் நிபந்தனைப்படி ஆயுதங்களை எடுத்துச் செல்லக் கூடாது. ஆகையால், மக்காவுக்கு எட்டு மைல் முன்னதாக மர்ருஸ் ஸஹ்ரான் அருகே ஒரு பள்ளத்தாக்கில், ஆயுதங்களை எல்லாம் வைத்து, அவற்றைக் காவல் புரிய சில வீரர்களை நியமித்து விட்டு, மற்றவர்கள் மக்காவுக்குச் சென்றார்கள்.

புனித யாத்திரையை (உம்ரா) நிறைவேற்றப் பெருமானார் அவர்கள் தங்கள் கூட்டத்தாருடன் வந்து கொண்டிருக்கிறார்கள் என்பதை அறிந்ததும், குறைஷிகள் மனம் பொறாதவர்களாய், மக்கா நகரைக் காலி செய்து விட்டு, அருகே உள்ள குன்றுகளிலும், இதர பகுதிகளிலும் போய்த் தங்கி, நடைபெறப் போகும் சடங்குகளைக் கவனித்துக் கொண்டிருந்தார்கள். பெருமானார் அவர்கள் ஒட்டகத்தில் கம்பீரமாக அமர்ந்து, நெருங்கிய தோழர்கள் முன்னும் பின்னும் சூழ்ந்து வர, மக்காவுக்கு வருகை புரிந்தார்கள். இதர யாத்திரிகர்கள் ஒட்டகங்களிலும், நடந்தும் தொடர்ந்து வரலானார்கள்.

ஏழு ஆண்டுகளுக்குப் பின், இப்பொழுதுதான் மக்காத் திருநகரையும் கஃபாவையும் பெருமானார் அவர்கள் கண்டார்கள். அந்தக் காட்சியில் அவர்களுடைய உள்ளமும், உடலும் மகிழ்ச்சியால் பூரித்துப் போயின.

பெருமானார் அவர்கள் கஃபாவைச் சுற்றி வந்து, 'உம்ரா'வின் சடங்குகளைச் செவ்வனே நிறைவேற்றினார்கள்.

மதீனா பள்ளிவாசலில் தொழுகையை நடத்துவது போல், மக்காவிலும் பெருமானார் அவர்கள் தொழுகையை நடத்தி வைத்தார்கள்.

மக்கா வாசிகள், இவற்றையெல்லாம் கண்டு வியப்பு மேலிட்டு, பிரமித்து விட்டார்கள்.

குறைஷிகளுக்குச் சலுகை காட்டி, அவர்களைத் தங்களோடு இயையும்படி செய்வதற்காக, அப்பாஸ் அவர்களின் மைத்துனி மைமுனா நாச்சியாரைப் பெருமானார் அவர்கள், திருமணம் செய்து கொண்டார்கள். அதனால் மக்காப் பிரமுகர்கள் பலர் பெருமானார் அவர்களைப் பின்பற்ற முன் வந்தார்கள்,

பெருமானார் அவர்களும், ஏனையோரும் மக்காவுக்கு வந்து மூன்று நாட்கள் ஆகிவிட்டன. எனவே, நிபந்தனைப்படி, வந்தவர்கள் திரும்பிப் போய் விட வேண்டும் எனப் பெருமானார் அவர்களிடம் குறைஷிகள் சார்பாக ஸுஹைல், ஹுவைதிப் ஆகியவர்கள் வந்து சொன்னார்கள்.

அன்று இரவே, பெருமானார் அவர்கள், தங்களைச் சார்ந்தவர்கள் அனைவரையும் அழைத்துக் கொண்டு, மக்காவை விட்டுப் புறப்பட்டார்கள்.

148. வெற்றியும் இழப்பும்

ரோமாபுரிச் சக்கரவர்த்தியின புஸ்ரா மாநிலத்தின் ஆளுநராக இருந்த ஷர்ஜீல் கிறிஸ்துவ மதத்தைச் சேர்ந்தவர். அவருக்குப் பெருமானார் அவர்கள் ஹாரிதுப்னு உமைர் என்னும் தூதர் மூலம் கடிதம் அனுப்பினார்கள்.

தூதர் ஹாரிதை, ஷர்ஜீல் கொன்று விட்டார். தூது சென்றவரைக் கொல்வது கடுமையான குற்றம். ஆகையால், அவரைத் தண்டிப்பதற்காகப் பெருமானார் அவர்கள் மூவாயிரம் பேர் கொண்ட படை ஒன்றை அனுப்பி வைத்தார்கள்.

அந்தப் படைக்கு முதலில் ஸைதுப்னு ஹாரிதா அவர்களைத் தளபதியாக நியமித்தார்கள். "போரில் அவர் உயிர் துறந்தால், ஜஃபர் தளபதியாக இருக்க வேண்டும் என்றும், அவரும் வீர மரணம் அடைந்தால் அப்துல்லாஹ் இப்னு ரவாஹா தளபதியாக ஆக வேண்டும் என்றும், அவரும் போர்க்களத்தில் மாண்டு போனால், பின்னர் தங்களுக்குள்ளே ஒருவரைத் தளபதியாகத் தேர்ந்து எடுத்துக் கொள்ளலாம்" என்றும் கட்டளையிட்டுப் பெருமானார் அவர்கள் சிறிது தூரம் வரை சென்று, படையை அனுப்பி வைத்தார்கள்,

படை மதீனாவை விட்டுப் புறப்பட்ட செய்தியை அறிந்த ஷர்ஜீல், பெரிய அளவில் படையைத் திரட்டி வைத்திருந்தார்.

இரண்டு படைகளும் 'முதா' என்னும் இடத்தில் கைகலந்தன. முஸ்லிம் படை அளவில் சிறிதானாலும், ஆவேசத்துடன் போரிட்டது.

ஸைது, (ரலி-அன்ஹீம்) அப்துல்லாஹ், ஜஃபர் ஆகிய மூன்று தளபதிகளும் ஒருவர் பின் ஒருவராகப் போர்க் களத்தில் வீர மரணம் அடைந்தார்கள்.

அதன் பின்னர், படையினர் ஆலோசித்து ஹலரத் காலித் இப்னு வலீதைத் தளபதியாகத் தேர்ந்தெடுத்தனர்.

பல பகுதிகளில் பிரிந்து, போரிட்டுக் கொண்டிருந்த படையினரை காலிது ஒன்று திரட்டி வீரமாகப் போரிட்டார். போர்க்களத்திலிருந்து செய்தி வருமுன்னே, பெருமானார் அவர்கள் நிகழ்ச்சிகளை அறிந்து, மதீனாவில் உள்ளோருக்கு அறிவித்தார்கள்.

பகைவர்களின் படை பலமோ, பன்மடங்கு பெரிது, ஆகையால், முஸ்லிம் படைக்கு மேலும் இழப்பு உண்டாகும் என்று கருதி, பகைவர்களைப் பின் தொடராமல் மதீனாவுக்குத் திரும்பி வந்து விட்டார்கள்.

இப்போரில், முஸ்லிம்களுக்கு வெற்றி கிடைத்த போதிலும், வெற்றியினால் பலன் எதுவும் கிட்டவில்லை.

படைகள் திரும்பி வந்ததும், ஒரு பக்கம் மகிழ்ச்சியும் ஒரு பக்கம் துன்பமாகவும் இருந்தது.

இளம் வயதினரான ஜஃபரின் மனைவியின் துக்கத்தையும், அவர்களுடைய ஆண் குழந்தையைக் கையில் எடுக்கும் போது உண்டாகும் துன்பத்தையும், பெருமானார் அவர்களால் தாள முடியவில்லை.

அதே போல் ஸைதின் பெண் குழந்தையைப் பார்த்தவுடன் பெருமானார் அவர்கள் அளவற்ற துயரம் அடைந்தார்கள்.

149. உடன்படிக்கைக்கு உடன்படாதவர்கள்

முஸ்லிம்களும், குறைஷிகளும் செய்து கொண்ட ஹுதைபிய்யா உடன்படிக்கையின் படி, தங்களுக்கு விருப்பமானவர்களுடன் கூட்டு உடன்படிக்கை செய்து கொள்ள உரிமை உண்டு என்ற நிபந்தனை இருந்தது. அதை அனுசரித்து குஸாஅ என்னும் கூட்டத்தார், முஸ்லிம்களுடன் கூட்டு உடன்படிக்கை செய்து கொண்டு, முஸ்லிம்களாகி விட்டனர். அதேபோல், பனூ பக்கர் என்னும் கூட்டத்தார் குறைஷிகளுடன் நட்பு உடன்படிக்கை செய்து கொண்டனர். இந்த இரு கூட்டத்தாருக்கும் மத்தியில் வெகு காலமாகவே பகைமை இருந்து வந்தது. பனூ பக்கர் கூட்டத்தார், குஸாஅ கூட்டத்தாரை நசுக்கி விட வேண்டும் என்ற எண்ணத்துடன் அவர்களைத் தாக்கினார்கள். குறைஷிகளும் உடன்படிக்கையைப் புறக்கணித்து, அவர்களுக்கு மறைமுகமாக உதவி புரிந்து வந்தார்கள். இக்ரிமா, ஸுஹைல், ஸப்வான் ஆகிய குறைஷித் தலைவர்கள் மாறுவேடம் பூண்டு, பனூ பக்கர் கூட்டத்தாருடன் சேர்ந்து சண்டை செய்தனர்.

குஸாஅ கூட்டத்தாரில் சிலர் கஃபாவில் தஞ்சம் அடைந்தார்கள். ஏனென்றால், கஃபாவின் எல்லைக்குள் சண்டை சச்சரவு செய்வதும், கொலை செய்வதும் கூடாது. ஒருவர் எவ்வளவு பெரிய குற்றத்தைச் செய்திருந்தாலும், கஃபாவுக்குள் தஞ்சம் புகுந்துவிட்டால், அவரை ஒன்றும் செய்யக்கூடாது என்பது புனித சம்பிரதாயம்.

ஆனால், இந்தச் சம்பிரதாயத்தையும் பொருட்படுத்தாமல், பனூ பக்கர் கூட்டத்தார், குஸாஅ கூட்டத்தாரில் பலரைப் புனித தலத்திலேயே வெட்டிக் கொன்று விட்டனர். குறைஷிகள் அதைத் தடுக்காமல் பார்த்துக் கொண்டிருந்தார்கள்.

குஸாஅ கூட்டத்தாரில் நாற்பது பேர் ஒட்டகங்களில் ஏறி, மதீனாவுக்குச் சென்று, பெருமானார் அவர்களிடம் மக்காவில் நடந்தவற்றை முறையிட்டு, தங்களுக்கு உதவி புரியுமாறு

வேண்டிக் கொண்டனர்.

பெருமானார் அவர்கள் சில நிபந்தனைகளைத் கூறி, ஒரு தூதரை குறைஷிகளிடம் அனுப்பினார்கள்.

சண்டை செய்யாமலேயே, சமாதான முறையில் அதைத் தீர்க்கக் கருதினார்கள் பெருமானார் அவர்கள்.

குறைஷிகள், பெருமானார் கூறி அனுப்பிய நிபந்தனைகளை ஏற்க மறுத்து விட்டனர். ஆனால், ஹுதைபிய்யா உடன்படிக்கையை நிராகரிப்பதை மட்டும் ஒப்புக் கொள்ளுவதாகச் சொன்னார்கள்.

தூதர் மதீனாவுக்குத் திரும்பி விட்டார்.

150. பகைவரின் தூதருக்கு அவமரியாதை

முஸ்லிம் தூதர் மதீனாவுக்குத் திரும்பிச் சென்றதும், குறைஷிகள் தங்கள் தவறை எண்ணி வருத்தப்பட்டார்கள்.

தலைவர்கள் கூடி ஆலோசித்தார்கள், ஹுதைபிய்யா உடன்படிக்கையைப் புதுப்பிப்பதே நல்லது எனத் தீர்மானித்து, அதற்காகப் பெருமானார் அவர்களிடம் அபூ ஸுப்யானைத் தூது அனுப்பினார்கள்.

அபூ ஸுப்யான் மதீனா சென்றதும், முதலில் தம் புதல்வியும், பெருமானார் அவர்களின் மனைவியுமான உம்மு ஹபிபா நாச்சியார் வீட்டுக்குச் சென்றார். அவரோ, தம் தந்தையைப் பிரியத்தோடு வரவேற்கவில்லை. தவிர, அவர் உட்காரப் போன கம்பளத்தை எடுத்து மடித்து வைத்து விட்டார்.

தம் புதல்வியின் இந்தப் போக்கைக் கண்டு வியப்படைந்து, "என்னருமை மகளே! இந்தக் கம்பளத்தில் என்னை உட்கார விடாமல், அதை எடுத்து, மடித்து வைத்து விட்டாயே, ஏன்?" என்று கேட்டார் அபூ ஸுப்யான்.

அதற்கு, "இது நபிகள் பெருமானார் அவர்கள் அமரும் கம்பளம். புனிதமான அந்தக் கம்பளத்தில், உம்மைப் போன்ற சிலை வணக்கத்தார் உட்காரக் கூடாது. அதனாலேயே அதை எடுத்து மடித்து வைத்தேன்" என்றார் உம்மு ஹபிபா.

அதன் பின், அபூ ஸுப்யான் பெருமானார் அவர்களைக் காணச் சென்றார். அவர்களோ, அவரை வரவேற்கவும் இல்லை; முகம் கொடுத்துப் பேசவும் இல்லை.

அடுத்து அபூக்கர், உமர், அலீ (ரலி-அன்ஹும்) முதலானோரிடம் சென்றார். அவர்களோ அபூ ஸுப்யானைப் பொருட்படுத்தவே இல்லை.

ஏமாற்றம் அடைந்த அபூ ஸுப்யான் மதீனா பள்ளி வாசலுக்குச் சென்று, "நாங்கள் முஸ்லிம்களுடனும் மற்றவர்களுடனும் சமாதானமாக வாழ விரும்புகிறோம். அதற்கு அவர்கள் இணங்கவில்லை" என வெளிப்படையாகக் கூறினார். பின்னர், அபூ ஸுப்யான் மக்காவுக்குச் சென்று நடந்தவற்றைக் குறைஷிகளிடம் விவரமாகக் கூறினார்.

அதைக் கேட்ட குறைஷிகள், அபூ ஸுப்யானிடம், "நீர் சமாதான உடன்பாடு செய்து கொண்டு வரவும் இல்லை; அப்படியானால், நாம் ஆறுதல் அடைந்திருக்கலாம். அல்லது

சண்டைக்கான முடிவும் செய்து வரவில்லை. அவ்வாறானால், சண்டைக்காவது நாம் தயா-ராகலாம்'' என்று கூறி கலக்கத்தோடு இருந்தனர்.

151. குற்றமும் மன்னிப்பும்

உடன்படிக்கையை மீறி அநியாயம் செய்து வரும் மக்காவாசிகள் மீது படையெடுப்பதைத் தவிர வேறு வழியில்லை.

முஸ்லிம்களுக்கு நட்பாயுள்ள மற்ற கூட்டத்தாருக்கும் படையில் கலந்து கொள்ளுமாறு, பெருமானார் இரகசியமாகச் செய்தி அனுப்பினார்கள்.

ஆனால், படை எங்கே செல்கிறது? எதற்காகச் செல்கிறது? என்ற செய்தி எவருக்கும் தெரியாது. மக்காவாசிகளுக்குத் தெரியாமல் இருக்கும் பொருட்டு, தகுந்த ஏற்பாடுகளைப் பெருமானார் அவர்கள் செய்திருந்தார்கள்.

இதற்கிடையே, ஹாதிப் என்னும் முஸ்லிம், மக்காப் படையெடுப்புக்காக ஏற்பாடாகிறது என்பதை எப்படியோ தெரிந்து கொண்டார். உடனே, இரகசியமாகக் குறைஷிகளுக்கு ஒரு கடிதம் எழுதி, ஒரு பெண் மூலம் மக்காவுக்கு அனுப்பி வைத்தார்.

ஹாதிப் கடிதம் அனுப்பிய செய்தி, பெருமானார் அவர்களுக்கு இறையருளால் அறிவிக்-கப்பட்டது.

உடனே பெருமானார் அவர்கள், அலி அவர்களை அனுப்பி, அந்தப் பெண்ணிடமிருக்-கும் கடிதத்தைக் கைப்பற்றி வருமாறு கட்டளையிட்டார்கள்.

அந்தப் பெண்ணின் கூந்தலில் மறைத்து வைக்கப்பட்டிருந்த கடிதம் கைப்பற்றிக் கொண்டு வரப்பட்டு, பெருமானார் அவர்கள் முன்னே வைக்கப்பட்டது. ஹாதிபை அழைத்துப் பெரு-மானார் அவர்கள் விசாரித்த போது, தம் நெருங்கிய உறவினர்கள் எவ்வித ஆதரவும் இல்-லாமல், மக்காவில் இருப்பதால், அவர்களுக்குக் குறைஷிகளால் தீங்கு நேரிடாமல் இருப்-பதற்காகக் குறைஷிகளுக்கு உதவி செய்ய விட வேண்டும் என்று கருதி, கடிதத்தை அனுப்பியதாகக் கூறி, தம் குற்றத்தை ஒப்புக் கொண்டார்.

“உத்தரவு கொடுத்தால், இந்தப் பாதகனின் தலையைத் துண்டித்து விடுவேன்'' என ஆவேசப்பட்டார் உமர் அவர்கள்.

ஹாதிப் ஒரு முக்கியமான முஸ்லிம் தோழர். பத்ருப் போரில் கலந்து கொண்டவர்.

பெருமானார் அவர்கள், உமர் அவர்களிடம், “தோழரே, பத்ருச் சண்டையில் ஈடுபட்ட-வர்கள் செய்யும் பாவங்களை ஆண்டவன் மன்னித்து விட்டான்'' என்று கூறி, ஹாதிபை மன்னித்து விட்டார்கள்.

152. படை திரண்டு மக்காவை நெருங்குதல்

மக்காவுக்குப் போகும் வழியில், அரபிக் கூட்டத்தாரில் பலர், பெருமானார் அவர்களின் படையோடு ஆங்காங்கே சேர்ந்து கொண்டார்கள்,

மக்காவுக்குச் சிறிது தூரத்தில் இருந்த மர்ருஸ் ஸஹ்ரான் என்னும் இடத்தில், முஸ்லிம் படையினர் முகாம் இட்டனர்.

அந்த இடத்துக்கு அருகில் இருந்த மேட்டில், ஒவ்வொருவரும் தனித்தனியாக, அடுப்பு மூட்டிச் சமையல் செய்யுமாறு பெருமானார் அவர்கள் படையினருக்குக் கட்டளையிட்டார்கள்.

அவ்வாறே படைவீரர்கள் பதினாயிரம் அடுப்புகளை மூட்டி, சமையல் செய்ய முற்பட்டார்கள். அதனால் அந்த வட்டாரம் முழுவதும் ஒரே ஒளிமயமாய் இருந்தது.

இதனால் முஸ்லிம்களின் படைபலத்தைக் கண்டு கலங்கி, எதிர்க்காமல் மக்காவுக்குள் குறைஷிகள், தங்களை விட்டு விடுவார்கள். இரத்தம் சிந்தாமலிருக்கும் என்பதற்காகவே நாயகம் அவர்கள் இப்படி ஒரு ஏற்பாட்டைச் செய்தார்கள்.

பெருமானார் அவர்களின் சிறிய தந்தை அப்பாஸ் அவர்கள், முன்னதாக மக்காவிலிருந்து புறப்பட்டு வந்து, வழியில் முஸ்லிம்களுடன் சேர்ந்து கொண்டார்கள்.

அது வரை படையெடுப்பை அறியாத குறைஷிகள், திடீரென மேட்டுப் பகுதி எங்கும் ஒரே வெளிச்சமாய் இருப்பதைக் கண்டு, வியப்பும், திகைப்பும் அடைந்தனர்.

அவர்கள் மக்காவிலிருந்து புறப்பட்டு, முஸ்லிம் படை தங்கியிருக்கும் இடத்துக்கு அருகில் வந்து, மேட்டுப் பகுதியைக் கூர்ந்து நோக்கினார்கள். வெகு தூரம் வரை அங்கே நெருப்பு எரிந்து கொண்டிருப்பதைக் கண்டு கலக்கம் அடைந்தனர்.

“இவ்வளவு, அடுப்புகளையும், ஏராளமான படைகளையும் இதுவரை கண்டது இல்லையே” என வியந்தனர்.

இவ்வாறு அபூ ஸுப்யான் குழு சொல்லிக் கொண்டிருக்கும் போது, அந்த இருட்டு நேரத்தில், அபூ ஸுப்யான் பேரைச் சொல்லிக் கூப்பிட்ட குரல் கேட்டது. யார் தம்மைக் கூப்பிட்டது என அவர் திரும்பிப் பார்த்தார்.

பெருமானார் அவர்களின் சிறிய தந்தையான அப்பாஸ் அவர்களே அவ்வாறு கூப்பிட்டார்கள் என்பது தெரிய வந்தது.

பதினாயிரம் முஸ்லிம் வீரர்கள் படையெடுத்து வந்திருப்பதையும், அவர்களை எதிர்க்க இயலாது என்பதையும் மக்காவுக்குப் போகிறவர்கள் மூலமாகக் குறைஷிகளுக்கு முன்கூட்டியே அறிவித்து விட வேண்டும் என்ற நோக்கத்தோடு, பெருமானார் அவர்களின் கோவேறு கழுதையின் மீதேறி, மக்காவை நோக்கி அப்பாஸ் அவர்கள் சென்று கொண்டிருந்தார்கள்.

153. எதிரிக்கு ஏற்பட்ட பயம்

அப்பாஸ் அவர்கள் இருளில் கூப்பிட்டதும், அபூ ஸுப்யான், அவர்களிடம் வந்தார்.

அவரிடம், “அடுப்பிலிருந்து வெளி வரும் நெருப்பின் ஒளியே உம்மைக் கலக்கம் அடையச் செய்திருக்கும். இதிலிருந்து முஸ்லிம் சேனையின் பலத்தையும், எண்ணிக்கையையும் நீர் அறிந்து கொண்டிருப்பீர். இவ்வளவு பெரிய சேனையைக் குறைஷிகள் எதிர்ப்பதில் பலன் உண்டா? ஆகையால், என்னோடு என் சகோதரர் குமாரரிடம் நீர் வந்தால், உம்மை மன்னித்து விடுமாறு நான் கூறுவேன்” என்றார்கள் அப்பாஸ் அவர்கள்.

அபூ ஸுப்யான் சிந்திக்கத் தொடங்கினார்.

முஸ்லிம்களிடம் கொண்ட பகைமையும், அவர்களை நசுக்கி விடப் பலமுறை படையெடுத்துச் சென்றதையும், அவர்களுக்கு எதிராகப் பலரைத் தூண்டி விட்டதையும் தாம் செய்த

சூழ்ச்சிகளையும், அபூ ஸுப்யான் எண்ணிப் பார்த்தார். ஒவ்வொரு செயலும் அவர் கண் முன்னே தோன்றின. முஸ்லிம்கள் தம்மைக் கொன்று, பழி தீர்க்கப் போதுமான ஆதாரங்கள் அவர்களிடம் இருந்தன. அவை வேறு, அவரைப் பயமுறுத்திக் கொண்டிருந்தன.

பெருமானார் அவர்களின் கருணை உள்ளம் அபூ ஸுப்யானுக்குத் தெரியும். அதலால், இந்த அரிய சந்தர்ப்பத்தைக் கை நழுவ விடக் கூடாது என்று தீர்மானித்து, அப்பாஸ் அவர்களுடன் பெருமானார் அவர்கள் தங்கி இருந்த கூடாரத்துக்குச் சென்றார்.

154. பகைவனுக்கு கிடைத்த மன்னிப்பு

அபூ ஸுப்யான் செய்த தீங்குகள் யாவும் முஸ்லிம்களின் மனத்தை விட்டு அகலவில்லை ஆகையால், அவரைப் பழி வாங்கக் காத்திருந்தனர். -

உமர் அவர்கள் பெருமானார் அவர்களிடம் சென்று, "அபூஸுப்யானின் தலையை வெட்டுவதற்கு உத்தரவு தர வேண்டும்" என வேண்டினார். அப்பாஸ் அவர்கள், அவரைக் காப்பாற்றும்படிப் பெருமானார் அவர்களைக் கேட்டுக் கொண்டார்கள்.

பெருமானார் அவர்கள் காப்பாற்றுவதாகக் கூறி, இரவு அப்பாஸ் அவர்களுடன் தங்கியிருந்து, காலையில் வருமாறு கூறினார்கள்.

அபூ ஸுப்யான் இரவு முழுதும் அப்பாஸ் அவர்களுடன் தங்கியிருந்து, காலையில் பெருமானார் அவர்கள் முன்னே வந்தார்.

அவரைப் பார்த்து, "அபூ ஸுப்யானே, அல்லாஹ்வைத் தவிர, வணங்கத் தக்க ஆண்டவன் வேறு யாரும் இல்லை என்பதை இப்பொழுதாவது தெரிந்து கொண்டீரா?" என்று கேட்டார்கள்.

"வேறு ஆண்டவன் இருந்தால், எங்களுக்கு உதவி இருப்பானே" என்று பணிவோடு பதில் அளித்தார் அபூ ஸுப்யான்.

"நான் அல்லாஹ்வின் தூதர் என்பதை, இன்னும் நீர் தெரிந்து கொள்ளவில்லையா" என்று கேட்டார்கள் பெருமானார் அவர்கள்.

"என் தாயும், தந்தையும் உங்களுக்கு அர்ப்பணம்! இதில்தான் எனக்குச் சிறிது சந்தேகம் இருக்கிறது" என்றார் அபூ ஸுப்யான்.

"அபூ ஸுப்யானே! அல்லாஹ்வைத் தவிர, வேறு நாயன் இல்லை; முஹம்மது அவனுடைய திருத்தூதர் ஆவார்கள் என்று இப்பொழுதாவது ஏற்றுக் கொள்ளும்" என்று ஹலரத் அப்பாஸ் கூறவே, அபூ ஸுப்யான் கலிமாவைச் சொன்னார்.

155. எதிரிகளுக்கு அளித்த விதிவிலக்கு

பெருமானார் அவர்களிடம், "அபூ ஸுப்யான் கௌரவத்தில் மிகவும் பிரியமானவர். அவருக்கு ஏதாவது கண்ணியம் கொடுக்க வேண்டும்" என்று அப்பாஸ் அவர்கள் சொன்னார்கள்.

அதற்குப் பெருமானார் அவர்கள், ‘‘மக்காவாசிகளில், கஃபாவுக்குள் தஞ்சம் அடைந்தவர்களும், அபூ ஸுப்யான் வீட்டுக்குள் போய் இருந்து கொண்டவர்களும், அவரவர் வீட்டில் கதவைத் தாழிட்டுக் கொண்டிருப்பவர்களும், பாதுகாக்கப்படுவார்கள். வாளை உறையில் போட்டுக் கொண்டிருப்பவர்களுடனும் சண்டை செய்ய மாட்டோம்’’ என்றார்கள். அபூ ஸுப்யான் அடைந்த மகிழ்ச்சிக்கு அளவே இல்லை.

அபூ ஸுப்யானை மேட்டில் நிறுத்தி, தங்களுடைய சேனையின் பல பிரிவுகளையும் பார்க்கச் செய்யுமாறு, ஹலரத் அப்பாஸிடம் பெருமானார் (ஸல்) சொன்னார்கள்.

சேனையின் பிரிவுகளையும் காட்டி, அவர்கள் எந்தக் கூட்டத்தினர், அவர்களுக்குத் தளபதிகள் யார் என்பதையும் அபூ ஸுப்யானுக்கு விளக்கிக் கூறப்பட்டது.

வியப்பு மேலிட்ட அபூ ஸுப்யான், ‘‘உண்மையாகவே, உங்களுடைய சகோதரர் குமாரருடைய அரசாங்கம் வலிமையுடையது’’ என்றார்.

‘‘அது அவர்கள் நபியாக இருப்பதன் காரணத்தால் ஏற்பட்டது’’ என்றார்கள் அப்பாஸ் (ரலி)

156. மக்காவாசிகளுக்கு முன்னெச்சரிக்கை

பெருமானார் அவர்கள் ஒட்டகத்தின் மீது அமர்ந்து சென்றார்கள். பாதுகாப்புக்காக, அவர்களைச் சுற்றிலும் ஆயிரக்கணக்கான வீரர்கள் சூழ்ந்திருந்தார்கள்.

மக்காவுக்கு அருகில் சேனை வந்து சேர்ந்தது.

பெருமானார் அவர்களின் முன்னே வந்து, ‘‘எனக்கு உத்தரவு கொடுத்தால், முன் கூட்டியே நான் மக்காவுக்குச் சென்று, முஸ்லிம்களின் வருகையையும், குறைஷிகள் வீண் பிடிவாதத்தினால் தடுக்காமல் இருக்கும்படியும், அவர்களிடம் அறிவித்து விடுகிறேன்’’ என்றார் அபூ ஸுப்யான்.

நாயகப் பெருந்தகையும் அதற்குச் சம்மதித்தார்கள்.

அபூ ஸுப்யான் விரைவாக மக்காவுக்குச் சென்றார்.

முக்கியமான செய்தியை அறிவிக்கத் தங்கள் தளபதி வந்திருப்பதாகக் குறைஷிகள் ஆவலோடு அவரைச் சூழ்ந்து கொண்டனர். அவர்களைப் பார்த்து, ‘‘நண்பர்களே, உறவினர்களே! நான் இஸ்லாத்தில் சோந்து விட்டேன். நம்முடைய பொய்யான கொள்கையினால், நமக்கு ஏற்பட்ட தீமைகளை எல்லாம் நீங்கள் நன்கு அறிவீர்கள், இப்போது அனைவரும் சீராக வாழ வேண்டும். மறுமையில், நற்பதவி கிடைக்க வேண்டும் என்ற எண்ணம் உங்களுக்கு இருக்குமானால் நீங்கள் பல தெய்வ வணக்கத்தைக் கைவிட்டு, ஒரே ஆண்டவனுடைய வணக்கத்தைக் கடைப்பிடியுங்கள். ஆர்வத்தோடு திரண்டு வரும் முஸ்லிம் சேனையை, நம்மால் தடுத்த நிறுத்த இயலாது. அதைத் தடுக்க நாம் முயல்வது நம்மை நாமே நாசமாக்கிக் கொள்ள வழி தேடியதாகும். அதன் மூலம் மக்காவில் இரத்த வெள்ளம் ஓடும். என்னுடைய வீரமும், தைரியமும் நீங்கள் நன்கு அறிந்ததே. அத்தகையவனான நானே மாறிவிட்டேன்.’’ என்று கூறி விட்டு, பெருமானார் அவர்கள் அளித்த பாதுகாப்புச் சலுகையையும் தெரிவித்தார்:

இவ்வாறு அவர் சொல்லிக் கொண்டிருக்கும் போதே, அவருடைய மனைவி ஓடி வந்து, அவருடைய தாடியைப் பிடித்திழுத்து, அவரை அவமதித்து, "காலிப் வம்சத்தாரே, உங்களுடைய ரோஷம் எங்கே போயிற்று? இந்தக் கிழட்டு மனிதரை அடித்துக் கொல்லுங்கள். இவர் ஏதோ உளறிக் கொட்டுகிறார்'' என்றார்.

“இந்த முரட்டுப் பெண்ணுடைய சொற்களை நம்பி, நீங்கள் மோசம் போகாதீர்கள். இப்பொழுது யோசிப்பதில் பயனில்லை. மிகப் பெரிய சேனை அருகில் வந்து விட்டது. அதைத் தடுத்து நிறுத்த உங்களால் இயலாது.'' என்றார் அபூ ஸுப்யான்.

அந்த மக்கள் அனைவரும் ஓடி அவரவர் வீட்டுக்குள் புகுந்து கதவைத் தாழிட்டுக் கொண்டார்கள்.

157. முஸ்லிம் படை மக்கா வருகை

முஸ்லிம் சேனையானது மக்காவை நெருங்கி விட்டது.

அந்தப் புனித நகரம் முஸ்லிம்களின் பார்வைக்கு நன்றாகத் தெரிந்தது.

முஸ்லிம்களை எதிர்ப்பதற்கு அங்கே படை எதுவும் காணப்படவில்லை. எதிர்ப்பு இல்லாதது பெருமானார் அவர்களுக்கு மிகவும் மகிழ்ச்சியை அளித்தது. ஒட்டகத்தின் மீது இருந்தவாறே, தலையைத் தாழ்த்தி, ஆண்டவனைத் தொழுதார்கள்.

சேனைகளை நான்கு பிரிவுகளாகப் பிரித்து ஒவ்வொரு பிரிவும், ஒவ்வொரு திசையிலிருந்து நகருக்குள் செல்லும்படிக் கட்டளையிட்டார்கள்.

சேனைகள் நகருக்குள் நுழையுமுன், கூடியவரை சண்டை செய்யாமலும் எவரையும் துன்புறுத்தாமலும் இருக்குமாறு பெருமானார் அவர்கள் அறிவுறுத்தினார்கள்.

காலித் தலைமையில் சென்ற படை தென் திசையிலிருந்து வந்தது. அந்த வழியில்தான் இஸ்லாத்தின் மீது கடுமையான பகைமை கொண்டிருந்தவர்கள் வசித்து வந்தார்கள்.

சேனை அந்த வழியாக வந்ததும், இக்ரிமா, ஸப்வான் போன்றோர் குறைஷிகளின் சிறு கூட்டத்தைத் தங்களுடன் சேர்த்துக் கொண்டு, முஸ்லிம் சேனை மீது அம்புகளை எய்தார்கள். அப்பொழுது தளபதி காலித்துக்குச் சண்டை செய்வதைத் தவிர, வேறு வழி இல்லாமல் அவர்களை எதிர்த்துத் தாக்கவே, அந்தச் சிறிய கூட்டம் தோற்றுச் சிதறி ஓடியது.

அப்பொழுது, பெருமானார் அவர்கள் நகரிலுள்ள உயரமான ஓர் இடத்தில் நின்று சுற்றிலும் பார்த்தார்கள்.

காலித் சேனையின் வாள்கள் ஒளி வீசுவதைக் கண்டதும், பெருமானார் அவர்கள் வருந்தினார்கள். “சண்டை செய்யக் கூடாது என்று நான் கண்டிப்பாக உத்தரவிடவில்லையா?'' எனக் கடிந்து கொண்டார்கள். ஆனால், பின்னர் விசாரணையில் மக்காக் குறைஷிகளே சண்டைக்குக் காரணமாயிருந்தார்கள் என்பது தெரிந்ததும், “ஆண்டவன் எப்படித் தீர்மானிப்பானோ, அதுவே எல்லாவற்றிலும் மேலானது'' என்று சொன்னார்கள்.

இந்தச் சிறிய சண்டையைத் தவிர, முஸ்லிம்களை எதிர்ப்பவர் ஒருவரும் அங்கே இல்லை.

158. உண்மைக்குக் கிடைத்த வெற்றி

பெருமானார் அவர்களுக்கு, ஆண்டவன் முன் அறிவித்தபடி, மகத்தான இவ்வெற்றிக்காக தொழுவதற்கு உடனே கஃபாவுக்குச் சென்று, ஏழுமுறை "தவாபு" செய்து இடம் சுற்றி வந்தார்கள்.

கஃபாவைச் சுற்றிலும் வைக்கப்பட்டிருந்த முந்நூற்று அறுபது விக்கிரகங்களையும், ஒவ்வொன்றாகத் தங்கள் கையிலிருந்த கம்பால் கீழே தள்ளிச் சாய்த்தார்கள்.

"உண்மை வந்தது, பொய் அழிந்து போயிற்று. நிச்சயமாக பொய் அழியக் கூடியதுதான்" என்ற கருத்து மிக்க திருக்குர்ஆன் வாக்கியத்தைக் கூறியவாறே அவற்றைத் தட்டினார்கள்.

அங்கே இருந்த விக்கிரங்கள் அனைத்திலும் 'ஹுபல்' என்பது மிகப் பெரியது. மக்களுக்கு அதனிடம் மிகுந்த நம்பிக்கை உண்டு. அந்த விக்கிரகம் உயரமான ஓர் இடத்தில் அமைக்கப்பட்டிருந்தது. பெருமானார் அவர்களின் கைக் கம்புக்கு எட்டாத தூரத்தில் அது இருந்ததால், அலீ அவர்கள் உயரத்தில் ஏறி நின்று, அதைக் கீழே சாய்த்தார்கள்.

கஃபாவின் சுவர் முழுவதும் நபிமார்கள், வானவர்கள் ஆகியோரின் உருவச் சித்திரங்கள் வரையப்பட்டிருந்தன. அவற்றையெல்லாம் அழித்துக் கழுவுமாறு பெருமானார் அவர்கள் கட்டளையிட்டார்கள்.

ஒரே ஆண்டவனுடைய வணக்கத்துக்காக ஹலரத் இப்ராகிம் நபி அவர்கள் ஏற்படுத்தியிருந்தவாறு, கஃபாவைத் தூய்மையுடயதாக ஆக்கச் செய்தார்கள்.

ஹலரத் பிலால் கஃபாவின் உச்சியில் ஏறி, பாங்கு (தொழுகைக்கு அழைத்தல்) சொன்னார்கள்.

அதன் பின், கஃபாவிலிருந்து முப்பது அடி தொலைவிலுள்ள மகாமே இப்ராஹீம் என்னும் இடத்தில் நின்று பெருமானார் இரண்டு முறை தொழுதார்கள்.

கஃபாவின் மீது ஏறி நின்று கொண்டு, "அல்லாஹு அக்பர்" என இன்று முழங்கிய அந்தக் கறுப்பு பிலாலை (ரலி) முன்பு குறைஷிகள் என்ன பாடுபடுத்தினார்கள்!

இப்பொழுது அவர் கஃபாவின் மீது ஏறியதைக் கண்டதும், குறைஷிகளுக்கு உள்ளூற உண்டான வருத்தத்துக்கு அளவில்லை.

159. முன் அறிவிப்பும், திறவுகோலும்

பெருமானார் அவர்கள், கஃபாவின் பாதுகாவலரான உதுமான் இப்னு தல்ஹா என்பவரை அழைத்து வருமாறு கட்டளையிட்டார்கள்.

அவர் வந்ததும், அவரிடமிருந்த திறவு கோலைப் பெருமானார் அவர்கள் வாங்கி, கஃபாவைத் திறந்து, உள்ளே சென்று இரண்டு 'ரக்அத்' தொழுதார்கள், தொழுகை நிறைவேறியதும் வெளியே வந்து, கதவைப் பூட்டி, திறவு கோலை உதுமானிடம் கொடுத்து, "இது எப்போதும் உம்மிடமும், உம்முடைய சந்ததியாரிடமும் இருக்கும்" என்று கூறினார்கள்.

பெருமானார் அவர்களின் திருவாக்குப்படி, அந்தத் திறவு கோல் இன்று வரை அந்த வம்சத்தாரிடமே இருந்து வருகிறது.

பல ஆண்டுகளுக்கு முன், பெருமானார் அவர்கள் கூறிய முன் அறிவிப்பானது இப்பொழுது நிறைவேறியது.

இஸ்லாத்தின் ஆரம்ப காலத்தில், பெருமானார் அவர்கள் கஃபாவுக்குள் செல்லும் போது எல்லாம், அவர்களைக் குறைஷிகள் துன்புறுத்திக் கொண்டிருப்பார்கள். -

ஒரு சமயம், பெருமானார் அவர்கள், உதுமான் இப்னு தல்ஹாவுடன் கஃபாவுக்குள் செல்லும் போது, குறைஷிகள் இடையூறு செய்தார்கள். அப்பொழுது பெருமானார் உதுமானிடம், "இந்தத் திறவுகோல் ஒரு நாள் என் கையில் இருக்கும். அப்போது அதை நான் யாரிடம் கொடுக்க விரும்புகிறேனோ, அவரிடம் கொடுப்பேன்'' என்று கூறினார்கள்.

அதைக் கேட்டதும், உதுமான், “குறைஷிகள் அன்றைய தினத்திலிருந்து தாழ்வடைந்து நாசமாவார்கள்'' என்று சொன்னார். அதற்குப் பெருமானார் அவர்கள், “அல்ல; அவர்கள் அன்று முதல் மேன்மை அடைவார்கள்'' என்று கூறினர்கள்.

பெருமானார் அவர்கள் திறவு கோலைக் கொடுக்கும் போது உதுமானிடம் முன் அறிவிப்பைப் பற்றி நினைவு படுத்தினார்கள்.

பெருமானாரின் பெருந்தன்மையான உள்ளத்தைக் கண்டு, உதுமான் அப்பொழுதே இஸ்லாத்தைத் தழுவினார்.

அடுத்து, பெருமானார் அவர்கள் தங்களின் பெரிய தந்தையான அப்பாஸ் அவர்களை அழைத்து, “யாத்திரிகர்களுக்கு தண்ணீர் வசதி செய்து கொடுக்க வேண்டிய பொறுப்பை உங்களுக்குக் கொடுத்திருக்கிறேன்'' என்று கூறினார்கள்.

அதன் பின்னர், மக்கா நகரம் முழுவதும், பெருமானார் அவர்கள் கீழ்க்காணும் விஷயத்தை அறிவிக்கும்படி கட்டளையிட்டார்கள். அது வருமாறு: “ஒரே நாயன் மீதும் நியாயத் தீர்ப்பு நாளின் மீதும் யார் விசுவாசம் உள்ளவரோ, அவர் தம் வீட்டிலுள்ள விக்கிரஹத்தை துண்டு துண்டாக்காமல் இருக்க மாட்டார்".

160. உள்ளத்தை நெகிழச் செய்த நிகழ்ச்சி

பெருமானார் அவர்கள் கஃபாவிலிருந்து வெளியே வந்ததும், குறைஷிகளுக்கு ஒரு நீண்ட சொற்பொழிவு நிகழ்த்தினார்கள்.

அதன்பின், அவர்கள் மக்கள் கூட்டத்தைப் பார்த்தார்கள். நாயகத்துக்கும், முஸ்லிம்களுக்கும் பொறுக்க முடியாத துன்பத்தை உண்டாக்கிய கொடியவர்கள் பலர் பெருமானார் அவர்களின் முன்னே நின்றார்கள்.

கருணைக் கடலான பெருமானார் அவர்கள் அங்கே கூடியிருந்தோரை “குறைஷி வம்சத்தினரே! நான் உங்களிடம் எவ்வாறு நடந்து கொள்ள வேண்டும் என்று நீங்கள் விரும்புகிறீர்கள்?'' என்று கேட்டார்கள்.

அவர்கள் எல்லோரும் அநியாயக்காரர்கள், கொலைகாரர்கள், கல் நெஞ்சர்கள் ஆனாலும் பெருமானார் அவர்களின் கருணை உளளத்தை நன்கு அறிந்தவர்கள். ஆதலால், பெருமானார் அவர்களைப் பார்த்து, “கருணைமிக்க சகோதர கருணை உள்ள சகோதரர் குமாரரே! நீங்கள் அன்புடனும் இரக்கத்துடனும் நடந்து கொள்வீர்கள்'' என்று கூறினார்கள்.

அவர்கள் கூறிய சொற்கள், பெருமானாரின் உள்ளத்தை நெகிழச் செய்து, கண்களில் நீர் பெருக்கெடுத்தது.

பெருமானார் அவர்கள், அந்த மக்களை நோக்கி, "யூஸுப் நபி அவர்கள், தங்கள் சகோதரர்களிடம் தெரிவித்தது போலவே, நான் உங்களிடம் கூறுகிறேன். இன்று உங்களைக் குற்றவாளிகளாகக் கருத மாட்டேன். நாயன் உங்களை மன்னிக்கட்டும். இரக்கமுள்ளவர்களில் எல்லாம் அவனே மிகுந்த இரக்கமுள்ளவன். நீங்கள் செல்லுங்கள்!" என்று கூறினார்கள்.

பெருமானார் அவர்களின் உத்தமக் குணச் சிறப்பைக் கண்டு மக்கள் அனைவரும் உள்ளம் நெகிழ்ந்தார்கள்.

161. கொடியவர்களுக்கும் மன்னிப்பு அளித்தல்

முஸ்லிம் சேனையானது மக்காவுக்குள் நுழைந்ததும், மக்காவாசிகளில் சிலர், தாங்கள் முன்பு முஸ்லிம்களுக்கு இழைத்த தீங்குகளுக்காக, அவர்கள் தங்களைப் பழி வாங்கக் கூடும் என்று பயந்து மக்காவை விட்டே ஓடி விட்டார்கள். அவர்கள் அனைவரும் மன்னிக்கப்பட்டனர்.

அபூஜஹ்லின் மகன் இக்ரிமாவும், அவ்வாறு ஓடியவர்களில் ஒருவர். அவர் மக்காவை விட்டு ஓடியதும் அவருடைய மனைவி உம்மு ஹகீம் பெருமானார் அவர்களிடம் வந்து, "ஆண்டவனுடைய தூதரே! இக்ரிமாவைக் கொல்லும்படி நீங்கள் கட்டளையிடுவீர்களோ என்ற அச்சத்தால், அவர் ஏமனுக்கு ஓடி விட்டார். அவரை மன்னிக்கும்படி தங்களை மன்றாடிக் கேட்டுக் கொள்கிறேன்" என்றார்.

மன்னித்து விட்டதாகப் பெருமானார் கூறினார்கள். உடனே மனைவி, இக்ரிமாவைத் தேடிச் சென்று, அவரைக் கண்டு: "மிகுந்த தயாளமும், மேன்மையும் மிக்க ஒருவரிடமிருந்து நான் உம்மிடம் வந்திருக்கிறேன். ஆகையால், உம்மையே நாசமாக்கிக் கொள்ள வேண்டாம். ஏனெனில் பெருமானார் அவர்களிடமிருந்து நான் மன்னிப்புப் பெற்று வந்திருக்கிறேன்" என்று கூறினார்.

உடனே இக்ரிமா இஸ்லாத்தைத் தழுவினார்; தம் மனைவியோடு மக்காவுக்கு வந்து பெருமானார் அவர்கள் இருக்கும் இடம் சென்றார்.

இக்ரிமா, இஸ்லாத்துக்கு இழைத்த கொடுமைகள் கொஞ்ச நஞ்சம் அல்ல. அவருடைய தந்தையான அபுஜஹ்லோ, இஸ்லாத்தை அழிப்பதையே குறிக்கோளாகக் கொண்டவர். அத்தகைய கொடிய பகைவரான இக்ரிமா இஸ்லாத்தைத் தழுவியது பெருமானார் அவர்களுக்கு அளவற்ற மகிழ்ச்சியை அளித்தது.

162. குற்றத்தை உணர்ந்து மன்றாடுதல்

முன் ஒரு சமயம், பெருமானார் அவர்களின் மகள் ஸைனப் அவர்கள் மக்காவிலிருந்து மதீனாவுக்குச் செல்வதற்காக ஒட்டகத்தின் மீது ஏறிய போது, அல் ஹுவைரிது, ஹப்பார் என்ற இருவர் ஈட்டியின் பின்புறத்தால், அவர்களைத் தாக்கினர். அதனால், அவர்கள் ஒட்டகத்தி-

லிருந்து கீழே விழும்படியாயிற்று. அப்பொழுது அவர்கள் கருக் கொண்டிருந்ததால், அக்கரு சிதைந்தது. இறுதியில் அவர்களின் மரணத்துக்கும், அதுவே காரணமாகவும் அமைந்தது.

அக்கொடிய குற்றத்தை நினைத்துப் பயந்த ஹப்பார், வேற்று நாட்டுக்கு ஓடிவிட்டார். சில நாட்களுக்குப் பின்னர், பெருமானார் அவர்களின் முன்னே வந்து, "இறை தூதரே! நான் செய்த குற்றங்களையும், உங்களுக்குச் செய்த கொடுமைகளையும் எண்ணி, அஞ்சி, அயல்நாட்டுக்கு ஓடினேன். ஆனால், தங்களுடைய கருணையும், தயாள சிந்தையும், பகைவர்களை மன்னிக்கும் பான்மையும் என் நினைவுக்கு வந்து, திரும்பியுள்ளேன். நான் குற்றம் புரிந்தவன்தான். எனினும், என்னை மன்னித்து விடுமாறு மன்றாடுகிறேன்'' என்றார். அவர் செய்த குற்றமோ மிகவும் கடுமையானதுதான். அவரைக் கண்டால் கொன்று விட வேண்டும் என்று முன்னரே கட்டளையிடப்பட்டிருந்தது. எனினும் அவர் மனந்திருந்தி மன்னிப்புக் கோரியதும், பெருமானார் அவருக்கும் மன்னிப்பு வழங்கினார்கள்.

163. தூதர் குழுவுக்கு மதிப்பு

பெருமானார் அவர்களின் சிறிய தந்தையான ஹம்ஸா அவர்களை உஹத் சண்டையில் ஈட்டியினால் குத்திக் கொன்றவர் வஹ்ஷி என்பவர். அவர் மக்காவிலிருந்து ஓடி தாயிபில் இருந்தார்.

சில ஆண்டுகளுக்குப் பிறகு, தாயியிலிருந்து ஒரு தூதர் குழு மதீனாவுக்குப் பெருமானார் அவர்களிடம் வந்தது. தூதர் குழுவைப் பெருமானார் அவர்கள் மதிப்பாக நடத்துவார்கள் என்பது வஹ்ஷிக்குத் தெரியும். ஆதலால், அவரும் அந்தத் தூதர் குழுவில் ஒருவராக மதீனாவுக்கு வந்தார்.

அந்தக் குழுவில், பெருமானார் அவர்கள், வஹ்ஷியைப் பார்த்ததும் "நீர் வஹ்ஷியா?'' என்று கேட்டார்கள்.

அவர் 'ஆம்' என்று பதில் அளித்தார்.

"ஹம்ஸா அவர்களைக் கொன்றது நீர்தானா?'' என்று கேட்டார்கள், பெருமானார் அவர்கள்.

"ஆம்'' என்றார் வஹ்ஷி.

சிறிய தந்தை ஹம்ஸாவுக்கும் நாயகத்துக்கும் ஒரே வயது; இருவரும் துவைபா என்ற பெண்மணியிடம் பாலுண்டவர்கள். தம் சிறிய தந்தையாரை நினைத்துப் பெரிதும் தேவனைப்பட்டார்கள்.

இருப்பினும் மன்னிப்புக் கோரி நிற்கும் வஹ்ஷியைத் தண்டிக்கவும் விரும்பவில்லை. "வஹ்ஷி! நீர் போகலாம். ஆனால் இனி என் முன்னிலையில் வராமல் இருப்பீராக!" என்று அவரைப் பெருமானார் அனுப்பி வைத்தார்கள்.

164. திரண்டு வந்து மன்னிப்புப் பெற்றனர்

ஸபா குன்றில் பெருமானார் அவர்கள் உயர்வான இடத்தில் அமர்ந்திருந்தார்கள்.

மக்கா வாசிகள் அப்பொழுது கூட்டம் கூட்டமாகப் பெருமானார் அவர்களிடம் வந்து, தாங்கள் செய்த குற்றங்களை ஒப்புக் கொண்டனர். மன்னிக்கும்படி மன்றாடி வேண்டினர்கள். இஸ்லாத்தைத் தழுவினர்.

ஆண்களுக்குப் பிறகு, பெண்கள் வந்து இஸ்லாத்தை தழுவினார்கள், பெருமானார் அவர்கள் முதலாவதாகப் பெண்களிடம் இஸ்லாம் மதச் சட்டங்களையும், நல்லொழுக்கத்தையும் கூறி, அவற்றைப் பின்பற்றி நடப்பதற்கு உறுதி மொழி வாங்கினார்கள்.

அந்தப் பெண்கள் கூட்டத்தில் அபூ ஸுஃப்யான் மனைவியான ஹிந்த் என்பாரும் இருந்தார். ஹம்ஸா (ரலி) அவர்களைக் கொல்ல வஹ்ஷியை ஏற்படுத்தியவரும், அவர்கள் கொல்லப்பட்ட பின் வயிற்றைக் கீறி ஈரலை எடுத்து மென்றவரும் அவர்தான். மற்றப் பெண்களுடன் சேர்ந்து முகமூடியிட்டுக் கொண்டு, பெருமானார் அவர்களின் அருகில் வந்து, “ஆண்டவன் தேர்ந்தெடுத்த மதத்துக்கு வெற்றியை அருளினான். நிச்சயமாக, உங்களுடைய கருணை எனக்குக் கிடைக்கும். ஆண்டவன் ஒருவனே என்று நம்பி, உறுதி கூறுகிறேன்” என்று சொல்லி முகமூடியை விலக்கி “நான் உத்பாவினுடைய மகள்” என்று சொன்னார்.

அவர் புரிந்த குற்றங்கள் கொடுமையானவையாக இருந்தாலும், பெருமானார் மன்னித்தார்கள்.

165. மதீனாவுக்குத் திரும்புதல்

மக்காவாசிகளில் ஒரு சிலரைத் தவிர, மற்றவர்கள் எல்லோரும் இஸ்லாத்தைத் தழுவினார்கள். ஆனால், ஒருவரையாவது இஸ்லாத்தை தழுவும்படி வற்புறுத்தவில்லை.

பெருமானார் அவர்கள் முதலில் மக்காவுக்குள் நுழையும் போது, கடுமையான குற்றங்களைச் செய்த கொடியவர்கள் பதினேழு பேரை எங்கே கண்டாலும் கொன்று விடும்படி உத்தரவிட்டிருந்தார்கள். ஆனால் அவர்களில் கூட பதின்மூன்று பேர் மன்னிக்கப்பட்டார்கள்.

இப்னு கத்தல், ஹுவைரிது, மிக்யாஸ் என்ற ஆண்கள் மூவரும், லாரா என்ற ஒரு பெண்ணும் மரண தண்டனைக்கு ஆளானார்கள்.

மக்காவில் பெருமானார் அவர்கள் பதினைந்து நாட்கள் தங்கி, இஸ்லாத்தின் அறிவுரைகளை மக்காவாசிகளுக்குப் போதிப்பதற்காகத் தக்க ஏற்பாடுகளைச் செய்துவிட்டு மதீனா திரும்பினார்கள்.

166. மீண்டும் படைகளுடன் புறப்படுதல்

மக்காவுக்கும், தாயிபுக்கும் மத்தியில் உள்ளது ஹுனைன். அது ஒரு பள்ளத்தாக்கு. அதில் ஹவாஸின் என்ற பெயரில் பல பிரிவினர் கூட்டமாக வசித்து வந்தனர்.

அவர்கள் ஆரம்பத்திலிருந்தே இஸ்லாத்தின் மீது கடுமையான பகைமை உடையவர்களாயிருந்தார்கள்.

ஹுதைபிய்யா உடன்படிக்கைக்குப் பின், இஸ்லாம் மிக வேகமாகப் பரவி வருவதைக் கண்டு ஹவாஸின் கூட்டத்தார், பொறாமை கொண்டனர்.

அரேபியாவின் பல பகுதிகளுக்குச் சென்று, மக்களை இஸ்லாத்துக்கு விரோதமாகத் தூண்டிவிட்டுக் கொண்டிருந்தார்கள், மக்காவைப் பெருமானார் அவர்கள் வெற்றி கொண்டதும் அவர்களுக்கு அளவு கடந்த வருத்தம் உண்டாயிற்று.

இப்பொழுதே இஸ்லாத்தை நசுக்காவிடில், பின்னர் அதன் செல்வாக்கு மேலும் அதிகரித்து விடும் என்று கருதி, முஸ்லிம்களைத் தாக்குவதற்குத் தயாரானார்கள். அச்செய்தி பெருமானார் அவர்களுக்குத் தெரிய வந்தது. உடனே ஒருவரை அனுப்பி, உளவு அறிந்து வரச் சொன்னார்கள். அது உண்மையே என அறிந்து கொண்டார்கள்.

பின்னர், பெருமானார் அவர்கள் சேனைகளைச் சேர்த்துக் கொண்டு ஹவாஸின் கூட்டத்தாரை நோக்கிச் சென்றார்கள்.

167. படை பலம் மட்டும் போதுமா?

மதீனாவிலிருந்து பெருமானார் அவர்களுடன் வந்த பதினாயிரம் பேர்களுடன், மக்காவாசிகளில் இரண்டாயிரம் பேர்களும் அப்படையில் சேர்ந்திருந்தார்கள். மக்காவில் போதுமான ஆயுதங்களைச் சேகரித்துக் கொண்டார்கள்.

ஏராளமான சேனைகளும், போதிய ஆயுதங்களும் தங்களிடம் இருப்பதால் வெற்றி நிச்சயமாகத் தங்களுக்குக் கிடைக்கும் என்ற பெருமையான எண்ணம் முஸ்லிம் வீரர்களிடையே தலைதூக்கியது.

இஸ்லாத்தின் வெற்றி, ஆண்டவனுடைய உதவியினால் மட்டும் கிடைக்கக்கூடியதேயன்றி, சேனையின் எண்ணிக்கையினாலோ, ஆயுதங்களினாலோ உண்டாவதில்லை என்பதை ஆண்டவன் அவர்களுக்கு அறிவுறுத்தக் கருதினான் போலும்!

முன்னர் நடந்த போர்களில், முஸ்லிம் வீரர்கள் தங்களைக் காட்டிலும் ஐந்து மடங்கு அதிகமான பகைவர்களுடன் கூடப் போரிட்டு வெற்றி பெற்று வந்திருக்கின்றனர். ஆனால், சேனையின் எண்ணிக்கையினால் மட்டும் வெற்றி பெற்று விட இயலாது என்பதை ஆண்டவன் ஹுனைன் சண்டையின் ஆரம்பத்திலேயே முஸ்லிம்களுக்கு உணர்த்திவிட்டான்.

168. தனியாக நிற்கும் தளராத உறுதி

ஹவாஸின் கூட்டத்தார் அம்பு எய்வதில் திறமையானவர்கள்.

முஸ்லிம் சேனை வருவதற்கு முன்னரே, அக்கூட்டத்தார் ஹுனைன் என்னும் இடத்தில், சண்டையிடுவதற்கு வசதியான இடங்களில் அமர்ந்து கொண்டனர். மேலும், அம்பு எய்பவர்களை, முக்கியமான கணவாய்களில் நிறுத்தி வைத்து விட்டார்கள்.

முஸ்லிம் சேனையோ பள்ளமான இடங்களில் தங்கும்படி நேரிட்டது.

சண்டை ஆரம்பமாயிற்று! ஹவாஸின் கூட்டத்தார் நாலா பக்கங்களில் இருந்தும் முஸ்லிம் சேனை மீது அம்பு எய்தார்கள்.

முஸ்லிம் சேனைக்கு காலித் தலைமை வகித்திருந்தார்.

அம்புத் தாக்குதலை எதிர்க்க இயலாமல், மக்கா சேனை பின்வாங்கியது. அதனால் முஸ்லிம் சேனையில் பெரிய குழப்பம் உண்டாயிற்று. பின்னணியிலிருந்த சேனையும், முன்-

னணியிலிருந்த சேனையும் நெருக்கடியால் பின் வாங்கும்படி நேரிட்டது. சிறிது நேரத்தில், முஹாஜிர்கள், அன்ஸாரிகள் அடங்கிய சேனையும் அந்தக் குழப்பத்தில் சிதறி விட்டது.

பெருமானார் (ஸல்) அவர்களும், அபூக்கர், உமறு, அலீ, அப்பாஸ், அபூ ஸுப்யான், உஸாமா (ரலி-அன்ஹும்) ஆகிய தோழர்களும் ஒரு புறம் நின்று கொண்டிருந்தனர். பகைவர்களின் சேனையோ, பெருமானார் அவர்களை நோக்கி வேகமாக வந்து கொண்டிருந்தது. அவ்வாறு இருந்தும் கூட, ஆண்டவன் தங்களுக்கு உதவி செய்வான் என்ற முழு நம்பிக்கையோடு, பகைவர்களின் கூட்டத்தைப் பொருட்படுத்தாமல் நின்று கொண்டிருந்தார்கள்.

பெருமானார் அவர்கள் வலப்பக்கமாகத் திரும்பி, "அன்ஸாரிக் கூட்டத்தாரே" என்று குரல் எழுப்பினார்கள். "இதோ தயாராக இருக்கின்றோம்" என்று விடை வந்தது. அதன் பின் இடப்பக்கம் திரும்பி, முன் போலவே குரல் எழுப்பினார்கள். முன்னர் கிடைத்தது போலவே இப்பொழுதும் விடை கிடைத்தது.

பெருமானார் அவர்கள், "நான் ஆண்டவனுடைய தூதன்; அப்துல்லாஹ்வின் மகன். என்னிடம் வாருங்கள்!" என்று எல்லோரையும் அழைத்தார்கள்.

169. சிதறிய படைகள் ஒன்று திரண்டன

ஹுனைன் யுத்த களத்தில், பெருமானார் அவர்கள், அன்ஸாரிகளையும், முஹாஜிர்களையும் அழைக்குமாறு அப்பாஸ் அவர்களுக்குக் கட்டளையிட்டார்கள்.

ஹலரத் அப்பாஸ் உரத்த தொனியில் அவர்களை அழைக்கவே, சிதறி நின்ற முஸ்லிம் வீரர்கள் அனைவரும் திரண்டு வெகு விரைவில் பெருமானார் அவர்கள் பக்கம் கூடிவிட்டார்கள். குதிரைகள் மிரண்டு போய், திருப்ப முடியாமல் இருந்ததால், சில குதிரை வீரர்கள் குதிரைகளிலிருந்து குதித்து ஓடி வந்தார்கள். அனைவரும் திரண்டதுதான் தாமதம், சண்டையின் போக்கே மாறிவிட்டது.

முஸ்லிம் சேனையின் ஆவேசத்தைக் கண்டதும், ஹவாஸின் கோத்திரத்தாருக்கும், அவர்களுடைய கூட்டாளிகளான தகீப் கோத்திரத்தாருக்கும் நடுக்கம் உண்டாகி விட்டது. அவர்களில் பலர் களத்தை விட்டே ஓடிவிட்டார்கள். ஒரு சிலரே வெகு நேரம் வரை போரிட்டார்கள். அவர்களில் கொடி பிடித்துக் கொண்டிருந்தவர் வெட்டுண்டு கீழே விழவும், எஞ்சியிருந்த சிலரும் ஓட்டம் பிடித்தார்கள். பின் வாங்கி ஓடியவர்களில் சிலர் அவுத்தாஸ், தாயிப், நக்லா ஆகிய இடங்களுக்கு ஓடிவிட்டார்கள்.

ஹவாஸின் கூட்டத்தார் போர் முனைக்கு வரும் போது, தங்கள் மனைவி, மக்களையும் கூட்டி வந்திருந்தார்கள். அவர்கள், தங்கள் அருகில் இருந்தால் ரோஷத்தோடு போரிடுவார்கள், பின்வாங்கி ஓடமாட்டார்கள் என்பது அவர்கள் கருத்து. ஆனால், ஓடக் கூடிய சந்தர்ப்பம் வந்ததும், களத்தில் தங்கள் மனைவி, மக்களையும் நிராதரவாக விட்டு விட்டு ஓடி விட்டார்கள்.

ஹவாஸின் கூட்டத்தாரில் ஆறாயிரம் பேர், முஸ்லிம்களால் சிறைப் பிடிக்கப்பட்டார்கள். தவிர, 24,000 ஒட்டகங்கள், 40,000 ஆடுகள், 4,000 வெள்ளிக் காசுகள் முஸ்லிம்களிடம் சிக்கின.

களத்தில் பிடிபட்ட கைதிகளையும், பொருட்களையும் அல்ஜிஃரானா என்னும் இடத்தில் பாதுகாத்து வைக்குமாறு பெருமானார் அவர்கள் கட்டளையிட்டார்கள்.

சிறை பிடிக்கப்பட்டவர்களில் பெருமானார். அவர்களின் வளர்ப்புத் தாயான ஹலீமா நாச்சியாரிடம், பெருமானாருடன் பாலுண்டு வளர்ந்த ஷைமா என்ற பெண்மணியும் இருந்-தார்.

ஷைமாவைப் பெருமானார் அவர்களின் முன்னே கொண்டு வந்தனர். உடனே பெருமா-னார் அவர்கள், தங்களுடைய மேலாடையைக் கீழே விரித்து, அதில் அவர்களை உட்கா-ரும்படி செய்தார்கள். தங்கள் சகோதரியைப் போல் அன்புடன் உபசரித்து, அவர்களுக்குச் சில ஒட்டகங்களையும், ஆடுகளையும் பரிசாகக் கொடுத்து, பாதுகாப்புடன் ஊருக்கு அனுப்-பிவைத்தார்கள்.

170. பகைவர்கள் பாதுகாப்புடன் இருந்தனர்

ஹுனைன் போரில் பின்வாங்கி, ஹவாஸின் கூட்டத்தார் அவுத்தாசுக்கு ஓடிப் போனார்கள் அல்லவா? அவர்களைப் பின் தொடர்ந்து முஸ்லிம் வீரர்கள் அனுப்பப்பட்டனர். அவர்களை நிலை குலையச் செய்து விட்டு அவ்வீரர்கள் திரும்பினர்.

ஹவாஸின் கூட்டத்தாரில் ஒரு பகுதியினர், தாயிபுக்குப் போயிருந்தார்கள். தாயிபு வளம் பொருந்தியது. நான்கு பக்கங்களிலும் மதில்களால் சூழப் பெற்று, நன்கு பாதுகாப்பான நகர-மாக இருந்தது. அங்கே வசித்துக் கொண்டிருந்த தகீப் கூட்டத்தார் வீரத்தில் சிறந்தவர்கள். அரபி தேசத்தில் கௌரவம் வாய்ந்தவர்கள்.

தகீப் கூட்டத்தார் குறைஷிகளுக்குச் சமமானவர்களாகக் கருதப்பட்டிருந்தார்கள். அவர்-கள் யுத்த முறையையும் நன்கு அறிந்தவர்கள்.

தாயிபில் உள்ள பலமான ஒரு கோட்டையைப் பார்த்து, அந்த நகர வாசிகளும் பின் வாங்கி ஓடி வந்த ஹவாஸின் கூட்டத்தாரும் ஒரு வருடத்துக்குப் போதுமான உணவுப் பொருட்களையும், யுத்தக் கருவிகளையும் சேகரித்து அந்தக் கோட்டையில் பாதுகாப்பாக இருந்து கொண்டனர்.

நகரத்தின் நான்கு பக்கங்களிலும் போர்க் கருவிகளையும், முக்கியமான இடங்களில் சேனைகளையும் வைத்திருந்தனர்.

171. "ஆண்டவனே" நல்வழி காட்டுவாயாக!

பெருமானார் அவர்கள், தளபதியாக காலிதை முதல் பகுதி சேனையுடன் தாயிபுக்கு அனுப்-பியிருந்தார்கள். பெருமானார் அவர்கள் அங்கு வந்ததும் கோட்டையை முற்றுகையிடத் தொடங்கினார்கள்.

கோட்டையைத் தாக்கக் கூடிய கருவிகளை முஸ்லிம்கள் உபயோகித்தார்கள். ஆனால், கோட்டையில் இருந்தவர்கள் நெருப்பில் காய வைத்த இரும்புக் கம்பிகளை முஸ்லிம்கள் மீது எய்து கொண்டிருந்தார்கள். அதனால் முஸ்லிம்கள் பின் வாங்கும்படி நேரிட்டது. முஸ்-லிம்களில் பலர் காயப்பட்டார்கள். முற்றுகை இருபது நாள் வரை நீடித்தது.

தாயிப் நகரத்தை வெற்றி கொள்ள இயலவில்லை. நௌபல் என்பவரை அழைத்துப் பெருமானார் அவர்கள் மேற்கொண்டு எடுக்க வேண்டிய நடவடிக்கையைப் பற்றி ஆலோசித்தார்கள்.

“குள்ள நரியானது அதனுடைய குழிக்குள்ளே நுழைந்து கொண்டது. முயற்சி எடுத்தால், அதைப் பிடித்துவிடலாம். விட்டு விட்டாலும் அதனால் பாதகம் இல்லை” என்றார் நௌபல்.

அந்நியர்களின் தீங்கிலிருந்து இஸ்லாத்தைப் பாதுகாக்க வேண்டும் என்பதே பெருமானார் அவர்களின் நோக்கம். ஆகையால் முற்றுகையை நீக்கித் திரும்பி விட்டார்கள்.

திரும்பும் போது, தகீப் கூட்டத்தாரைப் பெருமானார் அவர்கள் சபிக்க வேண்டும் என்பதாக முஸ்லிம்களில் சிலர் வேண்டிக் கொண்டார்கள்.

ஒன்பது ஆண்டுகளுக்கு முன், அதே இடத்தில்தான் பெருமானார் அவர்களை, தாயிப்வாசிகள் கல்லால் அடித்துக் காயம் உண்டாகச் செய்தார்கள்.

இப்பொழுது அவர்களைச் சபிக்கும்படி வேண்டிக் கொண்ட போது, பெருமானார் அவர்கள், “ஆண்டவனே, தகீப் கூட்டத்தாருக்கு நேர்வழியைக் காட்டுவாயாக! அவர்களை என்னிடம் வரும்படி செய்!" என ஆண்டவனிடம் வேண்டிக் கொண்டார்கள்.

பெருமானார் அவர்களின் வேண்டுதல் வீண் போகவில்லை.

சிறிது காலத்துக்குப் பிறகு, தகீப் கூட்டத்தார் பெருமானார் அவர்களிடம் வந்து இஸ்லாத்தைத் தழுவினார்கள்.

172. பொருள் பங்கீட்டில் மனக்கசப்பு

பெருமானார் அவர்கள் தாயிபிலிருந்து அல்ஜிஃரானாவுக்குத் திரும்பி வந்தார்கள்.

ஹுனைன் சண்டையில் பிடிபட்ட கைதிகளையும் பொருட்களையும் ஜிஃரானாவில் வைத்திருந்தார்கள் அல்லவா? கைதிகளின் உறவினர்கள் வந்து அவர்களை மீட்டுக் கொண்டு போகக் கூடும் என்று நினைத்தார்கள். அதனால் சில நாட்கள் வரை பெருமானார் அவர்கள் எதிர்பார்த்திருந்தார்கள். எவரும் வரவில்லை. எனவே கைதிகளையும் பொருட்களையும் பங்கிடச் செய்தார்கள். ஐந்தில் ஒரு பகுதியை, பொது நிதிக்காகவும் ஏழைகளுக்காகவும் ஒதுக்கி வைத்து, மீதி நான்கு பாகத்தையும், படைகளுக்குப் பங்கிட்டார்கள். பங்கிடும் போது, இஸ்லாத்தில் புதிதாகச் சேர்ந்த மக்காவாசிகளுக்கு வீதாச்சாரத்திலிருந்து சிறிது கூடுதலாகவே கொடுத்தார்கள்.

அன்ஸாரிகளில் சில இளைஞர்கள் அதை அறிந்து, "ரஸுலுல்லாஹ் அவர்கள் குறைஷிகளுக்குக் கூடுதலாகக் கொடுத்து விட்டார்களே” என்று குறைப்பட்டனர். வேறு சிலரோ "கஷ்டத்தின் போது நம்மை நினைப்பதும், சண்டையில் கிடைத்த பொருட்களை மற்றவர்களுக்குக் கொடுப்பதுமாயிருக்கிறதே” என்று கூறலானார்கள்.

அன்ஸாரிகளிடையே அதிருப்தி நிலவுவதை அறிந்த பெருமானார் அவர்கள், அவர்களை அழைத்து, "குறைஷித் தலைவர்களுக்கு நான் அதிகமாகக் கொடுத்ததாக நீங்கள் சந்தேகப்பட்டுக் கூறியது உண்டா?" என்று வினவினார்கள்.

அவர்கள் சத்திய சீலர்களானதால், "எங்களில் பெரியவர்கள் யாரும் எதுவும் கூறவில்லை. இளைஞர்களில் சிலர் மட்டும் அப்படிச் சொன்னார்கள்" என்று கூறினார்கள்.

அப்பொழுது, பெருமானார் அவர்கள் அன்ஸாரிகளிடம், "நீங்கள் ஆரம்பத்தில் வழி தவறியவர்களாக இருந்தீர்கள். ஆண்டவன் என் மூலமாக உங்களை நேர்வழிப்படுத்தினான். நீங்கள் பல பிரிவுகளாகி, பகைமை உணர்வோடு இருக்கையில், ஆண்டவன் என் மூலமாய் உங்களுகுள் ஒற்றுமையை உண்டாக்கினான். நீங்கள் வறுமையில் வாடிக் கொண்டிருந்தீர்கள். ஆண்டவன் என் மூலமாக, உங்களைச் செல்வர்களாக ஆக்கினான். இவை எல்லாம் உண்மை அல்லவா ?" என்று கேட்டார்கள்.

பெருமானார் அவர்கள் கூறிய சொல்லின் முடிவிலும், அன்ஸாரிகள், "ஆண்டவனுடைய உதவியும் , அவனுடைய ரஸூலுடைய உதவியும் எல்லாவற்றையும் மேன்மையுறச் செய்து விட்டன" என்று சொல்லிக் கொண்டே இருந்தார்கள்.

பின்னர், பெருமானார் அவர்கள் அன்ஸாரிகளிடம், "வேறு விதமான விடை கூட எனக்குச் சொல்லக் கூடும்" என்றார்கள்.

அன்ஸாரிகள் "யாரஸூலல்லாஹ்! நாங்கள் என்ன விடை கூற முடியும்! என்றார்கள்.

அப்பொழுது பெருமானார்கள் அவர்கள், "நீங்கள் விரும்பினால் இப்படியும் சொல்லலாம்: 'முஹம்மதே! உங்களுடைய மக்கள் உங்கள் மீது நம்பிக்கையற்று இருக்கும் போது, நீங்கள் எங்களிடம் வந்தீர்கள். நாங்கள் உங்களை உண்மையானவர்களாக ஏற்றுக் கொண்டோம் . உங்களுக்கு ஆதரவு இல்லாத போது நீங்கள் தனியாக வந்தீர்கள். நாங்கள் உதவி புரிந்து ஆதரித்தோம்'. இவ்வாறாக நீங்கள் கூறினால் 'நீங்கள் சொல்வதெல்லாம் உண்மைதான்' என்று நான் சொல்லிக் கொண்டிருப்பேன்.

"அன்ஸாரிகளே! குறைஷிகள் புதிதாக முஸ்லிம்களாகி இருக்கிறார்கள்; இப்பொழுது அவர்கள் துன்புற்றுக் கொண்டிருக்கிறார்கள். சண்டையில் கிடைத்த பொருட்களால் அவர்களைத் தேற்றலாம் என்று விரும்பினேன். அன்ஸாரிகளே! மற்றவர்கள் ஒட்டகங்களையும், ஆடுகளையும் தங்கள் வீடுகளுக்குக் கொண்டு போவார்கள். நீங்கள் முஹம்மதை உங்கள் வீட்டுக்குக் கொண்டு போவதைப் பிரியப்படவில்லையா? என்னுடைய ஆத்மா யார் கையில் இருக்கிறதோ, அவன் பேரில் சத்தியமாக, நிச்சயமாக, நான் உங்களைக் கைவிட மாட்டேன் மற்றவர்கள் எல்லோரும் காட்டின் ஓரமாய்ப் போய்க் கொண்டிருக்கையில் அன்ஸாரிகள் மட்டும் கணவாய் வழியாகப் போனால், நான் அன்ஸாரிகளுடன்தான்

173. ஆறாயிரம் கைதிகளுக்கும் விடுதலை

ஹுனைன் சண்டையில் பிடிபட்ட ஆறாயிரம் கைதிகளையும், முஸ்லிம்கள் பங்குப்படி பிரித்துக் கொண்டிருந்தார்கள்.

அந்தக் கைதிகளை விடுவித்துக் கொண்டு போவதற்காக அவர்களின் உறவினர்களைக் கொண்ட தூதுக் குழுவினர், பெருமானார் அவர்களிடம் வந்தனர்.

அந்தத் தூதுக் குழுவினர் பெருமானார் அவர்களின் வளர்ப்புத் தாயாரான ஹலீமா அவர்களின் பனூ ஸஃது கோத்திரத்தைச் சேர்ந்தவர்கள்.

தூதுக் குழுவினரின் தலைவர் எழுந்து நின்று, பெருமானார் அவர்கள் முன்னிலையில், "ஆண்டவனுடைய தூதரே! நாங்கள் உங்களுக்கு உறவினர்களாயும், நெருங்கிய தொடர்புடையவர்களாயும் இருக்கிறோம். உங்களுடைய வளர்ப்புத் தாயாரான ஹலீமா அவர்கள் எங்கள் குடும்பத்தைச் சேர்ந்தவர்கள். அல் ஹாரிது, அந்நுஃமான் போன்ற குறுநில மன்னர்கள் எவரேனும் எங்கள் குடும்பத்தில் பால் அருந்தி இருந்தால், அவர்களிடம் கூட நாங்கள் தயவையும், கருணையையும் எதிர்பார்க்கக் கூடும். ஆனால் நீங்களோ, நம்பிக்கைக்குரியவர்களில் சிறப்பு மிக்கவர்கள். ஹுனைன் சண்டையில் சிறைப்பட்ட பெண்களில் உங்களுடைய சிறிய தாயார்களும், மாமியார்களும் இருக்கிறார்கள்" என்று கூறினார். அதற்குப் பெருமானார் அவர்கள், "என்னுடைய பங்கிலும், அப்துல் முத்தலிப் வம்சத்தார் பங்கிலும் எத்தனை கைதிகள் வந்திருக்கலாமோ, அவர்கள் அனைவரையும் உங்களிடமே திருப்பி அனுப்பி விடுகிறேன். ஆனால் கைதிகள் எல்லோரையும் விடுவிக்க வேண்டும் என்றால், பகல் தொழுகைக்குப் பின், மக்கள் கூட்டத்தில், உங்கள் கோரிக்கையைத் தெரிவித்துக் கொள்ளுங்கள்" என்று கூறினார்கள்.

அவ்வாறே, தொழுகைக்குப் பின், அக்குழுவினர் வந்து, தங்கள் கைதிகளை விடுவிக்கும்படி முஸ்லிம்களிடம் வேண்டிக் கொண்டார்கள். அவ்வேண்டுகோளைக் கேட்டதும் பெருமானார் அவர்கள், "அப்துல் முத்தலிப் அவர்களின் சந்ததியாருக்குக் (பெருமானார் வசம்) கிடைத்த கைதிகளை நான் உங்களுக்குக் கொடுத்து விட்டேன்" என்று கூறினார்கள்.

உடனே முஸ்லிம்கள் எல்லோரும் "எங்கள் பங்குக்கு கிடைத்த கைதிகளையும் நாங்கள் பெருமானார் அவர்களுக்குக் கொடுத்தோம்" என்று சொன்னார்கள்.

இவ்வாறு ஆறாயிரம் கைதிகளும் விடுவிக்கப்பட்டு விட்டனர்.

பெருமானார் அவர்கள் அங்கிருந்து மதீனாவுக்குத் திரும்பினார்கள்.

174. "ஆண்டவனைத் தொழுது வேண்டிக் கொள்ளுங்கள்"

ஹிஜ்ரீ எட்டாம் ஆண்டு மரியா கிப்தியா அவர்களிடமிருந்து பெருமானார் அவர்களுக்கு ஓர் ஆண் குழந்தை பிறந்தது.

அக்குழந்தைக்கு இப்ராஹிம் என்ற பெயர் சூட்டினார்கள். அந்தக் குழந்தையிடம் பெருமானார் அவர்கள் மிகுந்த பிரியமாக இருந்தார்கள். ஒரு வருடம் வரை தான் அக்குழந்தை உயிருடன் இருந்தது.

அந்தக் குழந்தை உயிர் நீத்த தினத்தில், சூரிய கிரஹணம் உண்டாயிற்று. சிறப்பு மிக்க ஒருவனுடைய மரணத்தின் அறிகுறியாக சூரிய கிரஹணம் உண்டாகும் என்பது அரேபியர்களின் கொள்கை.

குழந்தை இப்ராஹிம் அவர்களின் மரணத்திற்காகவே, சூரிய கிரஹணம் உண்டானதாக, மக்கள் சொல்லிக் கொண்டிருந்தார்கள். பெருமானார் அவர்களுக்கு இந்தச் செய்தி தெரிந்ததும், அவர்களை எல்லாம் அழைத்து, "ஒருவர் இறந்ததற்காகவாவது அல்லது உயிருடன் இருப்பதற்காகவாவது சூரிய-சந்திர கிரஹணங்கள் உண்டானதில்லை. கிரஹணத்தைக் கண்-

டால், நீங்கள் தொழுது ஆண்டவனிடத்தில் பிரார்த்தனை செய்யுங்கள்” என்று கூறி, கூட்டமாக ஒன்று சேர்ந்து கிரஹணத் தொழுகை நடத்தினார்கள்.

இவ்வாண்டு பெருமானார் அவர்களின் மகள் ஸைனப் அவர்கள் உயிர் துறந்தனர்.

175. மதீனாவைத் தாக்க ஏற்பாடு

மக்காவின் வெற்றிக்குப் பின், அரபியர்கள் கூட்டம் கூட்டமாக வந்து, இஸ்லாத்தில் சேர்ந்து கொண்டிருந்தார்கள்.

இஸ்லாத்தின் வளர்ச்சியைக் கண்டு, கிறிஸ்துவர் ஆட்சி புரியும் ரோமாபுரி அரசுக்குப் பொறாமை உண்டாயிற்று.

இன்னும் சிறிது காலத்திற்குள், அரேபியா முழுவதிலுமே இஸ்லாம் பரவி விடும் என்பதை அவர்கள் தெரிந்து கொண்டனர். அதனால் முன் கூட்டியே அதை நசுக்கி விட வேண்டும் என்று தீர்மானித்தார்கள். ஆகையால், மதீனாவைத் தாக்குவதற்கு முன்னேற்பாடு செய்தனர்.

ஷாம் மாகாணத்தில் கிறிஸ்துவ மதத்தைச் சேர்ந்த கஸ்ஸான் என்னும் கூட்டத்திலுள்ள சிறறரசன் ஒருவன் அதில் முக்கியமானவனாக இருந்தான்.

மதீனாவைத் தாக்குவதற்கு வேண்டிய ஏற்பாடு செய்யுமாறு சிற்றரசனுக்கு ரோமாபுரி அரசு கட்டளையிட்டிருந்தது. அவனும் அதற்கு வேண்டிய ஏற்பாட்டைச் செய்து கொண்டிருந்தான். மதீனாவைத் தாக்குவதற்காக, ரோமாபுரி அரசு, ஷாம் மாகாணத்தில் படையைப் பெருக்கிக் கொண்டிருந்தது. அந்தப் படையில் கஸ்ஸான் கூட்டத்தாரும், வேறு சில கூட்டத்தாரும் சேர்ந்திருந்தனர். சேனைகளுக்கு ஒரு வருடச் சம்பளம் முன்னதாகவே கொடுத்து விட்டனர். முதல் அணி பல்கா என்னும் இடத்துக்கு வந்து விட்டது. இத்தகவலை ஷாம் மாகாணத்திலிருந்து வந்த ஸைத்தூன் எண்ணெய் வியாபாரிகள் மதீனாவில் விளம்பரப் படுத்தினார்கள்.

176. தாக்குதலைத் தகர்க்க முன்னேற்பாடு

பெருமானார் அவர்களுக்குத் தகவல் தெரிந்தது. மதீனாவைப் பகைவர் வந்து தாக்குவதற்கு முன்னதாகவே தாங்கள் சென்று அவர்களை முறியடித்து விட வேண்டும் என்று பெருமானார் கருதினார்கள்.

சேனைகளைத் தயார் செய்யும்படி உத்தரவிட்டார்கள்.

போருக்குப் பண உதவியும், ஆள் உதவியும் செய்யும்படி சுற்றுப்புறத்திலுள்ள அரபிக் கூட்டத்தாருக்கு எல்லாம் பெருமானார் அவர்கள் செய்தி அனுப்பினார்கள்.

அந்த வருடத்தில், அரேபியாவில் கடுமையான பஞ்சம். வெப்ப நிலையும் சற்று அதிகமாகவே காணப்பட்டது. இதனால் மக்கள் தங்கள் வீட்டை விட்டு வெளியே வருவதற்கு மிகவும் கஷ்டமாக இருந்தது.

வெளிப்பார்வைக்கு முஸ்லிம்களாகவும், அந்தரங்கத்தில் இஸ்லாத்தின் மீது கொஞ்சம்கூட பற்று இல்லாதவர்களாகவும் இருந்த முனாபிக்குகள் என்னும் நயவஞ்சகர்கள், யுத்தத்துக்கு

மக்கள் போகாதிருக்க முயற்சி செய்தனர்.

முனாபிக்குகள் அவ்வாறு முயன்றபோது, உண்கையான முஸ்லிம்களுக்கு ஊக்கம் அதிகரித்தது.

177. நிதி குவிந்தது! ஆட்கள் சேர்ந்தனர்!

இந்தத் தாக்குதலுக்கு முஸ்லிம்கள் தங்களால் இயன்ற உதவிகளைச் செய்ய வேண்டும் என்று பெருமானார் அவர்கள் கட்டளையிட்டார்கள்.

பொருளும், கருவிகளும் பெருமானார் அவர்களிடம் வந்து குவிந்தன.

ஹலரத் உத்மான் 900 ஒட்டகங்களும், பத்தாயிரம் நாணயங்களும் அளித்தார்கள்.

ஹலரத் அப்துர் ரஹ்மான் இப்னு அல்பு 40,000 நாணயங்கள் கொடுத்து உதவினார்கள்.

ஹலரத் உமறு அவர்களிடம் அப்பொழுது ஏராளமான செல்வம் இருந்தது. அவர்கள் தங்களுடைய பொருளில் பாதியைத் தங்கள் குடும்பத்தாருக்காக வைத்துவிட்டு, பாதியைப் போருக்காகக் கொடுத்தார்கள்.

ஹலரத் அபூபக்கர் அவர்களோ தங்களிடம் இருந்தவை அனைத்தையும் பெருமானார் அவர்கள் முன்னிலையில் வைத்தார்கள்.

அதைக் கண்டு பெருமானார் அவர்கள், "தங்களுடைய குடும்பத்தாருக்காக ஏதாவது வைத்து விட்டு வந்திருக்கிறீர்களா?" என்று கேட்டார்கள்.

"ஆண்டவனும், அவனுடைய ரஸூலும் என்னுடைய குடும்பத்தாருக்குப் போதும்" என்றார்கள் ஹலரத் அபூபக்கர் அவர்கள்.

அபூ உகைல் என்னும் கூலியாளர் ஒருவர் மதீனாவில் இருந்தார். அவர் இரவு முழுவதும் கண் விழித்து ஒரு யூதரின் தோட்டத்துக்குத் தண்ணீர் இறைத்து நான்கு சேர் பேரீச்சம் பழம் சம்பாதித்தார். அதில் இரண்டு சேரை, தம் குடும்பத்தாருக்காக வைத்துவிட்டு, மீதி இரண்டு சேரை, யுத்த நிதியாகப் பெருமானார் அவர்களிடம் கொண்டு வந்து கொடுத்தார். பெண்கள் பலர், தங்கள் நகைகளை எல்லாம் கொண்டு வந்து, பெருமானார் அவர்களிடம் சமர்ப்பித்தனர்.

பொருட்களைக் கொண்டு வந்து கொடுத்தவர்கள் எல்லோரும், இஸ்லாத்தின் அவசியத்திற்காக, அவற்றை ஏற்றுக் கொள்ளும்படி பெருமானார் அவர்களை வேண்டிக் கொண்டனர்.

இறுதியாக, முப்பதினாயிரம் சேனையும், சேனைக்கு வேண்டிய பொருட்களும் சேர்ந்தன.

படையில் சேர்ந்து யுத்தம் செய்ய வேண்டும் என்று தோழர்கள் எல்லோருக்கும் ஆவல் மிகுதியாக இருந்தது. ஆனால், அவர்களில் சிலருக்கு, பயணத்துக்கான வசதி இல்லாததால் அவர்கள் சேர இயலவில்லை.

பெருமானார் அவர்களுடன் சேர்ந்து போர் முனைக்குச் செல்லும் பாக்கியம் பெற முடியவில்லையே என்று எண்ணி மிகவும் வருந்தினார்கள். பெருமானார் அவர்கள், அவர்களுக்கு ஆறுதல் கூறினார்கள்.

178.சுகவாசி ஒருவர் படையில் சேர்ந்தார்!

ஹிஜ்ரி 9-வது வருடம், முப்பதாயிரம் வீரர்களுடன் பெருமானார் அவர்கள் ஷாம் தேசத்தை நோக்கிப் படையெடுத்துச் சென்றார்கள்.

அப்பொழுது அபூ கைதமா என்ற தோழரின் மனைவியர் இருவர் தம் கணவருக்காக வீட்டில் தண்ணீர் தெளித்து, குளிர்ச்சியாக, நல்ல உணவும் தயாரித்து வைத்திருந்தனர். இதைக் கண்ட அபூ கைதமா "பெருமானார் அவர்கள் வெயிலில் பயணம் செய்து கொண்டிருக்கையில், நான் மட்டும் இங்கே இந்த சுகத்தை அனுபவித்துக் கொண்டிருப்பதா?" என்று சொல்லிக் கொண்டே ஓடிப் போய், தம்முடைய ஒட்டகத்தின் மீது ஏறி, பெருமானார் அவர்களைப் பின் தொடர்ந்து சென்று அவர்களோடு சேர்ந்து கொண்டார்.

பெருமானார் அவர்கள் மதீனாவை விட்டுப் புறப்படும் பொழுது, மதீனாவிலுள்ள காரியங்களை நிர்வகிக்கத் தகுதியான ஒருவரை நியமித்துச் செல்வது வழக்கமாகும். இப்பொழுதும் அவ்வாறே, முஹம்மதுப்னு மஸ்லமா என்ற தோழரை நியமித்துச் சென்றார்கள். தங்கள் குடும்பத்தைப் பார்த்துக் கொள்ளுமாறு ஹலரத் அலியை விட்டுச் சென்றார்கள்.

பெருமானார் செல்லும் வழியில், ஹிஜர் என்னும் நகரம் இருந்தது. தமூது கூட்டத்தாரின் மீது ஆண்டவனுடைய தண்டனை இறங்கியது அந்த நகரத்திலேதான்.

அந்த நகரத்தில் யாரும் தங்கக் கூடாது என்றும், தண்ணீர் கூட அங்கே குடிக்கக் கூடாது என்றும், அங்கே ஒரு காரியமும் செய்யக் கூடாது என்றும், சேனைகளுக்குப் பெருமானார் அவர்கள் கட்டளை இட்டார்கள்.

179. கிறிஸ்துவப் படை பின் வாங்கியது

மதீனாவுக்கும், டமாஸ்கஸ்க்கும் மத்தியில், மதீனாவிலிருந்து பல மைல் தொலைவிலுள்ள தபூக் என்னும் இடமானது ஷாம் மாகாணத்தில் எல்லைப் புறத்தில் உள்ளது.

தபூக் நகருக்குச் சென்றதும் பெருமானார் அவர்களும், சேனைகளும் கூடாரம் அடித்து, அங்கே தங்கினார்கள்.

முஸ்லிம்கள் ஏராளமான படை பலத்துடன் ஷாமை நோக்கி வரும் செய்தியைக் கேள்வியுற்ற கஸ்ஸான் முதலான கிறிஸ்துவக் கூட்டத்தார் மனம் தளர்ந்து பின் வாங்கிப் போய்விட்டார்கள்.

எதிரிகளின் வருகையை எதிர்பார்த்து, இருபது நாட்கள் வரை பெருமானார் அவர்கள் அங்கே தங்கியிருந்தார்கள். ஆனால், யாருமே எதிர்க்க வரவில்லை.

இதன் மத்தியில், ஈலாவின் சிற்றரசர் யூஹன்னா என்பவர் பெருமானார் அவர்களின் முன் வந்து பாதுகாப்பு வரி கொடுப்பதாக உடன்படிக்கை செய்து கொண்டார்.

வேறு பல கிறிஸ்துவக் கூட்டத்தாரும் பெருமானார் அவர்களின் முன்னிலையில் வந்து, தாங்கள் பாதுகாப்பு வரி செலுத்துவதாக உடன்படிக்கை செய்து கொண்டனர்.

180. பெருமானார் அவர்களின் கடைசிப் போர்

கெய்ஸரின் ஆட்சிக்கு உட்பட்ட தவ்மத்துல் ஜந்தல் என்ற நாட்டின் சிற்றரசரான அக்கீதர் முஸ்லிம்களுக்குப் பகைவராக இருந்து வந்தார்.

அவரை அடக்கி வருமாறு காலித் அவர்களின் தலைமையில் நானூறு வீரர்களைப் பெருமானார் அவர்கள் அனுப்பி வைத்தார்கள்.

படையினர் அங்கே சென்று, அக்கீதருடைய நாட்டைத் தாக்கி, அந்தச் சிற்றரசரைச் சிறைப் பிடித்தார்கள்.

அந்த அரசர், பெருமானார் அவர்களின் முன் வந்து உடன்படிக்கை செய்து கொள்ள வேண்டும் என்ற நிபந்தனையின் மீது அவரை விடுவித்தனர்.

சில நாட்களுக்குப் பின், அவ்வரசரும், அவருடைய சகோதரரும் மதீனாவில் பெருமானார் அவர்களிடம் தஞ்சம் அடைந்து, ஆதரவு தேடிக் கொண்டார்கள்.

தபூகில் இருபது நாட்கள் வரை பகைவர்களின் நடமாட்டம் காணப்படவில்லை. எல்லைப்புறப் பகுதி அமைதியாகத் தென்பட்டது. இவற்றை அறிந்த பெருமானார் அவர்கள் மதீனாவுக்குத் திரும்பி விட்டார்கள்.

பெருமானார் அவர்கள் நேரில் சென்று கலந்து கொண்ட போர்களில் இதுவே கடைசியானது.

பெருமானார் அவர்கள் மதீனாவுக்கு அருகில் வந்ததும், மக்கள் அனைவரும் நகரத்துக்கு வெளியே வந்து, மிகவும் ஆர்வத்துடன் அவர்களை வரவேற்று உபசரித்தனர்.

181. புனிதம் அடைந்தது!

மக்காவை முஸ்லிம்கள் வெற்றி கொண்ட பின்னர் புனிதத்தலமான கஃபாவும் விக்கிரங்களை அகற்றித் தூய்மைப் படுத்தப்பட்டு விட்டது. ஆனால், முஸ்லிம் அல்லாதவர்கள், ஹஜ் காலங்களில் கஃபாவுக்கு வந்து, தங்களுடைய பழமையான நாகரிகமற்ற சடங்குகளை நிறைவேற்றி வருவது மட்டும் நிற்கவில்லை. மேலும், அவர்கள் நிர்வாணமாக கஃபாவைச் சுற்றி வந்து, பாவகரமான பல செயல்களைச் செய்து கொண்டிருந்தார்கள்.

கஃபாவைத் தூய்மைப் படுத்தியதோடு, ஹஜ் சடங்குகளை ஹலரத் இப்ராஹிம் (அலை) அவர்களின் காலத்தில் இருந்தது போல் நடத்த வேண்டும் என்று பெருமானார் அவர்கள் எண்ணினார்கள். இவ்வருடம் முஸ்லிம்களில் முந்நூறு பேரை, பெருமானார் அவர்கள் ஹஜ் யாத்திரைக்காக மக்காவுக்கு அனுப்பினார்கள்.

அபூபக்கர் ஸித்தீக் (ரலி) அவர்களை ஹஜ் யாத்திரைக் குழுவுக்குத் தலைவராக நியமித்தார்கள்.

மக்காவில் வந்து கூடுகின்ற மக்களுக்கு இஸ்லாமிய நெறிமுறைகளைப் போதிப்பதற்காக, அலி (ரலி) அவர்களையும் பெருமானார் அவர்கள் அனுப்பியதோடு, இஸ்லாமியப் பிரச்சாரத்திற்காகவும் சிலரை அனுப்பி வைத்தார்கள்.

182. உடன்படிக்கை விளம்பரப்படுத்துதல்

முஸ்லிம்கள் மக்காவுக்கு வந்து ஹலரத் இப்ராஹிம் நபியவர்களின் முறைப்படி, ஹஜ்ஜைச் சிறப்பாக நிறைவேற்றினார்கள்.

இவ்வருடத்திய ஹஜ், திருக்குர் ஆனில் 'பெரிய யாத்திரை' என்று சொல்லப்பட்டிருக்கிறது.

அபூபக்கர் அவர்கள் பெருமானார் அவர்களின் கட்டளைப்படி, அங்கே கூடியிருந்த மக்களுக்கு ஹஜ் செய்ய வேண்டிய முறைகளை அறிவுறுத்தினார்கள்.

அதன் பின், அலி அவர்கள் எழுந்து நின்று, திருக்குர் ஆனில் "பராஅத்" என்னும் ஒன்பதாம் அதிகாரத்திலுள்ள நாற்பது ஆயத்துகளை ஒதினார்கள். பிறகு, கீழ்க்கண்ட அறிக்கையை விளம்பரப்படுத்தினார்கள்.

1. விக்கிரக ஆராதனைக்காரர்கள், இவ்வருடத்துக்குப் பின் கஃபாவுக்குள் நுழையக் கூடாது.
2. நிர்வாணமாக எவரும் கஃபாவை வலம் வரக் கூடாது.
3. விக்கிரக ஆராதனைக்காரர்களுடன் பெருமானார் அவர்கள் முன்பு செய்து கொண்டிருந்த உடன்படிக்கையின்படி, அந்த நிபந்தனைகளுக்கு மாறாக அவர்கள் எதுவும் செய்யாமல் இருக்க வேண்டும். முஸ்லிம்களுக்கு விரோதமாக இருப்பவர்களும் உதவி செய்யாமல் இருக்க வேண்டும். அவ்வாறு இருந்தால், உடன்படிக்கையில் குறிப்பிட்டிருக்கும் காலம் வரை அது அமுலில் இருக்கும்.
4. இதுவரை யாருடன் உடன்படிக்கை செய்து கொள்ளவில்லையோ, அவர்களுக்கு நான்கு மாத கால அவகாசம் அளிக்கப்பட்டிருக்கிறது. அதன் பின்னர் அவர்களைக் காப்பாற்ற ஆண்டவனுக்கும், அவனுடைய நபிக்கும் பொறுப்பில்லை.

இந்த அறிக்கை வெளியிடப்பட்ட பின், சிறிது காலத்துக்குள் மீதியிருந்த எல்லோரும் முஸ்லிம்களாகி விட்டார்கள்.

நாட்டின் நிலைமை சீராகி, சமாதானம் ஆகி விட்டதால், மக்களிடமிருந்து இவ்வருடம் தரும வரி வசூல் செய்யும்படி கட்டளை பிறந்தது.

தருமவரி வசூலிப்பதற்காக, அலுவலர்கள் நியமிக்கப்பட்டார்கள்.

ஃஃஃ

ஹபஷி நாட்டு அரசர் நஜ்ஜாஷி, முஸ்லிம்களுக்கு முன்பு உதவி புரிந்தவர். அவர் இவ்வருடம் உயிர் துறந்தார். அவருடைய மரணத்தைப் பற்றிப் பெருமானார் அவர்கள் மக்களுக்கு முதலாவதாக அறிவித்தார்கள். "முஸ்லிம்களே! தர்ம சீலரான உங்களுடைய சகோதரர் காலமாகி விட்டார். அவருடைய பாவங்களை மன்னிக்கும்படி ஆண்டவனிடத்தில் பிரார்த்தனை செய்யுங்கள்" என்று கூறி, அவருக்காகப் பெருமானார் அவர்கள் மரணப் பிரார்த்தனை செய்தார்கள்.

183. உற்சாகத்தால் உண்மையைக் கூறினார்!

மக்காவிலிருந்து ஷாம் தேசத்துக்குச் செல்லும் ஒரு பகுதியில் கிபாரீ கோத்திரத்தார் வசித்து வந்தனர். அக்கூட்டத்தில், முக்கியமானவர் அபூ தர் கிபாரீ என்பவர். அவர் அக்காலை பெருமானாரைப் பற்றிப் பொய்யான வதந்திகளைக் கேள்வியுற்றிருக்கிறார். அதனால் உண்மையை அறிவதற்காக, அவர் மக்காவுக்கு வந்திருக்கிறார்.

அந்தச் சமயம், முஸ்லிம்களுக்குச் சோதனையான நேரம். அதாவது, இஸ்லாத்தில் சேர்ந்தவர்களைக் குறைஷிகள் துன்புறுத்திக் கொண்டிருந்தனர். அதுவரை இஸ்லாத்தில் சேர்ந்திருந்தோரின் எண்ணிக்கை மிகவும் குறைவு.

அபூ தர், பெருமானார் அவர்கள் முன்னிலையில் சிறிது நேரம் உரையாடிக் கொண்டிருந்தார். அப்பொழுதே அவர் இஸ்லாத்தைத் தழுவினார். அவர் இஸ்லாத்தில் சேர்ந்த செய்தியை அச்சமயம் வெளியிட வேண்டாம் என்று பெருமானார் அவரிடம் சொன்னார்கள். ஆனால், அவருக்கு இஸ்லாத்தின் மீதுள்ள பற்றை மறைக்க முடியவில்லை. அவர் உடனே கஃபாவில் போய் நின்று கொண்டு. “நான் முஸ்லிம் ஆகிவிட்டேன்” என உற்சாகத்தோடு பகிரங்கமாக அறிவித்தார். அதை அறிந்த குறைஷிகள், அவரைப் பிடித்து அடித்துத் துன்புறுத்தினார்கள். அப்பொழுது அப்பாஸ் அவர்கள் வந்து அவரை விடுவித்தார்கள்.

அதன்பின், அபூ தர் தம்முடைய நாட்டுக்குச் சென்று இஸ்லாத்தைப் பரப்பினார். அவருடைய முயற்சியினால் அப்பொழுது பலர் முஸ்லிம் ஆகி இருந்தார்கள்.

184. எதிர்ப்புகள் அடங்கின; வளர்ச்சி பெருகிற்று

அரேபியா நாட்டில், குறைஷிகள் சிறப்பாக இருந்த ஒரு காலத்தில், அவர்கள் இஸ்லாத்தைத் தழுவவில்லை. அவர்களுடைய நிலைமை எவ்வாறு ஆகும் என்பதைச் சுற்றுப் புறங்களிலுள்ள பல கூட்டத்தார் எதிர்Vபார்த்துக் கொண்டிருந்தார்கள்.

ஹஜ் காலத்தில், பெருமானார் அவர்கள் இஸ்லாத்தைப் பற்றிப் பல கூட்டத்தாரிடம் போதனை செய்யும் போது, “உங்களுடைய சமூகத்தாரான குறைஷிகளே, உங்களை அங்கீகரிக்காத போது, நாங்கள் எப்படி உங்களை ஏற்றுக் கொள்ள முடியும்?” என்று சொல்லி விடுவார்கள் அவர்கள்.

மக்காவை வெற்றி கொண்ட பிறகு, குறைஷிகள் இஸ்லாத்தைத் தழுவியதை அரேபியர்கள் அறிந்தார்கள். இஸ்லாத்தின் சிறப்பை உணர்ந்த அவர்கள் அணியணியாக வந்து இஸ்லாத்தைத் தழுவினார்கள்.

குறைஷிகளும், யூதர்களுமே இஸ்லாத்துக்குப் பகைவர்களானவர்கள்.

மக்காவை வெற்றி கொண்ட பின்னர், குறைஷிகள் அடங்கி விட்டனர். கைபர் சண்டைக்குப் பின்னர், யூதர்களின் ஆரவாரமும் ஒய்ந்தது.

ஹிஜ்ரி எட்டு, ஒன்பது, பத்தாவது ஆண்டுகளில் இஸ்லாம் ஹிஜாஸ் மாகாணத்தைக் கடந்து ஒரு பக்கம் ஏமன், பஹ்ரைன், யமாமா வரையிலும், மற்றொரு பக்கம் இராக், ஷாம் வரையிலும் நன்கு பரவிவிட்டது.

185. பெருமானார் அவர்கள் கூறிய அறிவுரை

முன்பு முஸ்லிம் மதப் பிரச்சாரகர்களுக்கு அரபிக் கூட்டத்தார் இடையூறு உண்டாக்கிக் கொண்டிருந்தார்கள். இஸ்லாத்தைப் பற்றிப் போதனை செய்யச் சென்ற பல பிரச்சாரகர்கள் அரேபியர்களால் கொல்லப்பட்டிருக்கின்றனர்.

மக்காவை வெற்றி கொண்ட பின், அந்தப் பயமானது அறவே நீங்கி விட்டது. அதன் பின், பெருமானார் அவர்கள் அரேபியாவின் பல பகுதிகளுக்கும் இஸ்லாமியப் பிரச்சா-ரகர்களை அனுப்பினார்கள். அவ்வாறு அனுப்பப்படுபவர்களைப் பெருமானார் அவர்கள் சோதித்துத் தேர்வு செய்த பிறகே அனுப்புவார்கள்.

திருக்குர்ஆனை நன்கு மனப்பாடம் செய்தவர்களையே பிரச்சாரகர் கூட்டத்துக்குத் தலைமை வகிக்கும்படி செய்வார்கள்.

பெருமானார் அவர்கள் ஒரு சமயம் பிரச்சாரர்களை அனுப்ப எண்ணிய போது, அவர்-கள் ஒவ்வொருவரையும் அழைத்துத் திருக்குர்ஆனை ஓதும்படிச் சொல்லிக் கேட்டார்கள்.

அவர்களில் இளைஞர் ஒருவர் இருந்தார். அவர் அருகில் பெருமானார் சென்று, "உமக்கு எவை நினைவில் இருக்கின்றன?" என்று கேட்டார்கள்.

அவர் "எனக்கு ஸூரத்துல் பகராவும் மற்றும் இன்னின்ன ஸூராக்களும் மனப்பாடம் உண்டு" என்றார்

உடனே பெருமானார் அவர்கள், "அப்படியானால், இவர்கள் எல்லோருக்கும் நீரே தலைமை வகியும்" என்றார்கள்.

முஸ்லிம் பிரச்சாரகர்கள் அனைவரும் இஸ்லாம் மத சம்பந்தமான நெறிமுறைகளை நன்கு அறிந்தவர்கள். பெருமானாரோடு அவர்கள் இரவும், பகலும் இருந்து இஸ்லாமிய நீதி முறைகளை நன்கு தெரிந்து கொண்டிருந்தார்கள். அவர்களுடைய ஒவ்வொரு சொல்லும், செயலும், பெருமானார் அவர்களைப் பின்பற்றியதாகவே இருக்கும்.

ஏமன் மாகாணத்தில் இஸ்லாத்தைப் பற்றிய போதனை செய்ய முஆதுப்னு ஜபல், அபூ மூஸல் அஷ்அரீ ஆகிய இருவரையும் பெருமானார் அனுப்பி வைத்தார்கள்.

அவர்களை அனுப்பு முன் அவர்கள் கைக்கொள்ள வேண்டிய முறைகளைப் பெருமா-னார் அவர்கள் போதித்தார்கள்.

பெருமானார் அவர்கள், அவர்களுக்குச் செய்த போதனையானது, இஸ்லாமியப் பிரச்சா-ரத்தின் அடிப்படைக் கொள்கைகளாகும்.

பெருமானார் அவர்கள் கூறியவை: "நீங்கள் சாந்தமாகப் பணி செய்ய வேண்டும். பலாத்காரம் செய்யக் கூடாது. மக்களுக்குச் சிறந்த கருத்துகளை எடுத்துரைக்க வேண்டும்; அவர்களுக்கு வெறுப்பு உண்டாகுமாறு நடக்கக் கூடாது. நீங்கள் இருவரும் ஒற்றுமையாக இருந்து வேலை செய்ய வேண்டும். வேறு மதத்தவர்களையும் நீங்கள் அங்கே சந்திக்கக் கூடும். அவர்களைக் காண்பீர்களானால், முதலாவதாக, ஆண்டவன் ஒருவன் என்பதையும், நான் அவனுடைய தூதன் என்பதையும், நீங்கள் அவர்களுக்கு அறிவுறுத்துங்கள். அவர்கள் அவற்றை ஒப்புக் கொண்டால், "இரவிலும் பகலிலும் ஐந்து நேரத் தொழுகையை ஆண்ட-வன் உங்கள் மீது கடமையாக்கி இருக்கிறான்" என்று கூறுங்கள். அவர்கள் அதை அங்-

கீகரித்த பின், "தருமம் செய்ய வேண்டியது உங்கள் மீது கடமையாயிருக்கும். உங்களில் செல்வர்களிடமிருந்து நிதி வசூலித்து, ஏழைகளுக்குக் கொடுக்கப்படும்" என்று சொல்லுங்கள். எவரையும் கொடுமைப் படுத்தாதீர்கள். ஏனெனில் கொடுமைப் படுத்தப்பட்டோர் பிரார்த்தனைக்கும், ஆண்டவனுக்கும் மத்தியில் திரை ஒன்றும் இல்லை."

186. நேரில் வந்து கண்டு மகிழ்ந்தனர்

பெருமானார் அவர்களுடைய கட்டளைகளை சிரமேற் கொண்டு, முஸ்லிம் பிரச்சாரகர்கள் பல பகுதிகளுக்கும் சென்று, இஸ்லாத்தைப் பற்றிப் போதனை செய்து வந்தார்கள்.

அவர்களுடைய போதனையால் பல கூட்டத்தார் ஆங்காங்கே இஸ்லாத்தைத் தழுவினார்கள்.

அக்கூட்டத்தினர் இஸ்லாத்தில் சேர்ந்ததோடு, தாங்கள் இஸ்லாத்தில் சேர்ந்திருப்பதை அறிவிப்பதற்காக வேண்டிக் கூட்டம் கூட்டமாகப் பெருமானார் அவர்களிடம் தூது வந்தார்கள்.

சில கூட்டத்தாருக்கு, இஸ்லாத்தின் மீது ஆரம்பத்திலிருந்த வெறுப்பும், பகைமையும் நீங்கியது. பெருமானார் அவர்களின் வாயிலாக, நேரில் இஸ்லாத்தின் சிறப்பை நன்கு அறிந்து கொள்ள வேண்டும் என்ற அவாவுடன் மதீனாவுக்கு வந்தார்கள். பெருமானார் அவர்களைக் கண்டு மகிழ்ந்து உரையாடி, இஸ்லாத்தைத் தழுவினார்கள். -

ஹிஜ்ரி ஒன்பதாவது வருடத்திலேதான் அத்தகைய தூதுக் குழுகள் அதிகமாக வந்தன. ஆகையால், அந்த வருடத்திற்கு வரலாற்றுப் பேராசிரியர்கள் "தூது வருடம்" எனப் பெயர் சூட்டியிருக்கிறார்கள்.

187. ஆடம்பரமும் அகம்பாவமும் அடங்கியது

பனூ தமீம் என்னும் கோத்திரத்தார். மிகவும் ஆடம்பரத்தோடு மதீனாவுக்கு வந்து, நேராகப் பள்ளிவாசலுக்குச் சென்றார்கள். முக்கியமானவர்கள் பலரும் அக்கூட்டத்தில் சேர்ந்து தூது வந்திருந்தார்கள்.

இஸ்லாத்தில் சேர வேண்டும் என்ற நோக்கத்தோடு அவர்கள் வந்திருந்த போதிலும், அவர்களுக்கு இயல்பாயுள்ள ஆடம்பரமான அகம்பாவம் மேலோங்கி இருந்தது.

பள்ளிவாசலை ஒட்டியுள்ள பெருமானார் அவர்களின் இல்லத்தின் முன் நின்று, "முஹம்மதே வெளியே வாருங்கள்" என்று கண்ணியமின்றி அழைத்தார்கள்.

பெருமானார் அவர்கள் வெளியே வந்தார்கள்.

அப்போது அக்கூட்டத்தார், பெருமானார் அவர்களிடம், "முஹம்மதே! எங்களுடைய பெருமையை எடுத்துச் சொல்வதற்காக, நாங்கள் உங்களிடம் வந்திருக்கிறோம்; எனவே, எங்கள் கவிஞருக்கும், பிரசங்கிக்கும் அனுமதி கொடுங்கள்" என்றார்கள்.

பெருமானார் அவர்கள் அதற்குச் சம்மதித்தார்கள்.

தங்கள் கூட்டத்தாரிடம் வாக்குத் திறமையுள்ள உதாரிது என்பவரை அழைத்து, தங்கள் பெருமையை எடுத்துச் சொல்லும்படி கூறினர். உதாரிது எழுந்து, "புகழனைத்தும் இறைவனுக்கே! அவனே புகழுக்கு உரியவன். அவனுடைய கருணையினாலேயே, எங்களை அரசர்களாக்கித் திரண்ட செல்வங்களுக்கு அதிபதிகளாக்கினான். கீழ்த்தேசத்தில் இருக்கும் எல்லாக் கூட்டத்தார்களிலும் எங்களை வலிமையிலும் எண்ணிக்கையிலும் அதிகமாக்கினான். இன்று எங்களுக்குச் சமமாக யார் இருக்கின்றனர்? பதவியில் எங்களுக்கு இணையாக யாராவது இருப்பார்களேயானால், அவர்கள் தங்கள் பெருமையை எடுத்துக் கூறலாம்." என்று கூறி அமர்ந்தார்.

அதற்குப் பெருமானார் அவர்கள் தாபிதுப்னு கைஸ் அவர்களை நோக்கி, "எழுந்து அந்த மனிதரின் உரைக்குப் பதில் கூறும்" என்று சொன்னார்கள்.

தாபித் எழுந்து, "வானங்களையும் பூமியையும் படைத்த ஆண்டவனுக்கே புகழ் எல்லாம் உரித்தானது. அவன் நமக்கு அரசை அருளினான். தன் படைப்பில் சிறந்தவர்களைத் தேர்ந்து, தன் தூதராக்கினான். அவர்கள் உயர்ந்த வம்சத்தைச் சேர்ந்தவர்கள். அனைவரிலும் அவர்கள் சத்திய வாக்கும், ஒழுக்கமும் உள்ளவர்கள். அதனாலேயே ஆண்டவன் தன்னுடைய வேதத்தை அவர்களிடம் அருளினான். அவர்கள் மக்களை இஸ்லாத்தின் பக்கம் அழைத்தார்கள். அப்போது எல்லோருக்கும் முதன்மையாய் முஹாஜிர்களும், அடுத்தபடியாக அன்ஸாரிகளாகிய நாங்களும் அவர்களின் அழைப்பை ஏற்றுக் கொண்டோம். நாங்கள் ஆண்டவனுடைய வழியில் உதவியவர்களாயும், நபித்துவத்திற்கு அமைச்சர்களாயும் இருக்கின்றோம்' என்று கூறி முடித்தார்கள்.

அதன்பின், தமீம் கூட்டத்தாரைச் சேர்ந்த ஸிப்ரிகான் என்ற கவிஞர் தம் கருத்தைக் கவிதையில் பாடினார்.

அவருக்கு எதிராக, முஸ்லிம் ஹஸ்ஸான் கவிதை பாடினார்.

வாக்கு வன்மையிலும், கவி பாடுவதிலும் பெருமானார் அவர்களிடம் இருப்பவர்களே மேலானவர்கள் என்று ஒப்புக் கொண்டனர். ஆடம்பரமும் அகம்பாவமும் ஒடுங்கியது. அக்கூட்டத்தார் அனைவரும் இஸ்லாத்தைத் தழுவினார்கள். அதன்

பின்னர் நாயகம் (ஸல்). அவர்களுக்கு விலையுயர்ந்த அன்பளிப்புகளை வழங்கினார்கள்.

188. சந்தேகம் தெளிதல்

பனூ ஸஃது என்னும் முக்கியமான கோத்திரத்தார் தங்களுடைய பிரதிநிதியாக, லிமாமுப்னு தஃலபா என்பவரைப் பெருமானார் அவர்களிடம் அனுப்பி வைத்தார்கள்.

லிமாம் மதீனாவிலுள்ள பள்ளிவாசலுக்கு வந்து, அங்கு கூடியிருந்தவர்களிடம், "உங்களில் யார் அப்துல் முத்தலிப் வம்சத்தவர்?", என்று கேட்டார்.

அங்கு இருந்தவர்கள், பெருமானார் அவர்களைச் சுட்டிக் காட்டினார்கள்.

பெருமானார் அவர்கள் முன்னே அவர் வந்து, "நான் உங்களிடம் கடுமையானதொரு கேள்வி கேட்பேன். அதைத் தாங்கள் தவறாக எண்ணக் கூடாது" என்று கூறினார்.

அதற்குப் பெருமானார் அவர்கள், "அவ்வாறு எண்ண மாட்டேன். கேளும்" என்றார்கள்.

அவர், “உலகம் முழுவதற்கும் உங்களை நபியாக ஆண்டவன் அனுப்பியிருக்கிறான் என்பதை ஆண்டவன் மீது சத்தியமாகச் சொல்ல முடியுமோ?” என்று கேட்டார்.

பெருமானார் அவர்கள் “ஆம்” என்றார்கள்.

அதன்பின் லிமாம், "ஐந்து நேரம் தொழ வேண்டும் என்று ஆண்டவன் உங்களுக்குக் கட்டளையிட்டிருக்கிறானோ?” என்று கேட்டார்.

அதற்கும் பெருமானார் அவர்கள் “ஆம்” என்றார்கள்.

அதைப் போலவே,நோன்பு, ஜகாத், ஹஜ் சம்பந்தமாகவும் லிமாம் கேட்டார்.

பெருமானார் அவர்கள், கேள்விகள் ஒவ்வொன்றுக்கும் விடையாக 'ஆம்' என்று சொல்லிக் கொண்டே வந்தார்கள். இஸ்லாம் சம்பந்தமான சட்டங்களை விவரமாகக் கேட்டார். அதன் பின்னர், அவர், “'ஆண்டவன் ஒருவனே; அவனுடைய திருத்தூதர் முஹம்மது ஆவார்கள்' என்று நான் சாட்சி கூறுகிறேன். நான் இப்பொழுது திரும்பிச் செல்கிறேன். தாங்கள் எனக்குப் போதித்த விஷயங்களைச் சிறிதும் கூடுதலாகவோ, குறைவாகவோ கூற மாட்டேன்” என்று சொல்லி விட்டு அவர் புறப்பட்டார்.

அவர் சென்ற பின், பெருமானார் அவர்கள், அங்கே இருந்தவர்களிடம் “அவர் சொல்வது உண்மையாயிருந்தால், அவர் சுவர்க்கம் அடைவார்” என்று சொன்னார்கள்.

லிமாம் தம் ஊருக்குத் திரும்பிச் சென்று, கூட்டத்தாரிடம் (லாத், உஸ்ஸா என்னும் விக்கிரகங்களின் பெயரைக் குறிப்பிட்டு) "அவை ஒன்றுக்கும் உதவாதவை” என்றார்.

அக்கூட்டத்தார், “நீர் என்ன சொல்கிறீர்? உமக்குப் பைத்தியமாவது,

தொழு நோயாவது வந்து விடக் கூடாதே” என்று சொன்னார்கள்.

அதற்கு லிமாம், “ஆண்டவன் பெயரில் சத்தியமாக, விக்கிரகங்களால் எனக்கு நன்மை செய்யவும் முடியாது; தீமை செய்யவும் முடியாது; நானோ ஆண்டவன் மீதும், முஹம்மதுர் ரஸுல் (ஸல்) அவர்கள் மீதும் விசுவாசம் கொள்கிறேன்” என்று கூறினார்.

அவர் கூறிய உண்மையான சொற்களைக் கேட்டதும் அன்று மாலைக்குள்ளாக, ஆண்களும் பெண்களும் குழந்தைகளுமாக அக்கோத்திரத்தார் அனைவரும் இஸ்லாத்தில் சேர்ந்து விட்டனர்.

189. மக்கள் நன்மைக்காக உயிர்த் தியாகம்

பெருமானார் அவர்கள், முன்பு தாயிபு நகர முற்றுகையிலிருந்து திரும்பும் போது, “தாயிபு நகர வாசிகளாகிய தகீப் கோத்திரத்தாருக்கு நேர்வழி காட்டி, அவர்களை என்னிடம் அனுப்பி வைப்பாயாக!” என்று ஆண்டவனை பிரார்த்தனை செய்தார்கள் அல்லவா? அவர்களுடைய பிரார்த்தனை நிறைவேறும் காலம் இப்பொழுது வந்தது. தாயிபு நக்ரத்தில் தகீப் கூட்டத்தாரில், உர்வத் என்பவர் முக்கியப் பிரமுகர் ஆவார். அவர் பெருமானார் அவர்களை நன்கு அறிந்தவர். முன்பு, ஹுதைபிய்யா உடன்படிக்கையின்போது, குறைஷிகளின் பிரதிநிதியாகப் பெருமானார் அவர்களிடம் வந்து சமாதானம் பேசியவர். அவருக்கு ஆரம்பத்திலிருந்தே இஸ்லாத்தின் மீது பற்றுதல் உண்டாகி இருந்தது.

பெருமானார் அவர்கள், தாயிபை முற்றுகையிட்ட போது, அவர் ஏமன் தேசத்துக்குப் போயிருந்தார். அவர் திரும்பி வரும் போது நேராக மதீனாவுக்கு வந்து பெருமானாரைச் சந்தித்து, இஸ்லாத்தைத் தழுவினார். தம்முடைய கூட்டத்தாரும் இஸ்லாத்தின் பாக்கியத்தைப் பெற வேண்டும் என்பது அவருடைய ஆவல்.

உடனே தாயிபுக்குச் சென்று, அங்குள்ள மக்களை எல்லாம் கூட்டி, இஸ்லாத்தின் மேன்மையை அவர்களுக்கு எடுத்துக் கூறினார். அவர்கள் அதை ஏற்காமல், அவரை இகழ்ந்து பேசினார்கள்.

மறு நாள் புலர்காலைப் பொழுதில் உர்வத், தம் வீட்டின் முகட்டில் நின்று கொண்டு அதிகாலைத் தொழுகைக்காக எல்லோரையும் அழைத்தார். அதைக் கேட்டதும் அங்குள்ள மக்கள் அனைவரும் அவரைச் சூழ்ந்து கொண்டு பல பகுதிகளிலிருந்தும் அவர் மீது அம்பு எய்தார்கள். அதனால் அவர் உயிர் துறக்கும்படி நேரிட்டது.

மரணத் தறுவாயில், தம் குடும்பத்தாரிடம், “மக்களுடைய நன்மைக்காக என் இரத்தத்தை, என்னுடைய ஆண்டவனிடம் சமர்ப்பிக்கின்றேன். உயிர்த் தியாகம் கிடைத்த பாக்கியத்திற்காக ஆண்டவனை நான் வணங்குகிறேன். தாயிபின் முற்றுகையின் போது, மரணம் அடைந்த முஸ்லிம்களின் புதைகுழிகளுக்கு அருகில் என்னையும் அடக்கம் செய்யுங்கள்” என்று கூறினார் உர்வத்.

190. சில நிபந்தனைகளும் - மறுப்பும்

சுற்றுப் புறங்களிலுள்ள கேர்த்திரத்தார் அனைவரும் இஸ்லாத்தைத் தழுவி விட்டார்கள். இனிமேல் தாங்களும் அதில் சேருவதைத் தவிர வேறு வழியில்லை என்பதை தாயிப் பகுதி தகீப் கூட்டத்தார் உணர்ந்தார்கள். கடைசியாக, அவர்கள் கூடி ஆலோசித்தார்கள். பெருமானார். அவர்களிடம் ஒரு தூதுக் குழுவை அனுப்பத் தீர்மானித்தனர்.

தகீப் கூட்டத்தாரின் தூதர்கள் மதீனாவுக்கு மிக அருகில் வந்து விட்டதாக அறிந்ததும், முஸ்லிம்கள் அளவற்ற மகிழ்ச்சி அடைந்தனர்.

இந்த நற்செய்தியைப் பெருமானார் அவர்களிடம் தெரிவிக்கப் பலர் ஓடினார்கள். அப்பொழுது, அபூபக்கர் அவர்கள் “மகிழ்ச்சிக்கு உரிய இந்தச் செய்தியை, நானே பெருமானார் அவர்களிடம் சென்று தெரிவிப்பேன்” என்றார்கள்.

தகீப் கூட்டத்தின் தூதர்கள், மதீனாவின் பள்ளிவாசல் முற்றத்தின் ஒரு பகுதியில் கூடாரம் அமைத்துத் தங்கியிருந்தார்கள்.

பெருமானார் அவர்கள், அக்கூட்டத்தாரிடையே சென்று இஸ்லாத்தைப் பற்றிப் போதனை செய்தார்கள். சில நாட்கள் வரை அவர்கள் அங்கேயே தங்கினார்கள்.

பெருமானார் அவர்களின் போதனைக்குப் பிறகு, அக்கூட்டத்தார் இஸ்லாத்தைத் தழுவ விருப்பப்பட்டார்கள். ஆனால், சில விஷயங்களில் தங்களைக் கட்டுப்படுத்தக் கூடாது; தங்களுக்குச் சுய உரிமை வேண்டும் என்றும் சொன்னார்கள். அவர்கள் கூறிய நிபந்தனைகளாவன :

1. எங்களில் பலர் திருமணம் செய்து கொள்ளாமலேயே காலம் கழிப்பதால், நாங்கள் பிற பெண்களிடம் தொடர்பு கொள்வதைத் தடுக்கக் கூடாது.
2. எங்களுக்கு முக்கியமான தொழில், பணம் வட்டிக்குக் கொடுத்து வாங்குதல்; ஆகையால், வட்டி வாங்குவதைத் தடுக்கக் கூடாது.
3. எங்களுடைய நாட்டில், திராட்சைப்பழம் அதிகமாய் உற்பத்தியாவதால், எங்களுக்கு முக்கியமான தொழில் மது தயாரித்து விற்பது; அதையும் தடுக்கக் கூடாது.

மேற்காணும் மூன்று நிபந்தனைகளையும் பெருமானார் அவர்கள் ஒப்புக் கொள்ள மறுத்து விட்டார்கள். "அந்த நிபந்தனைகளை வற்புறுத்தாமலே இஸ்லாத்தைத் தழுவுகிறோம்; ஆனால், நாங்கள் வணங்கிக் கொண்டிருக்கும் லாத் என்னும் விக்கிரகத்தைப் பற்றி, தாங்கள் என்ன முடிவு செய்வீர்கள்?" என்று பெருமானார் அவர்களிடம் கேட்டார்கள்.

"அது உடைக்கப்படும்" என்று சொன்னார்கள் பெருமானார் அவர்கள்.

அவர்கள் அதைக் கேட்டுத் திடுக்கிட்டுத், "தாங்கள் அவ்வாறு செய்யப் போவது, எங்கள் கடவுளுக்குத் தெரிந்தால், எங்களுடைய நகரத்தைக் கடவுள் அழித்து விடுவார். எங்கள் பெண்களும் மிகவும் வருத்தப்படுவார்கள். ஆதலால் அவ்விக்கிரகத்தை மூன்று ஆண்டுகளுக்கு வைத்திருக்க அவகாசம் கொடுக்க வேண்டும்" என்று சொன்னார்கள்.

பெருமானார் அவர்கள் அதையும் மறுத்து விட்டார்கள். பின்னர் ஓரிரண்டு ஆண்டுகள், ஒரு மாதம் என்று கேட்டார்கள்.

இஸ்லாமும், விக்கிரக வணக்கமும் ஒன்றாக இருக்க முடியாது. ஆதலால், பெருமானார் அவர்கள் அதற்கும் சம்மதிக்கவில்லை.

கடைசியாக, அக்கூட்டத்தார் பெருமானார் அவர்களிடம், "எங்கள் கையினால், விக்கிரகத்தை ஒன்றும் செய்ய மாட்டோம். தாங்கள் அதை என்ன செய்ய வேண்டுமோ, செய்து கொள்ளுங்கள். ஆனால், எங்கள் கையால், அதைச் செய்யாமால் இருப்பதற்காக எங்களை மன்னித்துக் கொள்ளும்படி கேட்டுக் கொள்கிறோம்" என்று சொன்னார்கள்.

பெருமானார், அவர்கள், அதற்கு ஒப்புக் கொண்டார்கள்.

அதன் பின், அக்கூட்டத்தார், "தாங்கள் தொழுகை நடத்தாமல் இருப்பதற்கு அனுமதி கொடுக்க வேண்டும்" என்று கேட்டார்கள்.

தொழுகையில்லை என்றால் மார்க்கமேயில்லை என்று பெருமானார் அவர்கள் அதற்கு ஒப்புக் கொள்ளவில்லை.

கடைசியாக, அக்கூட்டத்தார், தாங்கள் இஸ்லாத்தைத் தழுவுவதாகச் சொல்லி, தாயிபுக்குப் புறப்பட்டுச் சென்றார்கள். அவர்களுடன் லாத்தை உடைப்பதற்காக அபூ ஸுஃப்யான், அல் முகீரா (ரலி) ஆகிய இருவரையும் பெருமானார் அவர்கள் அனுப்பி வைத்தார்கள்.

லாத்தை உடைக்கப் போகும் போது, தாயிபிலுள்ள பெண்கள் வீட்டை விட்டு வெளியே வந்து, தலைவிரி கோலமாய் நின்று அழுது கொண்டிருந்தார்கள்.

தகீப் கூட்டத்தார் அனைவரும் இரண்டு வருடத்துக்குள் இஸ்லாத்தில் சேர்ந்து விட்டார்கள்.

191. பாதுகாப்பு வரி செலுத்துதல்

நஜ்ரான் என்னும் மாநிலம், ஏமன் தேசப் பகுதியில் உள்ளது. அது மக்காவிலிருந்து 175 மைல் தொலைவாகும்.

கிறிஸ்துவர்கள் அங்கே மிகுதியாயிருந்தனர். அங்கே ஒரு பெரிய கோவில் இருந்தது. அதை அந்த நகர மக்கள் கஃபாவுக்குச் சமானமாகக் கருதினார்கள்.

பெருமானார் அவர்கள், அந்த மக்களுக்கு இஸ்லாத்தைப் பற்றிப் போதனை செய்து கடிதம் அனுப்பினார்கள்.

அக்கடிதம் கிடைத்ததும், கோயிலின் பாதுகாவலரும், மதகுருமார்களும் அடங்கிய அறுபது பேர், ஒரு கூட்டமாகப் பெருமானார் அவர்களிடம் வந்தார்கள். அக்கூட்டத்தாரைப் பள்ளி வாசலில் தங்குமாறு செய்தார்கள்.

அக்கூட்டத்தினர் தங்களுடைய ஜபத்தை பள்ளி வாசலில் ஆரம்பித்தார்கள். முஸ்லிம் தோழர்கள் அதைத் தடுத்தனர். ஆனால், பெருமானார் அவர்கள் ஜபத்தை நடத்திக் கொள்ளும்படி உத்தரவு கொடுத்தார்கள்.

அக்கூட்டத்தினருக்குப் பெருமானார் அவர்கள் இஸ்லாத்தைப் பற்றி போதனை செய்தார்கள் ஆனால், அக்கூட்டத்தார் தங்களுடைய புராதன மதத்தைக் கைவிட விரும்பவில்லை.

எனினும், அக்கூட்டத்தார், பாதுகாப்புக்காக ஆண்டு தோறும் ஒரு குறிப்பிட்ட தொகை கொடுப்பதாக ஒப்புக் கொண்டு, பெருமானார் அவர்களிடம் உடன்படிக்கை செய்து கொண்டு தங்கள் நகரத்துக்குப் புறப்பட்டார்கள்.

192. தீயவனின் தீங்கான எண்ணம்

ஸகஸ் என்னும் குடும்பத்தைச் சேர்ந்த ஒரு கூட்டம, பெருமானார் அவர்களைக் காண வந்தது. அக்கூட்டத்தின் தலைவர்களில் ஆமீர் என்பவனும் அர்பத் என்பவனும் முக்கியமானவர்கள்,

ஆமிரும், அர்பத்தும் பெருமானார் அவர்களைக் கொன்று விட வேண்டும் என்ற தீய நோக்கத்தோடு, தூதர்களுடன் மதீனாவுக்கு வந்தார்கள்.

ஒரு நாள், ஆமீர் பெருமானார் அவர்களுடன் உரையாடிக் கொண்டிருந்த போது, அவர்களை வெட்டி விடுமாறு, அர்பத்துக்கு முன் கூட்டியே சொல்லியிருந்தான்.

அர்பத் பெருமானார் அவர்களை வெட்டுவதற்காக, அருகில் வந்து கையை உயர்த்த முற்பட்டான். ஆனால், அவன் கையோ அசையவில்லை. கண்கள் இருளடைந்து விட்டன. திகில் அடைந்து மரம் போல் அப்படியே நின்று விட்டான்.

அதன்பின் ஆமிர், பெருமானார் அவர்களிடம் தனிமையில் பேச வேண்டும் என்று சொன்னான்.

“நீர் ஒரே ஆண்டவன்மீது விசுவாசம் கொள்வதாக உறுதி கூறும் வரை, உம்மோடு நான் தனித்துப் பேச முடியாது” என்று பெருமானார் அவர்கள் கூறினார்கள்.

உடனே ஆமிர், “நீங்கள் எதிர்த்துச் சண்டை செய்ய முடியாத படி பெரிய சேனையைக் கொண்டு வந்து உங்களைத் தாக்குவேன்” என்றான். -

அப்போது பெருமானார் அவர்கள், “ஆண்டவனே! ஆமிருக்கு எதிராக, நீயே போதுமானவன்” என்று சொன்னார்கள். உடனே ஆமிர், அர்பதைக் கூட்டிக் கொண்டு வெளியே புறப்பட்டான்.

அப்போது, பெருமானார் அவர்கள், “ஆண்டவனே! இவர்களுடைய தீங்கிலிருந்து என்னைக் காப்பாற்று” என்று பிரார்த்தனை செய்தார்கள்.

வழியில், ஆமிருக்குக் கழுத்தில் நெறி கட்டி, “பிளேக்” போன்ற நோய் வந்தது.

குதிரை மீது தன்னைத் தூக்கி வைக்கும்படி தன் கூட்டத்தாரிடம் சொன்னான். குதிரை மீது நெடுந்தொலைவு போக முடியவில்லை. பனூ ஸலுல் கோத்திரத்தைச் சேர்ந்த ஒரு பெண்ணின் வீட்டில் அவனை இறக்கினார்கள். அங்கேயே அவன் இறந்தான்.

அவனுடன் வந்தவர்கள் எல்லோரும் இஸ்லாத்தைத் தழுவி, தங்கள் நகருக்குப் புறப்பட்டார்கள்.

193. “இரக்கம் உள்ளவர்களை ஆண்டவன் நேசிக்கிறான்”

தய்யி என்னும் பெயருடைய ஒரு கூட்டத்தினர், ஏமன் தேசத்தில் செல்வாக்கோடு வாழ்ந்து வந்தார்கள்.

அவர்களின் தூண்டுதலால், இஸ்லாத்துக்கு விரோதமாகக் கலகமும் குழப்பமும் ஏற்பட்டுக் கொண்டிருந்தன.

அந்தக் குழப்பத்தை அடக்குவதற்காகப் பெருமானார் அவர்கள், அலி அவர்களின் தலைமையில் ஒரு சிறிய படையை அங்கே அனுப்பி வைத்தார்கள்.

அப்பொழுது அதீ என்ற கிறிஸ்தவர் அக்கூட்டத்தாருக்குத் தலைவராக இருந்தார். அவர் ஒரு சிற்றரசர் போலவே இருந்தார். அவருடைய தந்தை ஹாத்திம் என்பவர். தயாள சிந்தை உள்ளவர். கொடை வள்ளல் என்று பெயர் பெற்றவர். கொடைக்கு ஓர் உவமானமாக மக்களிடையே சொல்லப்படுபவர். முஸ்லிம் படை ஏமனுக்கு அருகில் வருவதை அறிந்ததும் ஹாத்திம் மகன் அதி பயந்து ஷாம் தேசத்துக்கு ஓடிவிட்டார்.

ஹலரத் அலி அக்கூட்டத்தாரை எளிதில் வெற்றி கொண்டார்கள். அவர்களுடைய பொருள்களைக் கைப்பற்றி பலரைச் சிறைப் படுத்தினார்கள். சிறைப்பட்டவர்களை அன்புடனும் மரியாதையுடனும் நடத்தி மதீனாவுக்குக் கொண்டு வந்தார்கள்.

சிறைப்பட்டவர்களில் ஹாத்திமுடைய மகளும், அதியின் சகோதரியுமான ஸஃப்பானாவும் ஒருவர்.

ஸஃப்பானா பெருமானார் அவர்களைக் கண்டதும், "ஆண்டவனுடைய தூதரே, என்னுடைய தந்தையோ காலமாகி விட்டார். இப்பொழுது எனக்குத் துணையான ஒரே சகோதரனும் முஸ்லிம் படை வருவதை அறிந்து, அஞ்சி ஓடி விட்டான். ஆகையால், என்னை மீட்பதற்கு யாருமே இல்லை. என்னை விடுதலை செய்வதற்காக உங்களுடைய கருணை உள்ளத்திடம் நான் ஆதரவு தேடுகிறேன். என் தந்தையோ புகழ் மிக்கவர்; எங்கள் கூட்டத்தாரில் அரசருக்குச் சமமானவராக அவர் வாழ்ந்தார். சிறை பட்டவர்கள் எத்தனையோ பேரைப் பணம் கொடுத்து என் தந்தை மீட்டிருக்கிறார். பெண்களின் கௌரவத்தைப் பாது-

காத்திருக்கிறார். ஏழைகளை ஆதரித்திருக்கிறார். துன்பத்தில் தோய்ந்தவர்களுக்கு ஆறுதல் அளித்திருக்கிறார். தம்மிடம் வந்து கேட்டவர்களுக்கு இல்லை என்று அவர் சொன்னதே கிடையாது; நான் அத்தகைய ஹாத்திமின் மகள்'' என்றாள்.

பெருமானார் அவர்கள் ஸஃப்பானாவிடம், ''ஒரு முஸ்லிமிடம் இருக்க வேண்டிய நற்கு-ணங்கள் யாவும் உன்னுடைய தந்தையிடம் இருந்தன. விக்கிரக வணக்கத்தில் காலம் கழித்த ஒருவரின் ஆத்மாவின் மீது, இரக்கம் காட்டுமாறு ஆண்டவனிடம் பிரார்த்தனை செய்வ-தற்கு எனக்கு அனுமதி இருந்தால், ஹாத்திமுடைய ஆத்மாவிடம் கருணை காட்டும்படி நான் ஆண்டவனிடம் பிரார்த்திப்பேன்'' என்று கூறிவிட்டு, சுற்றிலுமுள்ள முஸ்லிம்களை நோக்கி, ''ஹாத்திமுடைய மகள் சுதந்திரமாகி விட்டாள். அவருடைய தந்தை தயாள சிந்-தையும், இரக்கமும் உள்ளவர். ஆண்டவன் இரக்கமுள்ளவர்களை நேசிக்கிறான். அவர்க-ளுக்கு வெகுமதி அளிக்கிறான்'' என்று சொன்னார்கள்.

ஸஃப்பானா விடுவிக்கப்பட்டாள். அவள் பெருமானார் அவர்களிடம், ''என் குடும்பத்-தினரும், என்னைச் சேர்ந்தவர்களும் சிறைபட்டிருப்பதனால், நானும் சிறையில் இருப்பதே முறை. அவர்களைக் கொல்வதற்கு உத்தரவிடுவதானால், முதலில் என்னை வெட்டும் படி உத்தரவிடுங்கள். அவர்கள் எல்லோரும் இறந்து போய், நான் மட்டும் உயிரோடு இருக்கவும் விரும்பவில்லை'' என்று பணிவோடு கூறினாள்.

அதைக் கேட்டதும் பெருமானார் அவர்கள், அந்தக் கூட்டத்தார் எல்லோரையும் விடு-வித்து, அவர்களுக்குப் போதிய பொருள் கொடுத்து அவர்களைக் கௌரவமாக அனுப்பி வைக்கும்படி கட்டளையிட்டார்கள்.

ஸஃப்பானாவும், அவள் குடும்பத்தினரும் ஊருக்குத் திரும்பினார்கள்.

ஸஃப்பானா தன் சகோதரன் அதீயைத் தேடி, ஷாம் தேசத்துக்குச் சென்றாள். அங்கே அவரைக் கண்டு, ''பெருமானார் அவர்கள் முன்னிலையில், நீர் கூடிய விரைவில் செல்ல வேண்டும். நபி என்ற முறையிலும், அரசர் என்ற முறையிலும் எந்த நிலையிலும் அவர்க-ளைக் காண்பது நன்மை தரும்.'' என்று கூறியதோடு நடந்தவற்றையும், பெருமானார் அவர்-களின் சிறப்பு மிக்க குணங்களையும் விவரமாகக் கூறினாள்.

தன் சகோதரி கூறியதைக் கேட்ட அதீ, அவளையும் உடன் அழைத்துக் கொண்டு, உடனே மதீனாவுக்குப் போய், பெருமானார் அவர்களைக் கண்டு இஸ்லாத்தைத் தழுவினார்.

அதீயின் முயற்சியினால் பிறகு அவருடைய கூட்டத்தார்களும் முஸ்லிம் ஆனார்கள்.

194. கவிஞர் மன்னிக்கப்பட்டார்

அரபு நாட்டில் முஸைனாக் கூட்டத்தில் கஃப்புப்னு ஸுஹைர் என்ற கவிஞர் இருந்தார். சிறப்பாகக் கவி பாடுவதில் அவர் வல்லவர். அவர் புகழ் எங்கும் பரவியிருந்தது.

கவிஞர் கஃப்பு இஸ்லாத்தின் மீது விரோதம் கொண்டு பெருமானார் அவர்களையும், முஸ்லிம்களையும் கண்டித்துக் கவி பாடுவதையே முக்கியத் தொழிலாகக் கொண்டிருந்தார்.

அதனால் அக்கவிஞரை எங்கே கண்டாலும் சிரச்சேதம் செய்து விடுமாறு பெருமானார் அவர்கள் உத்தரவிட்டிருந்தார்கள்.

கவிஞர் கஃபின் சகோதரர் முஸ்லிமாயிருந்தார். விக்கிரக வணக்கத்தைக் கை விடுமாறும், இஸ்லாத்தில் சேரும்படியும் கவிஞரை அவர் வற்புறுத்தி வந்தார்.

சகோதரருடைய அறிவுரையால் கவிஞர் மனம் மாறி, மறைமுகமாக மதீனாவுக்குச் சென்றார். அதிகாலைத் தொழுகைக்காகப் பள்ளிவாசலில் இருந்த நபி பெருமானாரைக் கண்டார். அவர்களருகே சென்றமர்ந்து கொண்டு, அவர்கள் திருக் கரத்தின் மீது தம் கையை வைத்தவராக: "இறை தூதே! நான் கவிஞர் கஃபை ஒரு முஸ்லிமாக இப்பொழுது தங்கள் முன்னிலையில் அழைத்து வந்தால், தாங்கள் அவரை மன்னிப்பீர்களா?" என்று கேட்டார்.

"ஆம்" என்றார்கள் பெருமானார் அவர்கள்.

உடனே அவர், "ஸுஹைரின் குமாரனான கஃப் என்னும் கவிஞன் நான்தான்!" என்றார்.

அவர் அவ்வாறு கூறியதும், அன்ஸாரிகளில் ஒருவர் குதித்தெழுந்து, "இறைவனின் இப்பகைவன் கழுத்தை வெட்டுவதற்கு உத்தரவு தருமாறு" பெருமானார் அவர்களை வேண்டினார்.

பெருமானார் அவர்கள், மிக அமைதியாக, "கடந்த காலத்தை நினைத்து மனந் திருந்தியவாரக அவர் வந்திருக்கிறார். எனவே அவரை விட்டு விடுங்கள்" என்று கூறி விட்டார்கள். பின்னர், ஒரு பாடலைப் பாடுவதற்கு அனுமதி தருமாறு பெருமானார் அவர்களை வேண்டினார் கவிஞர் கஃப்.

பெருமானார் அவர்கள் அவரை அனுமதித்தார்கள்.

உடனே, "பானத் ஸுஆது" என்ற சிறப்பு மிக்க ஒரு பாடலைப் பாடினார் கவிஞர் கஃப். ஐம்பத்தியெட்டுப் பாக்களைக் கொண்ட இக்கவிதை அரபு இலக்கியத்தில் புகழ் மிக்கதாகும்.

பெருமானார் அவர்கள் தங்கள் மேனியிலிருந்த மேலாடையை எடுத்து, கவிஞருக்கு அணிவித்து அவரைக் கௌரவித்தார்கள்.

195. தீயவனின் கோரிக்கை

இஸ்லாம், அரேபியா தேசத்தின் பல பகுதிகளிலும் பெரும்பாலும் பரவி விட்டது.

தனிப்பட்ட சில சிறிய கூட்டத்தார்களைத் தவிர, முஸ்லிம்களுக்குப் பெரிய விரோதிகள் அந்த நாட்டில் ஒருவரும் இல்லை.

ஆனால், ஒரு கூட்டத்தார் மட்டும் இஸ்லாத்தில் சேர்ந்திருப்பதாக வேடம் போட்டுக் கொண்டு முஸ்லிம்களுக்கு மத்தியில் இருந்து, மறைமுகமாக விரோதமாகவே இருந்து வந்தார்கள்.

இஸ்லாமிய வரலாற்றில், முனாபிக்குள் என்று கூறப்படுபவர்களே அவர்கள். முனாபிக்குள் என்றால் வஞ்சகர்கள் என்று பொருள்.

முனாபிக்குகள் பல சந்தர்ப்பங்களில் விளைவித்த பலவகையான துரோகங்கள், இடையூறுகள், தொல்லைகள், நம்பிக்கை மோசம், கொடுமைகள் பலப்பல. அவற்றை விவரித்தால் ஆத்திரம் மேலோங்கும்.

முனாபிக்குக் கூட்டத்தின் முக்கியத் தலைவன் அப்துல்லாஹ் இப்னு உபை என்பவன். பெருமானார் அவர்கள் மதினாவுக்கு வந்தது முதல் ஹிஜ்ரீ ஒன்பதாம் வருடம் வரை அவன் இஸ்லாத்துக்குத் தீங்கு செய்வதையே முக்கியத் தொழிலாகக் கொண்டிருந்தான். அவன் எவ்வளவோ சூழ்ச்சிகளைச் செய்தான். அவற்றில் எதுவும் வெற்றி பெறவில்லை. முஸ்லிம்களுக்கு மத்தியில் பிரிவினை உண்டாக்கக் கருதி முனாபிக்குக் கூட்டத்தினர் வேறு ஒரு பள்ளிவாசலைக் கட்டினார்கள்.

பெருமானார் அவர்கள் தபூக் சண்டைக்குப் புறப்பட்டுச் செல்லும் போது, அக்கூட்டத்தார் பெருமானார் அவர்களிடம் சென்று, புதிய பள்ளிவாசலுக்கு வந்து தொழ வேண்டும் என்று வேண்டிக் கொண்டார்கள்.

சண்டையிலிருந்து திரும்பி வந்த பின் பார்த்துக் கொள்ளலாம் என்று சொல்லிவிட்டுப் பெருமானார் அவர்கள் புறப்பட்டுச் சென்றார்கள்.

முஸ்லிம்களுக்குத் தீங்கு செய்ய வேண்டும் என்ற கெட்ட எண்ணத்துடனேயே, அந்தப் பள்ளிவாசல் கட்டப்பட்டிருப்பதாக, ஆண்டவனால் பெருமானார் அவர்களுக்கு அறிவிக்கப்பட்டது.

அப்பள்ளிவாசலை எரித்து விடுமாறு பெருமானார் அவர்கள் கட்டளை இட்டார்கள். உடனே அது எரிக்கப்பட்டு விட்டது.

ஹிஜ்ரீ ஒன்பதாவது வருட இறுதியில், அப்துல்லாஹ் இப்னு உபை கடுமையான நோய்க்கு ஆளானான். அந்நோயிலிருந்து பிழைக்கும் நம்பிக்கை அவனுக்கு உண்டாகவில்லை. ஆனால், அவனுடைய மகன் உண்மையான முஸ்லிமாக இருந்தார்.

உபை தன் மகன் மூலமாகப் பெருமானார் அவர்களிடம் இரண்டு கோரிக்கைகளைச் சொல்லி அனுப்பினான்; அவ்வாறே அவர் மகன் வந்து "தம் தந்தை மரணம் அடைந்தபின், பிரேதத்தைப் போர்த்தி அடக்கம் செய்வதற்காகப் பெருமானார் அவர்களின் ஆடை ஒன்றைத் தரவேண்டும். தந்தைக்காகப் பெருமானாரே 'ஜனாஸாத்' தொழுகை நடத்த வேண்டும்" என்றும் வேண்டிக் கொண்டார்.

தீமைகள் பல புரிந்தவனானாலும், அவனுடைய கோரிக்கையைப் பெருமானார் அவர்கள் மறுக்கவில்லை. அவ்வாறு தொழுகை நடத்துவதற்குப் பெருமானார் அவர்கள் சம்மதித்து, தங்களுடைய சட்டை ஒன்றைக் கொடுத்தார்கள்.

இப்னு உபை மரணம் அடைந்ததும், ஜனாஸாத் தொழுகைக்காகப் பெருமானார் அவர்கள் புறப்பட்டுச் சென்றார்கள். அப்போது உமறு அவர்கள், பெருமானார் அவர்களின் சட்டையைத் துணிந்து பிடித்து, "அல்லாஹ்வின் விரோதிக்காகத் தாங்கள் பிரார்த்தனை செய்யப் போகிறீர்களா?" என்று கேட்டார்கள்.

விரோதிகளிடமும் கூட முற்றிலும் கருணை உள்ளம் கொண்ட பெருமானார் அவர்கள் "உமறே! சற்று விலகி நில்லும்." (செல்கிறேன்) என்றார்கள்,

அப்பொழுது, உமறு அவர்கள், "'அவர்களுக்காக (முனாபிக்குகளுக்காக) நீங்கள் மன்னிப்புக் கேளுங்கள்; அல்லது கேட்காமல் இருங்கள். அவர்களுக்காக எழுபது தடவை மன்னிப்புக் கேட்டாலும், ஆண்டவன் அவர்களை மன்னிக்க மாட்டான்' எனத் திருக்குர்ஆனில் ஆண்டவன் அருளியிருக்கிறானே!" என்று சொன்னார்கள்.

புன்முறுவல் பூத்தவர்களாகப் பெருமானார் அவர்கள் "அவர்களுக்காக மன்னிப்புக் கேட்-கவும் அல்லது கேளாமல் இருக்கவும் ஆண்டவன் எனக்குச் சுதந்திரம் கொடுத்திருக்கி-றான். மன்னிப்பதும், மன்னிக்காமல் இருப்பதும் ஆண்டவனுடைய விருப்பத்தைப் பொறுத்-தது" என்று கூறிவிட்டு, உபைக்காகத் தொழுகை நடத்தினார்கள்.

பெருமானார் அவர்களின் மேலான கருணை உள்ளத்தைக் கண்டு உள்ளம் நெகிழ்ந்து இப்னு உபையின் கூட்டத்தாரில் ஆயிரம் பேர், அன்றைய தினமே உண்மையான முஸ்லிம்-களானார்கள்.

அதன்பின், முனாபிக்குகள் முற்றிலும் அடங்கி விட்டார்கள்.

196. மக்காவுக்குச் செல்லுதல்

இஸ்லாம் அரேபியா முழுவதும் பரவியதைக் கண்டதும், பெருமானார் அவர்கள், தாங்கள் இவ்வுலகில் தோன்றிய இலட்சியமானது நிறைவேறி விட்டதாகக் கருதினார்கள்.

ஓயாமல் சண்டை சச்சரவு கொலை இவற்றையே தொழிலாகக் கொண்டிருந்தவர்களின் இதயங்களை அன்பு, சகோதரத்துவம், நீதி என்னும் மேலான - கனிவான - கயிற்றால் பெருமானார் அவர்கள் பிணைத்துக் கட்டினார்கள். மனித உள்ளத்திற்கு அருவருப்பை உண்-டாக்கக் கூடிய கொடுஞ் செயல்களில் உழன்று கொண்டிருந்த மக்களுடைய இதயங்களிலி-ருந்து பெருமானார் அவர்கள் அன்பும் கருணையும் ததும்பி வழியுமாறு செய்தார்கள்.

ஆண்டவனுடைய சட்டத்துக்கும், மனிதனுடைய சட்டத்துக்கும் அடங்காமல் நீதி என்பது மருந்துக்குக் கூட இல்லாமல் இருந்த வெம்பாலைப் பெருவெளியாம் அந்நாடு, பெருமானார் அவர்களின் பிறப்பின் சிறப்பால் பக்தியும், கருணையும் நிறைந்த மலர் வனமாக மாறியது.

முன்னர், எத்தனையோ நபிமார்கள் தோன்றியிருந்தார்கள். ஆனால், அவர்கள் ஆயுள் காலத்திலேயே, அவர்கள் பிரச்சாரம் செய்த மார்க்கம் பரவாமல் போய்விட்டது.

பெருமானார் அவர்கள் இருபத்து மூன்று வருடங்களாகப் போதித்து வந்த போதனை-களையும், உண்மை மொழிகளையும் மக்கள் தங்கள் உள்ளத்தில் நன்கு பதிய வைத்துக் கொண்டார்கள்.

பெருமானார் அவர்கள், மக்காவுக்குக் கடைசியாக யாத்திரை போய் வர வேண்டும் என்று விரும்பினார்கள்.

ஹிஜ்ரீ பத்தாவது வருடம் துல்கஃதா மாதத்தில், பெருமானார் அவர்கள் மதீனாவிலிருந்து ஹஜ்ஜுக்குப் புறப்படுவதாக அறிவிக்கப்பட்டது.

அரேபியா தேசத்தின் பல பாகங்களிலிருந்தும், மக்கள் பெருமானாருடன் ஹஜ்ஜுக்காகச் சென்றார்கள். பெருமானார் அவர்களுடன், பிராட்டியார்களும் சென்றார்கள்.

மதீனாவிலிருந்து பெருமானார் அவர்கள் புறப்பட்டுப் பல இடங்களிலும் தங்கி ஒன்பதா-வது நாளில் மக்கா போய்ச் சேர்ந்தார்கள்.

பெருமானார் அவர்களின் வருகையை அறிந்த அனைவரும் ஒரு சேர வந்து வரவேற்று உபசரித்தார்கள்.

ஆங்காங்கே மக்கள் திரண்டிருந்தனர். அவர்களின் மத்தியில் பெருமானார் அவர்கள், பல சொற்பொழிவுகளை நிகழ்த்தினார்கள்.

197. மக்காவிலிருந்து மதீனாவுக்கு வருகை

இஸ்லாம் மார்க்கம் பூரணமாக்கப்பட்டது. பெருமானார் அவர்கள் இவ்வுலகத்தை விட்டுப் பிரிய வேண்டிய காலம் நெருங்கி விட்டது; ஹிஜ்ரீ பதினோராவது வருடம், ஹஜ் சமயத்தில், அவர்களுக்கு ஆண்டவனால் இது உணர்த்தப் பெற்றது.

பெருமானார் அவர்கள் மக்காவிலிருந்து பிரிவு உபசாரம் பெற்று, மதீனா வந்து சேர்ந்தார்கள்.

மதீனாவுக்கு வந்ததிலிருந்து பெருமானார் அவர்கள், பெரும்பகுதி நேரத்தை ஆண்டவனுடைய வணக்கத்திலேயே செலுத்தினார்கள்.

உஹதுப் போரில் உயிர் துறந்தவர்களுக்கு, இதுவரை மரணப் பிரார்த்தனை செய்யவில்லை. ஆதலால், அவர்களை அடக்கம் செய்திருந்த தலத்துக்குச் சென்று, அவர்களுடைய மறுமை நலத்துக்காகப் பெருமானார் அவர்கள் பிரார்த்தனை செய்தார்கள்.

அதன் பின், அதே வருடம் ஸபர் மாதம் 19-ம் தேதி நடு இரவில் பெருமானார் அவர்கள், மதீனாவிலுள்ள முஸ்லிம்களின் அடக்கத் தலத்துக்குச் சென்று, அங்கு அடக்கமாகி இருப்பவர்களுக்காகப் பிரார்த்தனை செய்தார்கள்.

அங்கிருந்து திரும்பி வந்ததிலிருந்து, பெருமானார் அவர்களுக்கு உடல்நலக் குறைவு உண்டாயிற்று. நாளுக்கு நாள் ஜுரம் அதிகரித்து, உடல் பலவீனமாகியது.

பெருமானார் அவர்கள் நோயுற்றிருந்த போது, ஆயிஷாப் பிராட்டியார் அவர்கள் வீட்டிலேயே தங்கியிருந்தார்கள்.

198. தொழுகையை நடத்தச் சொல்லுதல்

பெருமானார் அவர்களால் நடப்பதற்குச் சக்தியிருக்கும் வரை, நோயுடனேயே பள்ளிவாசலுக்குச் சென்று தொழுகையை நடத்தி வந்தார்கள். ஒரு நாள், பெருமானார் அவர்கள் குளித்து விட்டு, தொழுகைக்காகப் பள்ளிவாசலுக்குப் புறப்படும் போது, அவர்களுக்கு மயக்கம் உண்டாயிற்று. சிறிது நேரத்தில் மயக்கம் நீங்கியதும், தங்களுக்குப் பதிலாக அபூபக்கர் அவர்கள் பள்ளிவாசலில் தொழுகையை நடத்த வேண்டும் என்று பெருமானார் அவர்கள், ஆயிஷா நாயகியார் அவர்களிடம் சொன்னார்கள்.

அதைக் கேட்டதும், "யாரஸூலுல்லாஹ்! அபூபக்கர் இளகிய உள்ளமும், மெல்லிய குரலும் உடையவர்கள். தங்களுடைய இடத்தில் அவர்கள் நிற்க இயலாது. குர்ஆன் ஓதிக் கொண்டிருக்கும் போதே அவர்கள் கண் கலங்கி, உள்ளம் நெகிழுமே" என்று சொன்னார்கள்.

பெருமானார் அவர்கள், "அபூபக்கரே தொழுகையை நடத்த வேண்டும்" என்று மறுமுறையும் சொன்னார்கள்.

அது முதல் சில நாட்கள் வரை அபூபக்கர் அவர்களே, தொழுகையில் தலைமையாயிருந்து நடத்தி வந்தார்கள்.

199. இறுதிச் சொற்பொழிவு

பெருமானார் அவர்களுக்கு ஒரு நாள் உடல் நலமாக இருந்தது. குளித்து விட்டு, அலீ, அப்பாஸ் (ரலி) ஆகியோரின் துணையோடு பள்ளிவாசலுக்குச் சென்றார்கள்.

அப்பொழுது, பள்ளிவாசலில் ஆபூபக்கர் அவர்களே, தொழுகையை நடத்திக் கொண்டிருந்தார்கள்.

பெருமானார் அவர்கள் அங்கே வருவதை அறிந்து, அபூபக்கர் அவர்கள் தங்கள் இடத்திலிருந்து விலகினார்கள் அங்கேயே நிற்கும்படி சமிக்ஞை செய்து விட்டு, அவர்களின் பக்கமாயிருந்து பெருமானார் அவர்கள் தொழுகையை நடத்தினார்கள்.

தொழுகை முடிந்ததும் பெருமானார் அவர்கள் ஒரு சொற்பொழிவு நிகழ்த்தினார்கள்.

அதுவே பெருமானார் அவர்களின் கடைசிச் சொற்பொழிவாகும்.

200. முடிவை உணர்தல்

பெருமானார் அவர்கள் தொழுகையை முடித்து, நிகழ்த்திய இறுதிச் சொற்பொழிவில், "இவ்வுலக பாக்கியங்களையோ, அல்லது மறுமையில் ஆண்டவனிடத்தில் உள்ளவற்றையோ, இவற்றில் ஒன்றைத் தேர்ந்தெடுத்துக் கொள்ளும்படியான அதிகாரத்தை ஆண்டவன் ஓர் அடியவனுக்குக் கொடுத்தான். அவ்வடியவனோ ஆண்டவனிடத்தில் உள்ளவற்றையே ஒப்புக் கொண்டான்" என்று கூறினார்கள்.

அந்தச் சொற்களைக் கேட்டவுடன் அபூபக்கர் அவர்களின் கண்களில் நீர் மல்கியது. உள்ளத்தில் வருத்தம் மேலிட்டது.

அருகில் இருந்தவர்கள், "வேறு ஒருவரைப் பற்றிக் கூறும்போது அபூபக்கர் அவர்கள் ஏன் வருந்த வேண்டும்?" என்று வியப்போடு அவர்களைப் பார்த்தார்கள்.

பெருமானார் அவர்கள், தங்கள் மரணத்தைப் பற்றியே அச்சொற்களைச் சொன்னார்கள் என்று அபூபக்கர் அவர்கள் உணர்ந்ததாலேயே, அவ்வாறு அவர்களுக்கு வருத்தம் மேலிட்டது.

அதன்பின், பெருமானார் அவர்கள், "யாருடைய செல்வத்துக்கும் தோழமைக்கும் நான் அதிகமாக நன்றி செலுத்தக் கடமைப்பட்டிருக்கிறேன் என்றால், அபூபக்கர் அவர்களுடைய செல்வத்துக்கும் தோழமைக்குமே ஆகும்.

"உலகில் என்னைப் பின்பற்றியவர்களில், யாரையாவது என்னுடைய முதன்மைத் தோழராக்கிக் கொள்ள வேண்டுமானால், நான் அபூபக்கரையே அவ்வாறு ஆக்கிக் கொள்வேன்.

"பள்ளிவாசலுக்கு வரும் வாயில்களில் அபூபக்கர் அவர்கள் வரும் வாயிலைத் தவிர மற்றவற்றை எல்லாம் மூடி விடுங்கள். ஆம், முன்பு இருந்த கூட்டத்தார் தங்களுடைய நபிமார்கள், பெரியோர்களின் அடக்கத் தலங்களையே வணக்கத் தலங்களாக்கி விட்டார்கள். நீங்கள் அப்படிச் செய்யக் கூடாது. நான் அதை விலக்குகின்றேன்" என்றார்கள்.

201. தீங்கும்-கடனும்

பெருமானார் அவர்கள், அருகில் இருந்தவர்களை நோக்கி "எவருக்காவது நான் தீங்கு இழைத்திருந்தால், அதற்கு ஈடு செய்ய இப்பொழுது நான் தயாராக இருக்கிறேன்" என்றார்கள்.

எவருமே அதற்குப் பதில் சொல்லவில்லை.

பின், "யாருக்காவது நான் கடன்பட்டிருந்தால், என்னிடத்தில் இருப்பவற்றைக் கொண்டு, அதைத் தீர்க்கத் தயாராக இருக்கிறேன்." என்று கூறினார்கள் பெருமானார் அவர்கள்.

கூட்டத்திலிருந்து ஒருவர் எழுந்து, "ஆண்டவனுடைய தூதரே! முன்பு ஒரு சமயம், தங்களிடம் வந்து கேட்ட ஓர் ஏழைக்கு, மூன்று நாணயங்கள் கொடுக்கும்படி எனக்கு உத்தரவிட்டீர்கள். அப்போது நான் கொடுத்திருக்கிறேன். தாங்கள் எனக்குத் தர வேண்டியதிருக்கிறது" என்று சொன்னார்.

உடனே பெருமானார் அவர்கள், அம்மூன்று நாணயங்களை, அப்போதே அவருக்குக் கொடுத்து விடுமாறு பஸ்லுப்னு அப்பாஸ் (பெருமானாரின் ஒன்று விட்ட சகோதரர்) அவர்களுக்குக் கட்டளையிட்டு விட்டு, "மறு உலகில் நான் வெட்கப்படுவதைக் காட்டிலும், இவ்வுலகில் வெட்கம் அடைவது மேலானது" என்று கூறினார்கள்.

பின்னர், பெருமானார் அவர்கள், அங்கு வந்திருப்பவர்களுக்காகவும், பகைவர்களின் கொடுமையினால், உயிர் துறந்த முஸ்லிம்களுக்காகவும் பிரார்த்தனை செய்தார்கள். அதன்பின், "மதக் கடமைகளைச் சரிவர நிறைவேற்ற வேண்டும் என்றும், சமாதானத்துடனும், நல்லெண்ணத்துடனும் இருக்கவேண்டும்", என்றும் கூறி விட்டுக் கடைசியாக, "உலகத்தில் பெருமையை நாடாமலும், மற்றவர்களுக்குக் கெடுதலைத் தேடாமலும், இருந்தவர்களுக்காகவே மறுமை உலக வீட்டை வைத்திருக்கிறோம். ஆண்டவனுக்குப் பயப்பட்டுப் பாவச் செயல்களிலிருந்து விலகிய வர்களுக்கு நன்மையான முடிவு ஏற்படும்" என்ற கருத்துள்ள திருக்குர்ஆன் வாசகத்தை ஓதி முடித்து வீட்டுக்குச் சென்றார்கள்.

அதற்குப்பின் பெருமானார் அவர்கள் தொழுகைக்காகப் பள்ளிவாசலுக்குச் செல்லவில்லை.

202. அன்ஸாரிகளின் கவலை

பெருமானார் அவர்கள் நோயுற்றிருக்கும் போது, அவர்களுடைய கருணை மிக்க உள்ளத்தையும், அவர்களால் தாங்கள் பெற்ற பாக்கியங்களையும் நினைத்து, நினைத்து அன்ஸாரிகள் கண்ணீர் வடித்துக் கொண்டிருந்தார்கள்.

அபூபக்கர் அவர்களும், அப்பாஸ் அவர்களும் போய்க் கொண்டிருக்கையில், அன்ஸாரிகளின் வருத்ததைக் கண்டு "என்ன காரணம்?" என்று கேட்டார்கள்.

அதற்கு அவர்கள், "பெருமானார் அவர்களின் தோழமையோடு வாழ்ந்து வந்தது எங்களை நினைவு படுத்திக் கொண்டிருந்தது" என்று கூறினார்கள்.

பெருமானார் அவர்களும், "'முஸ்லிம் மக்களே! அன்ஸாரிகளைப் பற்றி உங்களுக்கு நான் அறிவுரை கூறுகிறேன். சாதாரண முஸ்லிம்கள் பெருகிக் கொண்டிருப்பார்கள். ஆனால், உணவில் உப்பு எவ்வளவு குறைவாக இருக்குமோ, அப்படியே அன்ஸாரிகள் குறைவான-வர்களாகவே இருப்பார்கள். அவர்கள் செய்ய வேண்டிய கடமைகளை நிறைவேற்றி விட்-டார்கள். அவர்களுக்கு நீங்கள் செய்ய வேண்டிய கடமைகளைச் சரிவரச் செய்ய வேண்டும். அவர்கள் என்னுடைய வயிற்றுக்குச் சமானமானவர்கள். உங்களுடைய இலாப நஷ்டங்க-ளுக்குப் பாதுகாவலாக இருப்பவர்கள். அன்ஸாரிகளில் நல்லவர்களுக்கு ஆதரவு அளிக்க வேண்டும். அவர்களிடம் ஏதாவது குற்றம் கண்டால், அதை மன்னித்து விடவேண்டும்" என்று கூறினார்கள்.

203. துக்கமும் மகிழ்ச்சியும்

பெருமானார் அவர்கள், தங்களுடைய மகள் பாத்திமா அவர்களிடம் அளவற்ற அன்பு கொண்டிருந்தர்கள்.

பெருமானார் அவர்கள் நோயுற்றிருக்கும் போது ஒருநாள், மகளை அழைததுக் காதில் சில வார்த்தைகள் சொன்னார்கள். அதைக் கேட்டதும் அவர்களுக்குத் துக்கம் மேலிட்டது. கண் கலங்கியது.

மறுபடியும், பெருமானார் அவர்கள், அருகில் அழைத்து அவர்கள் காதில் சில வார்த்-தைகள் சொன்னார்கள். அதைக் கேட்டதும் அவர்கள் முகம் மகிழ்ச்சியால் மலர்ந்தது. புன்-னகை அரும்பியது.

ஆயிஷா நாச்சியார் அவர்கள், பாத்திமா அவர்களிடம் "முதலில் வருத்தமும், பிறகு மகிழ்ச்சியும் ஏற்படக் காரணம் என்ன?" என்று கேட்டார்கள்.

அதற்கு ஹலரத் பாத்திமா "'இந்நோயினால் நான் உயிர் துறப்பேன்', என்று பெருமானார் அவர்கள் முதலில் சொன்னார்கள். அது எனக்கு வருத்தத்தை அளித்தது. மறுபடியும் என்னை அழைத்து, 'நம்முடைய குடும்பத்தாரில் எல்லோருக்கும் முன்னதாக, நீயே முத-லாவதாக வந்து என்னைச் சந்திப்பாய்,' என்று சொன்னார்கள், அது எனக்கு மகிழ்ச்சியை அளித்தது" என்று கூறினார்கள்.

204. "நல்ல காரியங்களையே செய்வீர்களாக!"

மனிதன் தன்னுடைய செயலினாலேயே மறு உலகில், இலாப நஷ்டத்தைப் பெறுகிறான் என்பதை விளக்கிக் காட்டுவதற்காகப் பெருமானார் அவர்கள், "ஆண்டவனுடைய தூதரின் புதல்வியான பாத்திமாவே! ஆண்டவனுடைய தூதரின் மாமியாகிய ஸபிய்யாவே: ஆண்ட-வனிடம் செல்வதற்காக நீங்கள் நல்ல காரியங்களைச் செய்யுங்கள். ஆண்டவனிடமிருந்து நான் உங்களைத் தப்புவிக்க முடியாது" என்று சொன்னார்கள். ஆண்டவனுடைய தூதர் என்ற முறையில், பெருமானார் அவர்கள் அவனுடைய கட்டளைகளை வாக்கினாலும், செயலினாலும் மக்களுக்கு எடுத்துச் சொல்வதே தங்களுடைய கடமை எனக் கொண்டிருந்-

தார்கள்.

ஆண்டவனுடைய உத்தரவு இல்லாமல் ஒரு சட்டத்தையும் தாமாக ஏற்படுத்தவில்லை என்பதை விளக்குவதற்காகப் பெருமானார் அவர்கள், "'நியாயமானது' 'விலக்கப்பட்டது' சம்பந்தமான விஷயங்கள் எதுவும் என்னால் உண்டானதாக நினைக்காதீர்கள். ஆண்டவன் தன்னுடைய வேதத்தில் எதை ஆகுமானதாக்கி இருக்கின்றானோ, அதையே நானும் ஆகுமானதாக்கியுள்ளேன். ஆண்டவன் எதை விலக்கி இருக்கின்றானோ, அதையே நானும் விலக்கி இருக்கின்றேன்" என்று சொன்னார்கள்.

205. தருமம் செய்து விடுங்கள்

ஆயிஷா நாச்சியார் அவர்களிடம் நாணயங்கள் சிறிது இருப்பது பெருமானார் அவர்களுக்கு நினைவு வந்தது. எனவே அவர்களை அழைத்து: "ஆயிஷாவே அந்த நாணயங்கள் எங்கே இருக்கின்றன? ஆண்டவனிடம் நம்பிக்கை இல்லாமலா, முஹம்மது அவனைச் சந்திப்பது? போய் அவற்றை ஆண்டவனுடைய வழியில் தருமம் செய்து விடும்" என்று பெருமானார் அவர்கள் நோய் கடுமையாக இருந்த நிலைமையில் சொன்னார்கள்.

நாச்சியார் அவர்களும் அவ்வாறே தருமம் செய்து விட்டார்கள்.

206. பெருமானார் அவர்களின் பிரிவு

பெருமானார் அவர்களுக்கு நோய் மிகுந்தும் குறைந்தும் காணப்பட்டது. -

ஹிஜ்ரி பதினோராவது வருடம் ரபீயுல் அவ்வல் மாதம் பன்னிரண்டாம் தேதி திங்கட்கிழமை காலையில் பெருமானார் அவர்களுக்கு வெளித் தோற்றத்தில் உடல் நலமுடன் இருப்பதாகத் தெரிந்தது. பள்ளிவாசலும், பெருமானார் அவர்கள் இருக்கும் இடமும் ஒன்று சேர்ந்து இருந்ததால், பெருமானார் அவர்கள், திரையை விலகிப் பார்த்தார்கள். அங்கே மக்கள் காலைத் தொழுகையை நிறைவேற்றிக் கொண்டிருப்பதைக் கண்டார்கள். அந்தக் காட்சியைப் பார்த்ததும் பெருமானார் அவர்களுக்கு மகிழ்ச்சி உண்டாகி, புன்முறுவல் செய்தார்கள்.

அப்போது, பெருமானார் அவர்கள் பள்ளிவாசலுக்கு வரப் போவதாக எண்ணி, தொழுது கொண்டிருந்த மக்கள் தங்கள் இடத்திலிருந்து விலகிச் செல்ல நினைத்தார்கள். தொழுகையை நடத்திக் கொண்டிருந்த அபூபக்கர் அவர்களும் பின்னடையக் கருதினார்கள். பெருமானார் அவர்கள் சமிக்ஞையினால் அவர்களைத் தடுத்து, திரையைப் போட்டுக் கொண்டார்கள்.

அன்று பகலில், பெருமானார் அவர்களுக்கு மயக்கம் உண்டாவதும், பிறகு தெளிவதுமாக இருந்தது.

அடிக்கடி திருக்குர்ஆன் வசனங்களைப் பெருமானார் அவர்கள் கூறிக் கொண்டிருந்தார்கள்.

அன்று பகல், அபூபக்கர் அவர்களின் மகன் அப்துர் ரஹ்மான் பெருமானார் அவர்களைக் காண வந்தார். அவர் கையில் பல் விளக்கும் குச்சி ஒன்று இருந்தது. பெருமானார்

அவர்கள் அதைக் கூர்ந்து பார்த்தார்கள். அவர்களுடைய பார்வையிலிருந்து, அவர்கள் பல் விளக்க விரும்புவதாகத் தெரிந்தது. உடனே ஆயிஷா நாச்சியார் அவர்கள், தம் சகோதர-ரிடமிருந்து அக்குச்சியை வாங்கி, அதன் நுனியை மெதுவாக்கிப் பெருமானார் அவர்களிடம் கொடுத்தார்கள். பெருமானார் அவர்கள் அதைக் கொண்டு பல் விளக்கினார்கள். அப்பொ-ழுது பிற்பகல் நேரம். "தொழுகையை ஒழுங்காக நடத்த வேண்டியது. பெண்களிடம்- அடி-மைகளிடம் கருணையோடு இருக்க வேண்டும்" என்ற சொற்கள் அவர்களின் வாயிலிருந்து வெளி வந்தன.

அவர்கள் அருகில் தண்ணீர் பாத்திரம் இருந்தது. அதில் அடிக்கடி கையை இட்டு, முகத்தில் தடவிக் கொண்டிருந்தார்கள். பிறகு கைகளை உயர்த்தி, "ஆண்டவனே மேலான தோழன்!" என மூன்று முறை சொன்னார்கள். அவ்வாறு சொல்லிக் கொண்டிருக்கும் போது, அவர்களின் கைகள் இரண்டு பக்கங்களிலும் ஒழுங்காய் அமைந்திருந்தன. கண்கள் மூடின. அவர்கள் உயிர் உலகை விட்டு நீங்கிப் பரிசுத்த உலகுக்குச் சென்று விட்டது.

(இன்னா லில்லாஹி வ இன்னா இலைஹி ராஜிவூன்)

207. கடமைகளை நிறைவேற்றிய நபிகள் நாயகம் அவர்கள்!

மனிதத் தந்தையான ஹலரத் ஆதம்(அலை) அவர்களின் காலத்திலிருந்து, இவ்வுலகை நேர்வழிப் படுத்துவதற்காகக் காலந்தோறும் ஆண்டவன் தீர்க்கதரிசிகள் பலரை அனுப்பி வந்திருக்கின்றான். அவர்களில் கடைசியாகத் தோன்றியவர்சள் பெருமானார் அவர்கள். தங்-களுக்குப் பிறகு, உலகுக்குத் தீர்க்கதிரிசிகள் தோன்றுவதற்கு அவசியம் இல்லாதபடி, தங்கள் திருப்பணிகளைச் செல்வனே பூர்த்தி செய்து விட்டார்கள். பெருமானார் அவர்கள், உலகத்-தில் மனிதர்களிடம் தோழமையோடிருந்து, அவர்களுக்குச் செய்ய வேண்டிய கடமைகளைச் சரிவர நிறைவேற்றி, அவர்களை உன்னதமான இடத்தில் உயர்த்தி வைத்து, பிறகு தாங்க-ளும் "மேலான தோழனான ஆண்டவனிடம்" போய்ச் சேர்ந்தார்கள்.

பெருமானார் அவர்கள், ரபீயுல் அவ்வல் மாதம் பன்னிரண்டாம் தேதி, திங்கட்கிழமை இவ்வுலகில் தோன்றினார்கள். அதே மாதம், அதே தேதி, அறுபத்து மூன்றாவது வயதில் இம்மண்ணுலகைவிட்டு, விண்ணுலகுக்குச் சென்றார்கள். பரிசுத்த கஃபாவையும், மனித வர்க்கத்தை நல்வழிப் ப்டுத்துவதற்காக, இவ்வுலகில் தோன்றிய பெருமானார் அவர்களின் அடக்கத் தலத்தையும் காணும் பாக்கியத்தை ஆண்டவன் ஒவ்வொரு முஸ்லிமுக்கும் அருள்வானாக!

ஒவ்வொரு முஸ்லிமும், பெருமானார் அவர்களின் அடிச்சுவட்டைப் பின்பற்றி நடக்க ஆண்டவன் அருள்புரிவானாக!

இந்நூல்...

பெருமானார் அவர்கள் பெரு வாழ்வு, பிறப்பு முதல் பிரிவு வரை, தனித்தனியாக 207 நிகழ்ச்சிகள் மூலம் கூறப்பட்டுள்ளது. சரித்திர நிகழ்ச்சிகளோடு, இஸ்லாமிய வரலாறும் இணைந்து திகழ்கின்றது. சிறுவர் முதல் பெரியவர் வரை அனைவரும் படித்து மகிழத் தக்க

இனிய தமிழ் நடை.

காப்பியா வாசிப்பகம்

உயிரைக் காக்க ஓடாத நாள் வேண்டும்

83 - இனப்படுகொலைக்கு முன் அறவழிப் போராட்டமும், ஆயுதப் போராட்டமும் கலந்திருந்த காலத்திலேயே தலைமறைவு வாழ்க்கைக்கு தயார் என ஒவ்வொருவரும் தனக்குத் தானே கட்டளை இட்டுக் கொண்டனர். உலகின் விடுதலைக்காக போராடும் இயக்கங்களுக்கெல்லாம் மிகச் சிறந்த காத்திரமான கட்டுப்பாட்டுடனும், ஒழுக்கத்துடனான வாழ்வுப் போருக்கும் முன்னுதாரணமாக திகழும் எல்டிடிஇ வருகை, வளர்ச்சி 83 இல் மக்களோடு இரண்டறக் கலந்து மக்கள்தான் எல்டிடிஇ எல்டிடிஇ தான் மக்கள் என்கிற விடுதலைப் போராட்டத்திற்கு பெருவாரியான மக்கள் *மண்ணுக்காக மரணிப்போம் என கிளர்ந்தெழுந்தார்கள்.

எல்லாவற்றையும் இழந்துவிட்ட நானும் எனது 11வது அகவையில் நண்பர்களுடன் சேர்ந்து சாவதற்கு சத்தியம் செய்தேன். பாலர் வகுப்பு முதல் பல்கலைக்கழகம் வரை என்னோடு நெருங்கிய நண்பர்கள் யாரும் உயிரோடு இல்லை. இராணுவ மொழியில் சொல்வதென்றால் அவர்கள் காணாமல் போனார்கள். கடந்த 33 ஆண்டுகளாக இடப்பெயர்வான சுற்றோடி வாழ்வும் - புலம் பெயர்ந்த வாழ்வும் என் பின்னால் தொடர்ந்த வண்ணம் இருக்கின்றன. வாழ்வின் நீள் பாதையில் எல்லாவற்றுக்கும் முகம் கொடுத்து வாழப் பழகிக் கொண்டேன்.

மறைந்து வாழவும், இழந்து வாழவும், இறந்து வாழவும், பழகிக் கொண்ட நான், இந்த இகழ் வாழ்வில் இன்று பதுங்கி வாழவோ, நிமிர்ந்து வாழவோ பலமும் இல்லை பயமுமில்லை என்ற நிலையில் உள்ளேன். உடலும் உள்ளமும் தளர்ந்து போனாலும் ஏதோ ஒரு நம்பிக்கையில் வாழவும் தமிழ் சமூகத்துக்கு ஒன்றைச் செய்ய முடியும் என்ற விருப்பவியல் குருதித் தொனியில் தோணியில் வந்த காலம் கரைகிறது.

85 முதல் இன்று வரை ஓடித்திரியும் வாழ்வில் பல கவிதைகளும் கட்டுரைகளும் காணாமல் போனது. இதழ்களை தேடுவதும் சாத்தியமில்லை. இதழ் நடத்தியவர்களும் சேகரிப்பாளர்களும் உயிரோடு இருந்தால்தானே தேடுவதற்கு. வாழ்வதற்கே போராடும் மனிதர்களிடத்தில் எதைத் தேடி அலைவது. நான் சேகரித்த நூலகமும் எழுதியவைகளும் காலப்போக்கில் அனலிலும் புனலிலும் கரைந்தது ஒரு பக்கம் என்றால், பேரினவாத அரசால் பத்திரிகை சுதந்திரமும் எழுத்தாளர்களும் தடை செய்யப்படுவதும், கொல்லப்படுவதும், நூல்கள் எரியூட்டப்படுவதும் இன்று வரை தொடர்ந்த வண்ணம் இருக்கையில், நானும் என் கவிதைகளும் தப்புவது எம்மாத்திரம்?நானும் எல்லாவற்றுக்கும் ஆளானேன். எல்லாவற்றையும் ஞாபகப்படுத்தி எழுதி விடலாம் என்ற நம்பிக்கை மட்டும் இன்னும் முகிலாய் இருக்கிறது.

தமிழக மக்களுக்கு ஈழப் போர் குறித்த வாழ்வையும் பேரினவாத அரசால் நாளாந்தம் மக்கள் படும் பேரவலத்தையும் ஒரு நூறு கவிதைகளாகவும் கதைகளாகவும் சொல்லியிருக்கிறேன். புலம்பெயர் வாழ்வில் தமிழகப் பார்வையை உரை நடையாகவும், காதல் கவிதை-

களாகவும், நாட்டுப்புறவியல் களச் சேகரிப்புகளாகவும், பத்திகளாகவும், இலக்கண இலக்கிய அகராதிக் காப்பியமாகவும், நாடகக்கலையாகவும், நுண்கலைப் பிரதிகளாகவும், நாடோடிப் பயணங்களாகவும், கலா சாலை போதகனாகவும், முற்போக்கில்லா கற்போக்கு விருந்தாளனாகவும், தொகுப்பதிகாரமாகவும் பதிவு செய்திருக்கிறேன். மேலும் ஆங்கிலத்தில் மூத்தகுடி கலாச்சாரப் பயணங்கள் மற்றும் கல்விப் புலக்கலைப் பேரதிகார நுட்பவியல் குறித்தும் மனைவி தமிழ் இனியா சொற்களை விதைத்து வருகிறார். புகார்க் காண்டத்திலிருந்து மதுரைக் காண்டம் வந்துள்ள கொடை மகன் இமயக்காப்பியன்(6) படைப்பாக்கப் பணியில் முந்நீர் போல் எமக்கு பேருதவியாக இருக்கிறான். துயரங்களின் சாட்சிகள் மரணிப்பதில்லை என்கிற காத்திரச் சொல்லின் சாட்சிகளாய் நாங்கள். கீழடி / உலகின் / மூத்த காலடி

எனக்கான உதவிகளை செய்யும் குழந்தைகள் சக்தி என்கிற விடுதலைவெண்பா, சூரியவாசன் என்கிற இலக்கியப்புரட்சியாளன், ரித்திஷா என்கிற நிழலினி, விதுஷி, பார்பி என்கிற மோனலிக்கும், பாரா முகமாகவே போய்விட்ட ஜெர்மனியில் வாழும் குழந்தைகளான பூர்த்திகா என்கிற இதழினி, அரிகரசுதன் என்கிற எளிஞன் ஆகியோருக்கும் நன்றி சொல்ல தேவையில்லை. எக்காலத்திலும் நன்றிக்குரியவர்களாக இருக்கும் என் சின்னத்தாய் செல்வி கிருஷ்ணமூர்த்தி குடும்பத்தாருக்கும் மற்றும் எனது அக்கா பத்மாவதி, தீபாவிற்கும் நன்றிகள் பல.

-தமிழ்த்தேசன் இமயக்காப்பியன்

பதிப்புரை - முல்லை பதிப்பகம்

1999ல் “மாணவர்களுக்கு நபிகள் நாயகம் வரலாறு” என்னும் நூலை வெளியிட்டோம், அதைத் தொடர்ந்து,

இப்பொழுது பெருமைமிகு “நபிகள் நாயகம் அவர்களின் சரித்திர நிகழ்ச்சிகள்” என்னும் புதுமைப் பொலிவான இந்நூலை மகிழ்வோடு வெளியிடுகின்றோம். இந்நூலை மதிப்புக்கு உரிய மவலானா அவர்களும், பயன்மிகு நூல்கள் பலவற்றை எழுதிப் புகழ் பெற்ற அறிஞர் முல்லை முத்தையா அவர்களும் புதிய முறையில், இனிய தமிழில், அனைவரும் படித்து உணரத் தக்கவாறு எழுதியுள்ளனர். அவர்களுக்கு எங்கள் நன்றி

அணிந்துரை

பன்மொழிப் பேராசிரியர், பல நூல்களின் ஆசிரியர்,
இஸ்லாமியப் பேறிஞர் மௌலானா, மௌலவி
எம். அப்துல் வஹ்ஹாப் சாகிபு M.A., B.Th அவர்களின் அணிந்துரை

பிஸ்மில்லாஹிர் ரஹ்மானிர் ரஹீம்.

நஹ்மதுஹு வ நுஸல்லீ அலா ரஸூலிஹில் கரீம்.

“...(நம்) தூதர் (ஸல்) உங்களுக்கு எதைக் கொடுக்கின்றாரோ, அதை ஏற்றுக் கொள்ளுங்கள்; எதை விட்டும் உங்களை விலக்குகின்றாரோ, அதை விட்டும் விலகிக் கொள்ளுங்கள்...” (59:7) என்று இறைவன் தன் திருமறையில் அறிவுறுத்துகிறான்.

நபிகள் நாயகம் (ஸல்) அவர்கள் கொடுத்ததையும், விலக்கியதையுங் கொண்ட அறிவுக் கருவூலம் "ஹதீது" என்று பொதுவாகக் குறிப்பிடப்படும். அவை உலக மாந்தரினம் முழு-மைக்கும், எல்லா நிலைகளிலும் பயன்படக் கூடியவை. ஏனெனில் அவர்கள் வாழ்க்கையில், அனைத்துத் துறைகளிலும் மனுக் குலத்துக்கு அழகிய முன் மாதிரியாகத் திகழ்ந்தவர்கள்.

"தந்தைதா யிழந்த தனயராய்க், குடும்பத் தலைவராய்,
வணிகராய்த் தரும தவராய்:
நந்திடாச் சமய குரவராய்த் தரும நாதராய்;
நரபதி, ராஜ்ய
தந்திரி, அறப் போர்த் தளபதி, எனினும் தாசர்க்கும்
தாசராய், இணையில்
அந்திய நபியாய் அஹ்மதிவ்வுலகுக்கு அளித்துள
ஞானமே ஞானம்!"

என்று நபி பெருமானாரின்(ஸல்) ஈடு இணையில்லாத இந்த முன் மாதிரித்துவத்தை ஓர் அரிய கவிதையில் சித்தரிக்கின்றார்கள் மறைந்த மாகவிஞர் ம.கா.மு. காதிறு முஹிய்யித்ன் மரைக்காயர் (ரஹ்) அவர்கள்.

நபிகள் பெருமானார் (ஸல்) போதித்த அனைத்தும் அவர்களுடைய தீர்க்கதரிசன வாழ்க்-கையிலும், உபதேசங்களிலும், செயல் முறைகளிலும், உன்னதமான முறையில் விளக்கிக் காட்டப்பட்டுள்ளன. அவர்களின் போதனைகள், அவர்களின் வாய்ப் பேச்சுகளில் மட்டும் அடங்கியிருந்தால், அதை நம்முடைய அன்றாட வாழ்க்கைக்குத் துணை செய்வனவாக அமைவதில் சிரமங்கள் ஏற்படும். எனவே நபி பெருமானாரின் "ஸுன்னத்" என்னும் செயல் முறைகளே, அவர்களுடைய போதனைகளைச் செயல்படுத்தும் ஒழுங்கை நமக்குக் கற்றுத் தருகின்றன. இச்செயல் முறைகள் பல்வேறு களங்களில் நிகழ்ந்திருக்கின்றன. இச்சுவையான நிகழ்ச்சிகளில் சிலவற்றைத் தொகுத்து, இனிமையான தமிழில் நமக்கு எடுத்துத் தருகிறார்கள் பசுங்கதிர் எம்கே.ஈ. மவ்லானா அவர்களும், பழம் பெரும் எழுத்தாளரான முல்லை முத்-தையா அவர்களும்.

பசுங்கதிர் மவ்லானா அவர்களின் "சேது முதல் சிந்து வரை" என்ற ஆய்வு நூலுக்கு முதற் பரிசு கொடுத்திருக்கிறது தமிழ் வளர்ச்சிக் கழகம். எனவே அவர்களுடைய எழுத்தாற்-றலைப் பற்றி நான் எடுத்தெழுத வேண்டியதில்லை. முல்லை முத்தையா அவர்கள் நாற்பது ஆண்டுகளாகத் தமிழ் எழுத்துலகில் தன்னிகரற்ற ஓர் இடத்தை வகித்து வருகிறார். சொற் சிக்கனமும், சுவையும், பயனும் மிக்க ஒரு நூல் நடையை தமதாக்கிக் கொண்ட, அருமை-யான எழுத்தாளர் அவர் ஏற்கெனவே பல அரிய நூல்களைத் தமிழ் கூறும் நல்லுலகத்துக்-குத் தந்தவர்.

இந்த நூலை ஆழ்ந்த கவனத்துடன் படித்துப் பார்க்கும் பாக்கியம் எனக்குக் கிடைத்தது. அத்துடன் இதற்கு அணிந்துரை எழுதும் ஒரு நல்வாய்ப்பும் எனக்குக் கிட்டிற்று. அல்ஹம்து லில்லாஹ் இத்தகைய சிறப்பான ஒரு நூலை, சீரிய முறையில் அமைத்து, வாசகர்களுக்கு வழங்கும் நூலாசிரியர்களை வாழ்த்துகிறேன். பாராட்டுகிறேன். நம் வாசகர்கள் இதை உளமார வரவேற்பார்கள் எனப் பெரிதும் நம்புகிறேன்.

சென்னை-600 016

அப்துல் வஹ்ஹாப் - ஆசிரியர் : ‘‘பிறை’’

பாராட்டுரை

மயிலாடுதுறை, ஏ.வி.ஸி. கல்லூரியின் சரித்திரப் பேராசிரியர்
உயர்திரு. H. அமீர் அலி M.A., M.Ed; அவர்களின் பாராட்டுரை

நபிகள் நாயகம் (ஸல்) அவர்கள் உலகிற்குப் புதிய புரட்சியை தோற்றுவித்தவர்கள்; புதுமையான தத்துவக் கருத்துக்களையும், அறக் கோட்பாடுகளையும் புகட்டி, தாமே பின்பற்றி ஒழுகிக் காட்டியவர்கள்; சொல்லும் செயலும் ஒன்றி, ஒழுகி, முன்மாதிரியாக நின்றவர்கள்: அன்பிலும், பண்பிலும், போரிலும், அமைதியிலும், நட்பிலும், சீலத்திலும், அணிகலனாகத் திகழ்ந்தவர்கள்; உற்றார், உறவினர், அயலார், பிற சமயத்தார் என்ற பாகுபாடின்றி அனைவரிடமும் நேசக்கரத்தை நீட்டி, புதியதோர் அரசை உருவாக்கி அனைவருக்கும் மதிப்பையும் உயர்வையும் அளித்தவர்கள்; ‘‘தாயின் காலடியில், சுவர்க்கம் உள்ளது’’ என்று மொழிந்து, தாயின் பெருமையையும் உலகிலேயே பெண்ணுக்குச் சொத்துரிமையையும் அளித்துப் பெண்ணுரிமையைப் போற்றியவர்கள்; ‘‘பணி செய்தவனின் வியர்வை உலர்வதற்கு முன்பே, அவன் கூலியைக் கொடுத்து விடுங்கள்.’’ என்று இதமாகக் கூறி, உழைப்பின் உயர்வை வலியுறுத்தியவர்கள்; ‘‘அடுத்த வீட்டுக்காரன் பசித்திருக்கும் பொழுது, நாம் விருந்து உண்பது தடுக்கப்பட வேண்டியது’’ என்று அறிவுரை கூறி, ஏழையின் பட்டினியையும், வறுமையையும் சுட்டிக் காட்டி, அதனை நீக்கும் வழிமுறைகளையும் அளித்தவர்கள்: எதிரிகளை வெற்றி கொண்ட போதிலும், அவர்களை மன்னித்த பெருந்தகை; உலக வரலாற்றிலேயே, அடிமைத் தனத்தை ஒழித்த முதலாவது சமுதாயச் சிற்பி-அடிமைகளுக்கு விடுதலை அளித்த ஏந்தல்; மறை தந்த இறைதூதர்; புதியதோர் சமுதாயத்தையும், புதியதோர் நாகரிகத்தையும், உலகின் ஒளிவிளக்காக விட்டுச் சென்ற சீர்திருத்தச் செம்மல், நபி நாயகம் அவர்களின் நாமம் ஊழி ஊழிகாலமாக நிலைத்து நிற்கின்றது. நிலைத்து நிற்கும்; நிலைத்து நிற்குமாக எல்லாம் வல்ல அல்லாஹ்வின் சாந்தியும் சமாதானமும் அவர்கள் மீது உண்டாவதாக!

நபி நாயகத்தின்(ஸல்) வரலாற்றைப் பல அறிஞர்கள் எழுதியுள்ளார்கள். ஆனால், இந்நூலை இயற்றியுள்ள திரு. முல்லை முத்தையா அவர்களும், ஜனாப் எம் கே. ஈ. மவ்லானா அவர்களும், வரலாற்றை வேறு புதிய கோணத்திலிருந்து ஆய்ந்துள்ளார்கள். காலக் கண்ணாடியின் அடிப்படையில் வரலாற்றைக் கூறாமல், மாநபி(ஸல்) அவர்களின் வாழ்க்கை நிகழ்ச்சிகளைக் குறிப்பிட்டு, அவற்றால் மனிதன் பெற வேண்டிய நற்பண்புகள் யாவை, படிப்பினைகள் எவை என்ற அகன்ற அடிப்படையில் ஆய்ந்து இந்நூலை இணைந்து இயற்றியுள்ளார்கள். இஸ்லாமியர்கள் மட்டுமின்றி, பொதுவாக தமிழ் நல்லுலகினர் அனைவரும் படித்து இன்புறுவதற்காகவே இந்நூலைப் புதிய முறையில் எழுதியுள்ளார்கள்.

திரு. முல்லை முத்தையா அவர்கள் தமிழ் நூல்களின் ஆசிரியராகவும், பதிப்பாளராகவும் தம் வாழ்நாட்களை அர்ப்பணித்தவர்கள்; சிறந்த தமிழ் வல்லுநர்; வாழ்க்கைச் சுமைகளிடையே மதிப்பு, பொறுப்பு, தாங்கொணாத நஷ்டங்களைச் சுமத்திய நிலையில் நபிகள் நாய-

கத்தின்(ஸல்) வரலாற்றை ஆய்ந்து, மனம் உருகி, மனம் ஒன்றி, இந்நூலை இயற்றியுள்ளார்கள். தமிழ்த் தென்றல் போல, சுவையான செய்திகளைப் பசுமையாகவே தரத் தக்க ஆற்றல் படைத்த "பசுங்கதிர்" ஆசிரியர், கலாநிதி ஞானக் கவிச்சித்தர் எம்கே.ஈ. மவ்லானா அவர்களை இஸ்லாமிய உலகும், பத்திரிகை உலகும் நன்கு அறியும். நல்ல தமிழ் எழுத்தாற்றல் படைத்தவர்கள்; பல நூல்களை எழுதியவர்கள்; அவர்களும் இணைந்து இந்நூலை எழுதியுள்ளார்கள். இந்நூல் பற்பல பதிப்பாக, மலர்வதற்கு எல்லாம் வல்ல அல்லாஹ்விடத்தில் இறைஞ்சி "துஆ" செய்தவனாக, இந்நூலுக்கு என் பாராட்டுரையை அளிக்கின்றேன். ஆமின்!

ஹ.அமிர் அலி

முன்னுரை

"நற்காரியங்கள் எப்பொழுதும் நன்மை தரும்!" என்பதற்கேற்ப, "நபிகள் நாயகம் அவர்களின் சரித்திர நிகழ்ச்சிகளை" எழுதி வெளியிடும் நல்வாய்ப்பு எங்களுக்குக் கிடைத்ததை எண்ணி, எண்ணி உள்ளம் பூரிக்கின்றோம். பெருமானார் அவர்கள் வரலாற்றை உலக முழுவதிலும் உள்ள அறிஞர்கள் எழுதிப் பெருமை பெற்றிருக்கின்றனர். மேலும், மேலும் எழுதுவார்கள். ஆயினும், இந்நூல் சரித்திரத் தொடர்புடைய சம்பவங்களைச் சுருக்கமாகத் தெளிவாக, சுவையாகக் கற்றோரும் மற்றோரும் படித்து மகிழத் தக்கவாறு எழுதியுள்ளோம்.

குறைகள், பிழைகள் காணப்படுமேயானால், அவை எங்களுடையவை ; புகழ் அனைத்தும் ஆண்டவனுக்கே!

பன்மொழிப் பேராசிரியர், பல நூல்களின் ஆசிரியர், பெருமதிப்பிற்குரிய இஸ்லாமியப் பேரறிஞர், மேதை மௌலானா மௌலவி எம். அப்துல் வஹ்ஹாப் சாகிபு M.A. B.Th அவர்கள், தங்களுடைய அரிய பல பணிகளுக்கிடையே இந்நூலைச் சரிபார்த்து உதவி, அணிந்துரை வழங்கியுள்ளார்கள்.

மயிலாடுதுறை ஏ.வி.ஸி. கல்லூரி சரித்திரப் பேராசிரியர், பல நூல்களின் ஆசிரியர், பன்மொழி அறிஞர் ஜனாப் அமீர் அலி M.A., M.Ed அவர்கள் ஆரம்பத்திலிருந்தே இந்நூலில் உற்சாகம் காட்டியதோடு, பாராட்டுரையும் அளித்திருக்கின்றார்கள்.

இத்தகைய நூலை எழுதத் தூண்டியவர்கள் பலர். அவர்களுள் அன்புசால் சொ.மு.க. ஹமீது ஜலால் அவர்களும், டாக்டர் ஹக்கீம் MM முஸ்தபா அவர்களும் குறிப்பிடத்தக்கவர்கள். மற்றும், பல வகையில் உதவி புரிந்த வர்த்தகப் பிரமுகர்கள்: குறிப்பாக, சீதக்காதி அறக்கட்டளை நிறுவனத்தினர், அச்சிட்டுக் கொடுத்தவர்கள் ஆகிய அனைவருக்கும் எங்களுடைய இதயம் நிறைந்த நன்றியைத் தெரிவித்துக் கொள்கிறோம்.

சென்னை-600 001

எம்கே. ஈ.மவ்லானா - முல்லை முத்தையா

2

நபிகள் நாயகம்

முத்தமிழ்க் காவலர், கலைமாமணி,
டாக்டர் கி. ஆ. பெ. விசுவநாதம் டி. லிட்,

முன்னுரை

சென்ற ஆண்டு கும்பகோணத்தில் நடைபெற்ற அகில இந்திய மீலாத் விழாவில் நான் பங்கு பெற்றுப் பேசிய பேச்சு இது. இப்பேச்சை இஸ்லாமியப் பெருமக்கள் பலரும், இஸ்லாமியப் பத்திரிகைகளின் ஆசிரியர்கள் சிலரும் பாராட்டியிருந்தனர்.

இதை நூல் வடிவில் வெளியிட வேண்டுமெனப் பல அன்பர்கள் வற்புறுத்தி எழுதியிருந்தனர். இன்னும் சிறிது விரிவுபடுத்தி, ஒரு பெரிய நூலாக வெளியிட எண்ணியும், என்னால் முடியவில்லை. இந்த அளவுக்கேனும் வெளியிட முடிந்தமை குறித்து மகிழ்ச்சியடைகிறேன்.

இதை எழுதுவதற்கு எனக்குத் துணை புரிந்த கோயமுத்துர் வேளாண்மைப் பல்கலைக் கழகத் துணைத் தமிழ் ஆசிரியர் அன்பர் திரு கந்தசாமி எம். ஏ., அவர் களுக்கும், இதனை ஒப்பு நோக்கி உதவிய திருச்சி ஜமால் முகமது கல்லூரித் தலைமைத் தமிழ்ப் பேராசிரியர் ஜனாப் சி. நயினார் முகம்மது எம். ஏ அவர்களுக்கும், எவ்வளவோ வேலைகளிருந்தும், நூல் முழுவதையும், நன்கு ஆராய்ந்து படித்து, திருத்தங்களும் செய்து உதவி, மதிப்புரையும் எழுதி வழங்கிய மாண்புமிகு சென்னை உயர்நீதி மன்ற நீதிப்தி ஜஸ்டிஸ் எம். எம். இஸ்மாயில் எம். ஏ., பி. எல் அவர்களுக்கும், இந்நூலின் எழுத்துப் பிரதியை முழுதும் படித்துப் பார்த்து, நூலை வெளியிட ஒப்புதலும் அளித்து, பாராட்டுரையும் வழங்கி உதவிய திருச்சி நகர காஜியார். ஆலி ஜனாப் மௌல்வி முன்ஷி பாசில் சையத் அப்துல் கனி அவர்களுக்கும் என் நன்றியறிதலையும், வணக்கத்தையும் தெரிவித்துக் கொள்ளுகிறேன்.

இந்நூலை நல்ல முறையில் அச்சிட்டு உதவிய சென்னை மாருதி அச்சகத்தாருக்கும், விரைவில் வெளியிட்டு உதவிய சென்னை பாரி நிலைய உரிமையாளர் திரு. அ. செல்லப்பன் அவர்களுக்கும் என் நன்றி. இதை இஸ்லாமியப் பெருமக்கள் மட்டுமின்றி, எல்லாச்

சமய மக்களும் படித்து, வாழ்க்கைக்குப் பயன்படுத்திப் பலனடைவது நல்லது.

தங்களன்பிற்குரிய

கி. ஆ. பெ. விசுவநாதம்

திருச்சிராப்பள்ளி-8

1-10-1974

சென்னை உயர்நீதிமன்ற நீதிபதி

மாண்புமிகு ஜஸ்டிஸ் M. M. இஸ்மாயில் அவர்கள்

மதிப்புரை

திரு. கி. ஆ. பெ. விசுவநாதம் அவர்கள் சாதி, சமய பேதமின்றி தமிழர்கள் அனைவருடைய அன்புக்கும், மதிப்புக்கும், மரியாதைக்கும் பாத்திரமானவர்கள். அவர்களுடைய பகுத்தறிவுப் பற்று இஸ்லாத்திடத்திலும், அதன் திருத்தூதரான முஹம்மது நபி அவர்களிடத்திலும் உண்மையான ஈடுபாட்டை உண்டாக்கிற்று. சுமார் 50 ஆண்டுகளாகத் தமிழ்நாட்டில் முஹம்மது நபி அவர்களுடைய பிறந்த நாளைக் கொண்டாடுவதற்காக நடக்கும் 'மீலாது' விழாக்களில் பெருமளவு அவர்கள் பங்கு கொண்டு நபிகள் நாயகமவர்களுடைய வாழ்க்கையைப் பற்றியும் போதனைகளைப் புற்றியும் விரிவாகப் பேசி வருகிறார்கள். 'அகில இந்திய மீலாது விழா' என்று அண்மையில் கும்பகோணத்தில் நடந்த விழா ஒன்றில் அவர்கள் பேசிய பேச்சு, இப்புத்தக வடிவில் வெளியிடப்படுகிறது.

நபிகள் நாயகம் அவர்களுடைய வரலாறு, அவர்கள் செய்த செயற்கருஞ் செயல்கள், அவர்கள் உணர்த்திய சகோதரத்துவம், அவர்களுடைய அருங்குணங்கள், அவர்கள் கையாண்டு போதித்த சிக்கனம், பிறருடைய குற்றங்களை மன்னிக்கும் கருணை உள்ளம், அவர்கள் நபித்துவம் பெற்றது, அவர்கள் இறைவனிடமிருந்து பெற்று உலகுக்கு வழங்கிய திருக்குர்-ஆன், நபிகள் நாயகமவர்கள் உலகிலே நிலை நிறுத்திய சீர்திருத்தங்கள். அவர்கள் தங்கள் வாழ்க்கையின் பல துறைகளிலே காட்டிய பெருந்தன்மை, உணர்த்திய குறிக்கோள்கள் ஆகியவற்றோடு இஸ்லாத்தின் அடிப்படைத் தத்துவங்கள், அதன் ஐம்பெருங் கடமைகள், முஹம்மது நபியவர்கள் இறுதி தீர்க்கத்தரிசி என்ற கொள்கை ஆகியவையும் சுருக்கமாகக் கூறப்பட்டிருக்கின்றன.

நூல் முழுவதிலும் ஆசிரியர் அவர்களுடைய நல்லெண்ணமும், சிரத்தையும், இஸ்லாத்திடத்தும், முஹம்மது நபியவர்களிடத்தும், முஸ்லிம்களிடத்தும் அவர்களுக்குள்ள விசுவாசமும், மிகத் தெளிவாகத் தெரிகின்றன. இத்தகைய நல்லெண்ணத்திற்காகவும், முஸ்லிம்கள் திரு. கி. ஆ. பெ. விசுவநாதம் அவர்களுக்கு என்றும் நன்றியுள்ளவர்களாக இருப்பார்கள்.

இந்நூலில் சரித்திர ஆதாரமில்லாமல் கர்ண பரம்பரையாக வழங்கி வருகின்ற நிகழ்ச்சிகள் சிலவும், சில தவறுகளும் இடம் பெற்றிருக்கின்றன. சில அச்சுப் பிழைகளும் காணப்படுகின்றன. இவை அடுத்த பதிப்பில் தவிர்க்கப்படவேண்டும் என்பது என் நோக்கம். இப்பதிப்பிலும் அவை எடுத்துக் காட்டப் பெற்று, இந்நூலின் இறுதியியில் பிழை திருத்தம் என ஒரு குறிப்பும் வெளி வந்திருப்பது மகிழ்ச்சியளிக்கிறது.

ஆசிரியர் அவர்களுடைய இந்த முயற்சியும், பணியும் எல்லோருடைய போற்றுதலுக்கும், பாராட்டுதலுக்கும் உரியன. இஸ்லாத்தைப் பற்றியும், நபிகள் நாயகமவர்களைப் பற்றியும் சாதாரண மக்களிடையே நிலவும் தவறான சில எண்ணங்களைத் திருத்தக்கூடிய கருத்துகளும் இந்நூலில் இடம் பெற்றிருக்கின்றன. இத்தகைய கருத்துகளை அகமார்ந்த ஆர்வத்தோடு வெளியிட்டிருக்கும் திரு. கி. ஆ. பெ. விசுவநாதம் அவர்களுக்கு என்னுடைய பாராட்டுதலையும், நன்றியையும், மரியாதையையும் தெரிவித்துக்கொள்கிறேன்.

சென்னை-28

20-09-74

முட. மு இஸ்மாயில்

மதிப்புரை

ஆலி ஜனாப் மௌல்வி பாசில்
சையத் அப்துல் கனி அவர்கள்
திருச்சி நகர காஜி, திருச்சிராப்பள்ளி

"மதிப்பிற்குரிய முத்தமிழ்க் காவலர் திரு. கி. ஆ. பெ. விசுவநாதம்" அவர்களுக்கு அறிமுகம் தேவையில்லை. நாடறிந்த நாவலர். தமிழ்க் காவலர். வாதத்திறமை பெரிதும் உடையவர். முதுமைப் பருவம் எய்திய மூதறிஞர்.

75 ஆண்டுகளை எட்டிப் பிடித்த பெரியவர். பற்பல சமயங்களைத் தர்க்க முறையில் ஆராய்ந்து அறிந்தவர்.

அப்பெரியவர் செய்து வரும் தமிழ்த் தொண்டும், சமூகத் தொண்டும், சமயத் தொண்டும் பொதுவாக எல்லாச் சமயத்தினராலும், சிறப்பாக இஸ்லாமிய மக்களாலும் மறக்க முடியாதவையாகும். தமிழகம் முழுவதுமிருந்து வருகின்ற முஸ்லீம் மக்களுடன், அவர் நீண்ட காலமாக நெருக்கமான தொடர்பு கொண்டவர். இஸ்லாமிய சமூகத்தில் அவருக்கு மிகுந்த செல்வாக்கும், நல்ல மதிப்பும் உண்டு. இஸ்லாமிய இலக்கியங்களையும், சமய உண்மைகளையும் நன்கறிந்தவர். இன்றைய இஸ்லாமியத் தலைமுறையினரில் சிலர் கூட அவர் மூலம் இஸ்லாத்தைப் பற்றித் தெரிந்துகொண்டார்கள் என்பது மிகையாகாது.

சென்ற ஆண்டு கும்பகோணத்தில் நடைபெற்ற அகில இந்திய மீலாத் விழாவில் நபி மணி[ஸல்-அம்] அவர்களின் வாழ்க்கை வரலாற்றையும், நற்றொண்டுகளையும் குறித்து அவர் கொடுத்த குரல் ஒலி, நாடு முழுதும் நன்கு பரவியது. இன்று அது நூல் வடிவில் வெளிவருகிறது, இது அருமையும் பெருமையும் வாய்ந்ததாகும்.

இந்நூலை நான் பார்வையிட்டு மகிழ்ந்தேன். கருத்துகள் சுவையும், நயமும் கலந்து மிளிர்கின்றன. செய்திகள் ஆதாரத்தோடு விளக்கம் பெற்றிருக்கின்றன. நாயகம் அவர்களைப் பற்றி நாவலர் விசுவநாதம் அவர்கள் எவ்வளவு ஆராய்ந்திருக்கிறார்கள் என்பதற்கு இந்நூலே ஒரு சான்று.

அண்ணல் நபி [ஸல்-அம்] பற்றி அறிந்து கொள்ள ஆசையுள்ளவர்களுக்கு இச்சிறிய நூல் போதுமானது என்று கூறும் அளவிற்கு எனக்குத் துணிவு ஏற்படுகிறது.

பொதுவாக தமிழக மக்களும், குறிப்பாக இஸ்லாமிய மக்களும் இந்நூலை ஆழ்ந்து படித்து எம்பெருமானார் கலைமறை முகம்மது [ஸல்-அம்] அவர்களின் வரலாற்றினையும், போதனைகளையும் நன்கறிந்து, தமது வாழ்க்கைக்குப் பயன்படுத்திப் பயனடைய வேண்டுமெனவும், இதன் ஆசிரியர் இது போன்று இன்னுஞ் சில நூல்களையும் எழுதி, நமக்கு உதவி ஊக்கமளிக்க வேண்டுமெனவும் எல்லாம் வல்ல ஆண்டவனாகிய அல்லாஹவை வணங்கி வேண்டிக் கொள்கிறேன்.

திருச்சிராப்பள்ளி

29-03-74

தங்களன்புள்ள

சையத் அப்துல் கனி

நபிகள் நாயகம்

அவைத்தலைவர் அவர்களே! மௌல்விமார்களே! தாய்மார்களே! பெரியோர்களே! அன்பர்களே! உங்கள் அனைவருக்கும் இந்த மாலைப் பொழுதில் என்னுடைய தாழ்மையான வணக்கம்.

கும்பகோணத்தில் கூடியுள்ள பெருமக்களாகிய உங்கள் முன்பு, இன்றைய தினம் அகில இந்திய மீலாத் விழா நடைபெற்றுக் கொண்டிருக்கிறது. இந்த விழாவிலே பங்கு பெறுகின்ற பேறு எனக்கும் கிடைத்தமை பற்றி அதிக மகிழ்ச்சி அடைகிறேன். நாயகம் அவர்களுடைய பிறந்த நாள் விழா நடப்பது குறித்து 45 ஆண்டுகளுக்கு முன்னே மாறுபட்ட கருத்தும் தோன்றியதுண்டு. மௌல்விமார்கள் அன்று அதை மறுத்தார்கள் பண்டிகைகளைப் போல இவ்விழாவைக் கொண்டாடக் கூடாது என்று.

முதன் முதலாக இந்த விழாவைக் கொண்டாடியது திருச்சிராப்பள்ளியில், 45 ஆண்டுகளுக்கு முன்னே. திருச்சிராப்பள்ளியில் பெரிய கடை வீதியில் பேகம் பள்ளி வாசலில் முதன் முதலாகக் கொண்டாடப்பெற்ற விழாவில், பங்கு பெற்ற நான், இந்த விழாவிலும் பங்கு பெறுவது குறித்து மகிழ்ச்சியடைகிறேன். நாயகம் அவர்களுக்குப் பிறந்த நாள் விழாவா? என்ற ஒரு கேள்வியும் கிளம்பியது அன்று. நாயகம் அவர்களுக்கும் பிறந்தநாள் விழாவா என்றால், அவர் பிறந்தநாள் விழாவைக் கொண்டாடக் கூடாது என்ற பொருளில் கேட்கப்பட்ட கேள்வி அது.

அவர்கட்கு அன்று நாங்கள் பதில் சொன்னோம். பிள்ளைகள் பிறந்த நாளைப் பெற்றோர்கள் கொண்டாடுவது ஒரு மரபு. பெற்றோர்களுடைய பிறந்த நாளைப் பிள்ளைகள் கொண்டாடுவது ஒரு வழக்கம். ஒரு நாட்டுத் தலைவன் பிறந்த நாளை அந்த நாட்டு மக்கள் கொண்டாடுவது ஒரு பழக்கம். ஒரு சமயத் தலைவர் பிறந்த நாளை அந்தச் சமயத்தைச் சார்ந்த மக்கள் எல்லாரும் கொண்டாடுவது ஒரு வழக்கம். ஒரு சேனைத் தலைவன் பிறந்த நாளை அச்சேனையைச் சார்ந்த போர் வீரர்கள் எல்லாரும் கொண்டாடுவது ஒரு பழக்கம். ஒன்றிற் சிறந்த ஒரு காரணத்திற்காக ஒருவருக்குப் பிறந்த நாள் விழாக் கொண்டாடுவது சரியாக இருக்குமானால், ஒரே ஒருவர் நாட்டின் தலைவராகவும், சமயத்தின் தலைவராகவும், சமூகத்தின் தலைவராகவும், அரசியல் தலைவராகவும், போர்வீரர்கள் தலைவராகவும்

இருந்த நாயகம் அவர்கட்கு விழாக் கொண்டாடாமல் வேறு யாருக்கு விழாக் கொண்டாடுவது? என்று அன்று முழக்கினோம். எதிர்ப்பு ஒழிந்தது. நாம் மட்டும் இங்கு விழாக் கொண்டாடவில்லை. இன்று உலகம் முழுதும் கொண்டாடிக் கொண்டிருக்கிறது. கொண்டாடுவதின் நோக்கம் உத்தமன் பிறந்த நாள், உலகம் சிறந்த நாள் என்பதே.

1. வரலாறு

பிறந்த நாள் விழாக் கொண்டாடுகின்ற இந்தக் காலத்தில், பேசவேண்டிய பேச்சு அவருடைய வரலாறு ஒன்றுதான். வேறு எதையும் பேசுவதற்கு இந்த மேடையில் இடமில்லை. நாயகம் அவர்களுடைய வரலாற்றைக் கூறுவதற்கு ஒரு நிமிடம் போதும். இது நாள் வரை பேச்சாளர்கள் பலர் பேசியதையும், இப்போது இங்கு பேசப்பெற்ற நல்லறிஞர்கள் பேசிய பேச்சுகளையுமெல்லாம் தொகுத்தால், அவருடைய வரலாறு ஒரு நிமிடத்தில் முடிந்து விடும்.

நாம் போற்றுகிற எம்பெருமானார் நபிகள் நாயகம் அவர்கள், 1446 ஆண்டுகளுக்கு முன்னே, நாம் வாழுகின்ற இதே ஆசியாக் கண்டத்தின் மேலைக் கோடியில் பிறந்தார்கள். அவர்கள் பிறந்த நகரம், அவரைப் பெற்றதனால் பெயரும் புகழும் பெற்ற மக்கா நகரம். அவர்கள் பிறந்து 63 ஆண்டுகள் இந்த நிலவுலகில் வாழ்ந்தார்கள். பிறந்த ஆறு ஆண்டுக்குள்ளாகவே பெற்றோர் இருவரையும் இழந்தார்கள். பெரிய தந்தையாராலே வளர்க்கப் பெற்றார்கள். முன்னைய 40 ஆண்டுகள் குடும்பத்திற்காக, வணிகத்திற்காக என்றே கழிந்தன. அக்காலத்திலும் கூட, சாதாரண மக்களிடத்தில் காணப் பெறாத அரிய செயல்கள், அவர்களிடத்திலே காணப் பெற்றன. பின்னைய 23 ஆண்டுகள், உலக மக்களுக்காக என்றே வாழ்ந்தார்கள். இந்த 63 ஆண்டுகளிலே, அவர்கள் செயற்கரும் செயல்களைச் செய்து சீர்திருத்தத்தைப் புகுத்தி, தம் காலத்திலேயே வெற்றியும் பெற்றார்கள். பசித்திருந்து, தனித்திருந்து, விழித்திருந்து புனிதத் திருமறையை நமக்கு இறக்கித் தந்தார்கள்; நம்மைவிட்டு மறைந்தார்கள்; என்பதுதான் அவர் களுடைய வரலாறு. (கைதட்டல்). இது போதுமானது. அவர்களுடைய வரலாற்றைக் கூறுவதற்கு.

அரேபியா நாடு: ஒரு மணி நேரம் பேசவேண்டும் என்று கேட்டுக் கொண்டார்கள். ஒரு நிமிடத்தில் வரலாறு முடிந்தது. இன்னும் 59 நிமிடங்கட்கு என்ன சொல்வது என்று தெரியவில்லை. ஆனால் அவர் தொடர்பான செய்திகளைப் பேசுவதற்கு ஆண்டுக் கணக்காகும். அவர் பிறந்த நாடு அரேபியா நாடு. அவர்கள் பிறந்த காலத்தில், அந்நாட்டு மக்கள் குடி, கூத்தி, கொள்ளையிடுதல் ஆகியவற்றைச் செய்து கொண்டிருந்தார்கள். மேல்நாட்டுப் பேறறிஞன் சொன்னான் "நாயகம் அவர்கள் பிறந்த பொழுது அராபிய நாடு கார்காலத்து இருளைப் போல் இருந்தது" என்று. என் உள்ளம் அதை ஒப்பவில்லை. கார்காலத்து இருளிலாவது அடிக்கடி மின்னல் தோன்றும். மக்கள் வழி நடக்க அது துணை செய்யும். அன்றைய அரேபிய மக்களிடத்தில், அந்த மின்னல் கூடத் தோன்றவில்லை. அவ்வளவு இருள் கவ்வி இருந்தது. அதற்கு ஒரு சான்று சொன்னால் போதுமானது. அடுத்த வீட்டுக்காரன் ஆடு வளர்த்தான். எதிர்த்த வீட்டுக்காரன் அவரைக் கொடி வளர்த்தான். அடுத்த வீட்டுக்காரனுடைய ஆடு எதிர் வீட்டு அவரைக் கொடியைத் தின்றுவிட்டது. அவ்வளவுதான் செய்தி. இதற்காக, அவரைக் கொடி வளர்த்தவர் ஆடு வளர்த்தவரையும், ஆடு வளர்த்-

தவர் அவரைக் கொடி வளர்த்தவரையும் ஏழு தலைமுறைகள் வரை வெட்டிக் கொண்டு மடிந்தார்கள். அவ்வளவு புத்திசாலித்தனம் அக்கால அரேபியர்களிடம் இருந்தது. அப்படிப்பட்ட மக்களின் நடுவில் பெருமானார் தோன்றி அவர்களைச் சீர்த்திருத்தினார்கள் என்றால், இது எந்த மக்களாலும் எண்ணிப் பார்க்க முடியாத ஒரு அருஞ்செயலும், பெருஞ்செயலும் ஆகும் எனக் கொள்ள வேண்டும். இன்றைய அரேபிய மக்கள் உலகத்தில் சிறந்த விஞ்ஞானிகளாக இருக்கிறார்கள். விஞ்ஞானிகளிலே மிகச் சிறந்த விஞ்ஞானிகள் இன்றைய அரேபியர்கள். அவ்வளவு இருள் கவ்விய அந்தச் சமூகம் இன்றைக்கு ஒளி வீசக் கூடிய அளவுக்கு வளர்ந்து இருக்கிறது என்றால், இந்த நல்ல நாளில் அவர்கள் செய்த தொண்டு எவ்வளவு பெரியது என்பதை நாம் எண்ணிப் பார்க்க வேண்டும்.

இஸ்லாமிய மாணிக்கம்: இதனால்தான் ஒரு மேலை நாட்டு அறிஞன் சொன்னான்! "உலகம் முழுவதும் ஒளி வீசக் கூடிய ஒரு இஸ்லாமிய மாணிக்கம் அரேபிய நாட்டில் கண்டெடுக்கப் பெற்றது" என்று. இந்தச் சொற்றொடருக்கு எவ்வளவு பொருள்! நாயகம் ஒரு மாணிக்கம் என்றும், அது இஸ்லாமிய மாணிக்கம் என்றும், அவருடைய போதனை உலகம் முழுதும் ஒளி வீசுகிறது என்றும், அது கண்டெடுக்கப்பட்ட நாடு அரேபிய நாடு என்றும் அவன் வர்ணித்தான். ஆகவே, இதை இஸ்லாமிய மக்கள் உள்ளத்தே வைத்து நாள் தோறும் பெருமைப்பட வேண்டும்.

இஸ்லாம்: நாயகம் அவர்கள்தாம் இஸ்லாமிய சமயத்தைத் தோற்றுவித்தார்கள் என்று சிலர் எழுதியிருக்கிறார்கள். அது தவறு. இஸ்லாம் என்றும் உள்ளது. அதை நாயகம் அவர்கள் சீர் திருத்தினார்கள். அவ்வளவுதான். இஸ்லாம் என்ற சொல்லுக்கு அமைதி, முத்தி என்று பொருள்.

2. செயற்கரும் செயல்கள்

இனி, பேச வேண்டிய பேச்சு எல்லாம் அவர்கள் செய்த செயற்கரும் செயல்களே. இந்த நல்ல நாளில் அவர்கள் பிறந்த நாளை எண்ணிப் போற்றுவது நல்லது. செயற்கரும் செயல், பிறராலே செய்ய முடியாத அரிய பெரிய செயல்கள். அதில் ஐம்பெருங் கடமைகள் முதலிடம் பெற்றவை.

ஐம் பெரும் கடமைகள்: ஐம் பெருங்கடமைகள் என்பவை நாயகம் அவர்கள் செய்த செயல்களில் எல்லாம் மிகப் பெரும் செயற்கருஞ் செயல்கள். அவற்றில் முதலிலே உள்ளது கலிமா. "லா இலாஹ இல்லல்லாஹ முகமது ரசுலில்லாஹி" என்பது. "வணக்கத்துக்குரியவன் ஆண்டவன் ஒருவனே. அவனது திருத்தூதரே முகமது நபி" என்பது அதன் பொருள். இது ஒரு போர் வீரன், படையின் உள்ளே நுழையும் போது எடுத்துக் கொள்ளுகின்ற ஒரு சத்திய வாக்குப் போன்றது. சட்டசபைக்கு செல்கின்ற உறுப்பினர்கள் எல்லாம் ராஜ விசுவாசப் பிரமாணம் எடுத்துக் கொள்வது போன்றது. இந்த உறுதிப்பாட்டை ஒப்புக் கொள்ளாதவர்களுக்கு இஸ்லாத்தில் இடமில்லை. ஆகவே, இதை முதலாக வைத்தார்கள். அது எண்ணி, எண்ணி மகிழக் கூடியதொன்று. நம்பிக்கை, உறுதி, கட்டுப்பாடு ஆகிய அத்தனையையும் சேர்த்துப் பின்னப் பெற்றது இந்தக் கலிமா. வேறு ஒரு வகையாகச் சொல்ல வேண்டுமானால், தொழுகை, நோன்பு, ஜக்காத், ஹஜ் என்ற நான்கையும், நான்கு தூண்களாக வைத்தால்,

இந்தப் புனித கலிமா இதனுடைய கோபுரமாக இருந்து ஒளி வீசக் கூடியது என்று கூறலாம். அதைத் தாங்கி நிற்கும் தூண்களில் ஒன்று தொழுகை.

தொழுகையை எல்லாரும் செய்கிறார்கள். எல்லாச் சமயத்தினரும் ஏற்றுக் கொள்கிறார்கள் என்று நாம் பார்க்கிறோம். ஆனால், பிற சமயத்தாருடைய தொழுகைக்கும், இஸ்லாத்தினுடைய தொழுகைக்கும் வேறுபாடு உண்டு. நாயகம் அவர்கள் தொழுகையைப் புகுத்தியதற்கு உயர்ந்த கருத்தும் ஒன்று உண்டு. கிறித்துவர்கள் ஞாயிற்றுக் கிழமைகளில் தொழுகிறார்கள். இந்துக்களில் பலர் கார்த்திகைக்கு ஒரு தரம், அமாவாசைக்கு ஒரு தரம், ஏகாதசிக்கு ஒரு தரம் தொழுகிறார்கள். சிலர் ஆண்டுக்கு ஒரு முறை தொழுகிறார்கள். இஸ்லாத்தில் அப்படி இல்லை. நாள்தோறும் தொழ வேண்டும். அதுவும் ஒரு முறை அல்ல, ஐந்து முறை தொழ வேண்டும். அதிகாலை, பகல், மாலை, அந்தி, இரவு ஆகியவைகளில் ஐந்து முறை தொழவேண்டும் என்ற ஒரு கட்டுப்பாடு அவர்களால் விதிக்கப் பெற்றது. அதனுடைய கருத்து என்னவென்றால், அடிக்கடி இறைவனோடு தொடர்பு வைத்துக் கொள்கிறவன் தீயவற்றை எண்ண மாட்டான். அவன் உள்ளத்திலே அதற்கு இடம் இராது. மனம்தான் அனைத்துக்கும் இருப்பிடம். மனம் தூய்மையாகி விட்டால் எண்ணமும், செயலும் தானே தூய்மையாகி விடும். அடிக்கடி உள்ளத்தை இறைவனிடத்திலே வைத்துக் கொண்டிருந்தால் தீய எண்ணங்கள், தீய செயல்களுக்கு இடமே இராது என்று அவர்கள் கண்டார்கள். அதைச் சமூகத்திலே புகுத்தினார்கள். இதைச் சொல்லுவதற்கு அவர்களுடைய வாழ்க்கையிலேயே நடந்த ஒரு நல்ல நிகழ்ச்சியைக் குறிப்பிடலாம்.

ஒரு யூதன் குடிகாரன். நாயகம் அவர்கள் பேசிக் கொண்டிருந்த போது, ‘எனக்கு இஸ்லாத்தில் இடமுண்டா?’ என்று கேட்டான். ஹஜரத் அபுபக்கர் அவர் கள் பக்கத்திலே இருந்து கொண்டு ‘இஸ்லாத்தில் குடிகாரனுக்கு இடம் இல்லை’ என்று சொன்னார்கள். நாயகம், அவர்களைக் கை அமர்த்தி வெகு அமைதியாக ‘உனக்கும் இஸ்லாத்தில் இடம் உண்டு’ என்று சொன்னார்கள். ‘அப்படியா! இனி நான் இஸ்லாத்தில் சேரலாமா?’ என்றான். 'கட்டாயம் சேரலாம். ஆனால் ஒரே ஒரு நிபந்தனை. இறைவனைத் தொழப் போகும் போது மட்டும் நீ குடிக்கக் கூடாது‘. அதற்கவன் அப்படியே செய்வதாக ஒப்புக் கொண்டான், கலிமா சொல்லப் பெற்றது; இஸ்லாத்தில் சேர்ந்தான், அவன் தொழப் போகும் போது குடிக்க இயலாதவன் ஆனான்,

கொஞ்ச நாள் ஆனதும், காலையில் மட்டும் தொழுதால் போதாது, மாலையிலும் தொழ வேண்டும் என்றார்கள். இரண்டு நேரம் போனான். இரண்டு நேரம் குடிக்காமல் இருந்தான். அப்புறம் பகலிலும், அப்புறம் அந்தியிலும், அப்புறம் இரவிலும், ஐந்துமுறை தொழ வேண்டுமென்று அவனிடம் கூறப் பெற்றது. ஐந்து முறையும் தொழப் போக ஆரம்பித்தான். ஐந்து நேரமும் குடிக்க முடியாமற் போய் விட்டது. அப்புறம் ஒரு நாள், இறைவனைத் தொழப் போகும் போது மட்டும், குடிக்காமல் இருந்து பயனில்லை; தொழுது விட்டு வந்த பிறகும் குடிக்காமல் இருக்க வேண்டும் என்றார்கள். அதற்கும் ஒப்புக் கொண்டான். கடைசியில் அவனுக்குக் குடிக்கவே நேரமில்லாமற் போய் விட்டது. தொழ வேண்டிய நேரம் ஐந்து என்று வைத்து, பிறகு, இறைவனைத் தொழப் போகும் போது குடிக்கக் கூடாது. பிறகு, வந்ததும் குடிக்கக் கூடாது என்று வைத்தால், பிறகு எந்த நேரம் குடிப்பான்? இதிலிருந்து நமக்கு என்ன தெரிகிறது? இறைவனோடு அடிக்கடி தொடர்பு வைத்துக் கொண்டவர்கள்.

தீய சொற்களைச் சொல்ல மாட்டார்கள்; என்பதை அவர்கள் அன்றே எண்ணி, வரையறுத்துக் காட்டினார்கள். குறைவில்லாத நிறை மனமே, இறைவனின் இருப்பிடம் என்பது அவர்களது வாக்கு.

நோன்பு: தொழுகையை அடுத்தது நோன்பு. எங்கள் பாட்டி ஒருத்தி நோன்பு இருப்பார்கள். நான்கு இட்லி, மூன்று தோசை, இரண்டு கப் உப்புமா, ஒரு கப் பால் குடித்து விட்டு நோன்பு இருப்பாள். சோறு மட்டும் உண்பதில்லை. அது ஒரு வகையான நோன்பு. இஸ்லாத்தின் நோன்புக்கும், மற்றவர்கள் நோன்புக்கும் பெரிய வேறுபாடு உண்டு. வரையறுக்கப்பட்ட சில காலத்திலாவது, குடல் சுத்தமாக இருக்க வேண்டும். அதற்கு ஓய்வு வேண்டும் என்பதை நாம் பார்க்கிறோம். எத்தனையோ ஆலைகள் ஓய்வு பெறாமல் ஓடிக் கொண்டே இருக்கின்றன. தேய்ந்து விடுகின்றன. ஓய்வு கொடுக்கிறோம். கடிகாரங்கள் ஓடுகின்றன. அதில் உள்ள கருவிகள் தேய்கின்றன. நாம் என்றைக்காவது எண்ணிப் பார்த்தோமா? ஆண்டவன் அமைத்த நமது உடலுறுப்புகள் தேய்வில்லாமல், நூறாண்டுகள் ஆடிக் கொண்டும் ஓடிக் கொண்டும் இருக்கின்றன என்பதைச் சிந்தித்துப் பார்த்தோமா? சிந்தித்துப் பார்க்க வேண்டும். கடிகாரத்திலுள்ள நுணுக்கமான கருவிகளை விட, நம் வயிற்றில் அதிக நுணுக்கமான கருவிகள் இருக்கின்றன. எந்திரங்கள் செய்கின்ற வேலையை விட, அதிக வேலைகளை இவை செய்கின்றன. கடிகாரங்கள் எல்லாம் சாவி கொடுத்து ஓடுகின்றன. நமது உறுப்புகள் எல்லாம் சாவி கொடுக்காமலேயே, ஓடிக் கொண்டிருக்கின்றன. ஆலைகள் அனைத்தும் மின்சாரத்திலே ஓட்டப் பெறுகின்றன. நமது உறுப்புகள் எல்லாம் அது இல்லாமலே ஓடுகின்றன. ஆக, இத்தகைய குடல்களுக்கும், உறுப்புகளுக்கும் வரையறுக்கப்பட்ட சில காலத்திலாவது ஓய்வு இருக்க வேண்டும் என்று எண்ணினார்கள். நீண்ட நாள் உயிர் வாழ உடல் நலத்திற்குத் துணை செய்கின்ற ஒன்று இது.

மற்றொன்று, சமயத் தொடர்பானது. குடல் சுத்தமாகும் போது, உடல் சுத்தமாகிறது. உடல் சுத்தமாகும் போது, எண்ணம் சுத்தமாகிறது. எண்ணம் சுத்தமாகும் போது, ஆன்மா சுத்தமாகிறது. சுத்தமடைந்த ஆன்மாதான், ஆண்டவன் அருளுக்குப் பாத்திரமாகிறது என்பதைப் பின்னிப் படிப்படியாக அமைத்திருக்கிறார்கள் என்று தெரிகிறது. நோன்பிலிருந்து இறையருள் பெறுவது வரை. இது அவர்கள் புகுத்தியது.

ஜக்காத்: நான்காவது ஜக்காத். நான் எத்தனையோ மொழி பெயர்ப்பாளர்களிடம் இந்த ஜக்காத் என்ற சொல்லுக்குப் பொருள் யாது எனக் கேட்டேன். சரியான பொருள் கிடைக்கவில்லை. வடமொழியில் சொன்னால், தர்மம் என்கிறார்கள். நான் தமிழில் மொழி பெயர்த்தேன் கொடை என்று. ஒன்றும் பொருந்தவில்லை. இந்த ஒரு அரேபியச் சொல்லுக்கு, எந்த மொழியிலும் சரியான சொல் இல்லை. சொல்லவும் முடியவில்லை. ஏதேனும் சொல்ல வேண்டும். ஏழை மக்களுக்குப் பணக்காரன் கொடுத்துத் தீரவேண்டிய ஒரு கட்டாய வரி என்று சொன்னால் பொருத்தமாக இருக்கும்.

தன் சொத்தில் 40ல் ஒரு பங்கு உளமகிழ்ந்து வழங்குகின்ற இது பரிசுத்தத் தன்மை வாய்ந்தது. அதாவது அதன் மூலம் தன் சொத்தைத் தூய்மைப் படுத்திக் கொள்வது. இப்படிப் பிறர்க்கு வழங்குவதன் மூலம் 40ல் ஒரு பங்கு வரி கொடுத்து விட்ட பிறகு, இதனால் மற்ற 39 பங்கு தூய்மையாகிறது என்பது பொருள். 4 ஆயிரம் வைத்திருப்பவன் 100 ரூபாய், 40 ஆயிரம் வைத்திருப்பவன் 1 ஆயிரம் கொடுக்க வேண்டும். இது கட்டாய வரி. அது மட்-

டும் கருத்தில்லை. இந்த ஜக்காத், பணக்காரன் இரும்புப் பெட்டியிலே வைத்திருக்கும் பச்சை நோட்டுகளும், பணமும் ஏழையின் குடிசைக்கும், தகரக் குவளைக்கும் வந்து சேர, ஒழுங்காக வெட்டப்பட்டுள்ள ஒரு கால்வாய் மாதிரியும் தெரிகிறது. உலகம் முழுதும் உள்ள மக்கள் இம்முறையைக் கையாண்டு வருவதானால், பொதுவுடைமை இயக்கமே தேவையில்லை என நான் கருதுகிறேன். நாயகம் அவர்கள் தம்முடைய உள்ளத்தில் இதை எண்ணியே புகுத்தி இருக்கிறார்கள்.

ஹஜ்: கடைகியாக 'ஹஜ்'. 'ஹஜ்'ஜுக்கு நான் போனதில்லை. போக விரும்பியும் முடியவில்லை. ஆனால், நான் சிங்கப்பூரில் இருந்தேன். அங்கே ஒரு சைனா நண்பர். 'ஹஜ்'ஜுக்குப் போய் வந்தவர். அவருக்குத் தமிழ் தெரியாது. எனக்கு சீனம் தெரியாது. இரண்டு பேரும் மலாய் மொழியில் சிறிது உளறிக் கொள்வோம். அவர் சொன்னதை நான் கொஞ்சம் அறிந்து கொண்டு, இங்கு வந்த பிறகு அதை விசாரித்தறிந்து பார்த்தால், மக்களாகப் பிறந்தவர்கள் ஒவ்வொருவரும் அங்குச் சென்றாக வேண்டும் எனத் தெரிய வருகிறது. ஆண்டு தோறும் அங்கு இலட்சக் கணக்கான மக்கள் தொழுகைக்காகக் கூடுகிறார்கள்.

கஃபா பள்ளி: தொழுமிடம் மக்கா நகரிலுள்ள கஃபா பள்ளி. மிகச் சிறிய பள்ளி. அதை ஹஜரத் இப்ராகீம் அவர்கள் கட்டினார்கள் என்பது வரலாறு. ஆனால் உண்மையான வரலாறு, அவர்களாலும் கட்டப்படவில்லை என்பது. 'அவருக்கு முன்பும் அந்த வணக்க ஸ்தலம் இருந்தது. ஹஜரத் இப்ராகீம் அவர்கள் அதைப் பழுது பார்த்துச் செப்பனிட்டார்கள்' என்று இத்தாலி தேசத்து வரலாற்று ஆசிரியர் ஒருவர் எழுதி இருக்கிறார். அப்பள்ளிக்கு ஒரு பெரிய சிறப்பு உண்டு. மனிதனுக்குத் தெய்வ உணர்ச்சி உண்டானதும், அவன் ஆண்டவனைத் தொழுவதற்கு முதன் முதலாகத் தேர்ந்தெடுக்கப்பட்ட இடம் அது. அது அவ்வளவு தொன்மையானதும் பரிசுத்தமானதுமான இடம். பிறகு அதைப் பல்வேறு அரசர்கள் பழுது பார்த்து வந்திருக்கின்றனர். ஐந்து கண்டங்களிலும் உள்ள மக்கள் அனைவரும் ஆண்டுதோறும் அங்கு வந்து ஒன்று கூடுகிறார்கள்.

நாம் நினைத்திருக்கிறோம், இஸ்லாமியர் எல்லாம் மேற்கு நோக்கித் தொழுகிறார்கள் என்று. அதுதான் இல்லை, இந்தியாவில் உள்ளவர்கள் எல்லாம் மேற்கு நோக்கித் தொழுகிறார்கள். துருக்கியில் இருக்கிறவர்களெல்லாம் தெற்கு நோக்கித் தொழுகிறார்கள். தென் ஆப்பிரிக்காவில் உள்ளவர்கள் எல்லாம் வடக்கு நோக்கித் தொழுகிறார்கள். வட ஆப்பிரிக்காவில் இருக்கிறவர்கள் எல்லாம் கிழக்கு நோக்கித் தொழுகிறார்கள். இப்படி உலகம் முழுதும் உள்ள மக்கள் இம்மாதிரித் தொழுகிறார்கள் என்றால், உலகத்தின் ஐந்து கண்டத்தில் உள்ள இஸ்லாமிய மக்கள் அனைவரும் அந்த ஒரே புண்ணியத் தலத்தை நோக்கியே தொழுகிறார்கள் என்பது பொருள். நாம் இருக்கும் இடத்திற்கு அது மேற்கே இருப்பதால், நாம் மேற்கு நோக்கித் தொழுகிறோம்.

பத்து லட்சத்திற்கு மேல் உள்ள மக்கள் ஆண்டு தோறும் அங்கு கூடுகிறார்கள். நாடு வேற்றுமையோ, மொழி வேற்றுமையோ, நிற வேற்றுமையோ அங்கு இல்லை. அனைவருக்கும் ஒரே நேரத்தில் உணவு, ஒரே மாதிரியான உடை. ஆண்களுக்குத் தையல் இல்லாத உடை. இடுப்பில் ஒன்று, மேலே ஒன்று. ஒரே மாதிரியான நிறம். ஒரே நேரத்தில் ஓதுச் செய்வது. ஒரே நேரத்தில் தொழுகை, ஒரே ஒலி, 'அல்லாஹும்ம லப்பைக்' [கை தட்டல்]. "ஆண்டவனே உனது முன்னிலையில் நிற்கிறோம்" என்ற ஒரே ஒலி. இக்கண் கொள்ளாக்

காட்சியை உலகத்தில் வேறு எந்த நாட்டிலும், எந்த இடத்திலும் மக்கள் காண இயலாது. இதனால் நல்லறிஞர்கள் பலர், இதைச் 'சமத்துவம் விளைவிக்கும் ஒரு பெருஞ் சந்தை' என்று சொல்லியிருக்கிறார்கள்.

வசதி படைத்த மக்கள் எல்லோரும் ஏன் ஹஜ்ஜை நிறைவேற்ற வேண்டுமென்றால், அனைவரும் அங்கு சென்று பார்த்து, எல்லாரும் ஒன்று என்பதை அங்கு கண்ணாற் கண்டு, ஆண்டவனைத் தொழுது, அவரவர் நாட்டுக்குச் சென்ற பிறகு, அவர்கள் இக்கொள்கையை ஆங்காங்கு அழுத்தமாகக் கடைப்பிடித்துப் பரப்பத் துணை செய்யும் என்று எண்ணியே அமைத்து இருக்கிறார்கள். கடைகளிற் போய்ப் பல சரக்குகளையும், வயல்களிற் போய் தானியங்கனையும் கொள்வது போலச் சமத்துவ மனப் பான்மையையும் மக்கள் கொள்ள வேண்டுமானால், அங்கு சென்றுதான் கொள்ள வேண்டியிருக்கும்.

ஜம் ஜம் தீர்த்தம்: ஜம் ஜம் என்ற ஒரு தீர்த்தம் அங்கு உண்டு. அது ஒரு சிறிய கிணறு. மிகப் பெரிய, கடுமையான அந்தப் பாலைவனத்தில் இருக்கிறது, அங்கு வேறு நீர் ஊற்றுகள் கிடையா. இங்கு ஓடுவது மாதிரி ஆறோ, குளமோ, வாய்க்காலோ இல்லை. இந்த சிறிய கிணறு 10 இலட்சம் மக்களுக்கு, வற்றாத ஊற்றாக இருந்து நீர் வழங்கிக் கொண்டிருக்கிறது. அது ஒரு பெரும் வியப்பு. 1941ஆம் ஆண்டில் பிரிட்டிஷ் ஆராய்ச்சியாளன் ஒருவன் அக்கிணற்றின் நீரைக் கொண்டு போய் ஆராய்ச்சி செய்து, அதில் தங்கச் சத்து இருக்கிறதென்று கூறியிருக்கிறான். இது ஆராய்ச்சியாளர்கள் சமயத்துறைக்கு அப்பாற்பட்டுச் சிந்திக்கவேண்டிய அரிய செய்தி.

ஆகக் கலிமா, தொழுகை, நோன்பு, ஜக்காத், ஹஜ் ஆகிய ஐந்தையும் இஸ்லாமியர்கள் அனைவரும் கட்டாயம் கைக்கொள்ள வேண்டும். அது மக்களின் பெருங்கடமை. ஆகவே இதை ஐம்பெருங் கடமைகள் என வைத்திருக்கிறார்கள். இஸ்லாமியர் என்றால், இவற்றைச் செய்தாக வேண்டும். இல்லையானால், அவர்கள் உண்மையான இஸ்லாமியர் ஆக மாட்டார். நோய் வாய்ப்பட்டால், வறுமை வாய்ப்பட்டால், சூழ்நிலை அமையாதிருந்தால், அவர்களுக்கு மட்டும் விதிவிலக்கு உண்டு. செல்வமும் இருந்து, உடல் நலமும் நன்றாக இருந்து, அவர்கள் அந்தக் கடமையிலிருந்து தவறுவார்களேயானால், அவர்களுக்கு விதி விலக்கு இல்லை. கட்டாயம் செய்து தீர வேண்டும் என்று விதிக்கப்பட்டிருக்கிறது.

இஸ்லாமியப் பெருமக்களுக்கு ஒரு ஐயப்பாடு உண்டு என்பதை நான் பல இடங்களில் கண்டிருக்கிறேன். இந்துகள் இஸ்லாத்தை அழிக்கிறார்கள்; அல்லது அழிக்க முற்படுகிறார்கள். கிறித்துவர் இஸ்லாத்துக்குப் புறம்பான காரியங்களைச் செய்கிறார்கள்; பேசுகிறார்கள். இதனால் இஸ்லாம் அழிந்துவிடுமோ என்று ஐயப்படுகின்றவர்கள் சிலரை நான் பார்த்து இருக்கிறேன். அத்தகைய சொற்கள் என் காதிலே விழுந்திருக்கின்றன. இஸ்லாமியப் பெருமக்கள் இந்த ஐம்பெருங் கடமைகளைச் சரிவரச் செய்து கொண்டு வருவார்களேயானால், உலகத்தின் எந்தச் சக்தியாலும் இஸ்லாத்தை அழிக்க முடியாது என்று நான் உறுதியாகக் கூறுகிறேன் [கை தட்டல்]. அந்த அளவிற்குப் பிணைக்கப் பட்டிருக்கின்றன நாயகம் அவர்கள் விதித்த ஐம்பெருங் கடமைகள்.

3. சமத்துவம்

எம்பெருமானார் செய்த செயற்கரும் செயல்களில் ஒன்று சமத்துவம் என்பது. சமத்துவம் இந்துக்கள் கோயில்களிலே கிடையாது. கிறித்துவர்களின் ஆலயங்களில் கிடையாது. தன்னுடைய வேலைக்காரன் தொழுகைக்கு முன்னே சென்று விட்டால், எஜமானன் பின்னே சென்றால், அவனுக்கும் பின்னே இருந்துதான் தொழ வேண்டும். கிறித்துவர்கள் கோயிலில் அமைச்சருக்கு இடம், அரசனுக்கு இடம், அரச குடும்பத்திற்கு இடம், மந்திரிகளுக்கு இடம், உத்தியோகத்து கலெக்டர்களுக்கு இடம், மக்களுக்கு இடம் என்றெல்லாம் நாற்காலிகள் ஒழுங்கு படுத்தி இருப்பார்கள். இந்துக் கோயில்களிலே அர்ச்சகர் போகிற இடம் வேறு. ஜமீன்தார்கள் போகிற இடம் வேறு. பணக்காரர்கள் இடம் வேறு, ஏழைகள் இடம் வேறு. கடைசியாகத் தாழ்த்தப் பட்டவர்களுக்குக் கொடிக் கம்பத்தருகில் இடம் என ஒதுக்கப் பெற்றிருக்கும். பள்ளிவாசலில் அது இல்லை. அப்கன் அரசர் அமீர், ஐதராபாத் நிஜாம், துருக்கித் தலைவர் இனூனு, ஈரான் மன்னர், அரேபிய அரசர் யாராக இருந்தால்தான் என்ன? வேலைக்காரன் முன் சென்று முன் வரிசையில் இருந்தால், இந்த மன்னர்கள் அவனுக்கு அடுத்த வரிசையில் இருந்துதான் ஆண்டவனைத் தொழ வேண்டும். இன்னும் ஒரு படி தாண்டிச் சொல்கிறேன், தன் வேலைக்காரனுடைய காலடியில்தான் மன்னாதி மன்னர்கள் தங்கள் முடியை வைத்து ஆண்டவணைத் தொழ வேண்டும். [கை தட்டல்] அவ்வளவு தூரம் சமத்தவம் வற்புறுத்தப் பெற்றிருக்கிறது.

இம்மாதிரியான காட்சியைப் பிற சமயத்தினரிடத்தில் காண இயலாது. என்னுடைய நண்பர் கான் பகதூர் பி. கலிபுல்லா சாயபு அவர்கள் நபிகள் நாயகம் விழா ஒன்றில் பேசும் பொழுது, இஸ்லாத்திலே சமத்துவம் சொல்லப்பட்டிருக்கிறது என்று கூறினார்கள். எனக்குச் சிறிது வருத்தம் உண்டாயிற்று. நான் அவர்கள் பேசிய பின்னால் பேசினேன். நான் சொன்னேன்: ‘அவர்கள் பேசியதை மறுக்கிறேன். இஸ்லாத்திலேதான் சமத்துவம் சொல்லப்பட்டிருக்கிறதா? மற்ற மதங்களிலே சமத்துவம் சொல்லப்படவில்லையா? அவர்கள் சொன்னது தவறு. மறுக்கிறேன்’ என்றேன். அவர் என்னை வியப்போடு பார்த்தார். ‘ஆமாம்! நீங்கள் சொன்னது பெரிய தவறு’ என்றேன். ‘என்ன?’ என்றார். "இஸ்லாத்தில் மட்டும் சமத்துவம் சொல்லப்படவில்லை; எல்லாச் சமயங்களிலும் சமத்துவம் சொல்லப்பட்டு இருக்கிறது, ஆனால், இஸ்லாத்தில் மட்டும்தான் ‘சமத்துவம் செய்யப்பட்டிருக்கிறது’" என்றேன். அதுதான் உண்மை. அம்மாதிரி பிற சமயங்களில் செய்யப்படாமல், சொல்லப்பட்டு மட்டும் இருக்கிறது. ஆகவே, இனிமேல் சொல்லும் போது இஸ்லாத்திலே சமத்துவம் சொல்லப்பட்டிருக்கிறது என்று சொல்லாமல், இஸ்லாத்தில் சமத்துவம் செய்யப்பட்டிருக்கிறது என்று சொல்லவேண்டும்" என்றேன் [கை தட்டல்]. ஒத்துக்கொண்டார்கள். உண்மையும் அதுதான்.

4. சகோதரத்துவம்

சகோதரத்துவம்: அது மக்கள் அனைவரும் உடன் பிறந்தோர் என்பது. கறுப்பு அடிமை பிலால், வீரத் தலைவர் சையது, பணக்கார அபுபக்கர், பலசாலி உமர், வாலிப வீரர் அலி, ஆகிய இவ் ஐவரின் வரலாறு எல்லாம் உங்களுக்கு நன்கு தெரியும், படித்து இருப்பீர்கள்.

ஒன்றுக்கொன்று மலைக்கும், மடுவுக்கும் உள்ள வேற்றுமை. இவர்கள் அத்தனை பேரையும் ஒரு மேடையில், ஒரு வரிசையில் நிறுத்தித் தோளோடு தோள் சேர்த்துச் சகோதரனாக்கி வைத்தது இஸ்லாம். இது நாயகம் அவர்களுடைய போதனை. இதை அவர்களைத்தவிர வேறு எவராலும் செய்ய முடியாது. வேறு எச்சமயத்திலும் காண முடியாது. இது ஒன்று போதும் சகோதரத்துவத்தைப் பற்றிக் கூறுவதற்கு.

5. தீர்க்கதரிசி

தீர்க்கதரிசி என்றால், பின்னால் வருவதை முன்னால் அறிபவர் என்றாகும். நபி என்றால், இறைவனுடைய திருத்தூதர் என்றாகும். எத்தனையோ தீர்க்கதரிசிகள், நபிமார்கள் உலகத்தில் தோன்றினார்கள் என்று எல்லாச் சமயத்தினரும் கூறுகிறார்கள். ஆனால் தீர்க்கதரிசி என்ற சொல்லுக்கு உரியவர்கள் நம்முடைய நபிகள் நாயகம் ஒருவர்தான். இது என்னுடைய முடிபு. ஞானி ஒருவன் பின்னாலே வரப் போகின்ற செய்திகளை முன்னாலே அறியும் ஆற்றல் படைத்தவத்தவன். அந்தப் பேராற்றல் நாயகம் அவர்களுக்கு முழுதும் இருந்தது.

பெண் கல்வி: இப்பொழுது பாருங்கள். அடுப்பூதும் பெண்களுக்குப் படிப்பு எதற்கு என்று இன்னும் கேட்டுக் கொண்டிருக்கிறார்கள். ஆனால் 1400 ஆண்டுகளுக்கு முன்பே ஆணுக்கும், பெண்ணுக்கும் படிப்புத் தேவை என்று நாயகம் அவர்கள் கூறியிருக்கிறார்கள். அவர்கள் தீர்க்கதரிசியா இல்லையா என்று எண்ணிப் பாருங்கள்.

சொத்துரிமை: பெண்களுக்குச் சொத்துரிமை வேண்டும் என்ற சட்டம் இப்பொழுதுதான் நிறைவேற்றப் பட்டிருக்கிறது. ஆனால் 1400 ஆண்டுகளுக்கு முன்பே பெண்களுக்குச் சொத்துரிமை வேண்டுமென்று சட்டம் செய்திருக்கிறாரே அவர் தீர்க்கதரிசியா அல்லவா என்று எண்ணிப் பாருங்கள்.

விதவை மணம்: விதவைகளுக்கு மறுமணம் தேவை என்ற சட்டம், சட்டசபையில் இன்றைக்கு உள்ளே போகிறது, வெளியே வருகிறது. இன்னும் இழுபறியாக இழுத்துக் கொண்டே இருக்கிறது. ஆனால் 1400 ஆண்டுகளுக்கு முன்பே, விதவைகளுக்கு மறுமணம் தேவையெனச் சட்டம் செய்திருக்கிறாரே! அவர் தீர்க்கதரிசியா அல்லவா? என்பதை எண்ணிப் பாருங்கள்.

மது விலக்கு: நம் நாட்டில் இப்பொழுதுதான் மதுளிலக்குச் சட்டம் நிறைவேறியது. அதுவும் மாறி மறைந்து கொண்டிருக்கிறது. ஆனால் 1400 ஆண்டுகளுக்கு முன்பே மது விலக்குச் சட்டம் நிறைவேற்றியிருக்கிறார் என்றால், அவர் தீர்க்கதரிசியா அல்லவா? என்பதை எண்ணிப் பாருங்கள்.

ஆலயப் பிரவேசம்: நம் நாட்டில் இராஜாஜி அவர்கள் காலத்தில்தான், ஆலயப் பிரவேசச் சட்டம் செய்து கோவில்கள் அனைவருக்கும் திறந்து வைக்கப் பெற்றிருக்கின்றன. ஆனால் நாயகம் அவர்கள் 1400 ஆண்டுகளுக்கு முன்பே, பள்ளி வாசல்களுக்குக் கதவுகளே இல்லாமல் எல்லோருக்கும் திறந்து வைக்கச் செய்திருக்கிறார்கள். அவர்கள் தீர்க்கதரிசியா? அல்லவா என்பதை எண்ணிப் பாருங்கள்.

6. திருக்குர்-ஆன்

எம்பெருமானார் நபிகள் நாயகம் அவர்கள் படிக்கவில்லை, அப்படிப் படிக்காத ஒருவர் வாயிலிருந்து நமது திருமறையாகிய திருக்குர்ஆன் தோன்றியுள்ளது. இது நடக்கக்கூடிய காரியமா? நீங்கள் இதை ஒப்புக் கொள்கிறீர்களா என்று என்னையே பலர் கேட்டிருக்கிறார்கள். நான் அவர்களுக்குக் கூறிய விடை பைபிளில் உள்ள ஒரு கதைதான்.

சாலமோன் ஞானி என்று ஒரு பெரியவர் இருந்தார் என்பதை பைபிளைப் படித்த எவரும் நன்கறிவார்கள். அவர் வேறு யாரும் அல்லர். அவர் நமது 'ஹஜரத் சுலைமான்' அவர்கள் தாம். திருக்குர்ரானையும் பைபிளையும் படிப்பவர்களுக்கு இரண்டிலும் காணப்படுகின்ற பெயர்கள் ஒரே பெயராகத் தோன்றும். திருக்குர்ரானில் யாக்கூப், தாவுத், இப்ரகீம், மூசா, சிக்கந்தர், சுலைமான் என்று வரும் பெயர்களெல்லாம் பைபிளில் ஜேகப், டேவிட், ஆப்ரகாம், மோசே, அலெக்சாந்தர், சாலமோன் என வரும்,

சாலமோன் மிகப் பெரிய ஞானி, அவருக்கு ஒரு ஐயப்பாடு தோன்றியது. "நல்லவன் வறுமை வாய்ப்பட்டுத் துன்பப்படுகிறானே ஏன்! கெட்டவன் செல்வம் படைத்து மகிழ்ச்சியோடு வாழ்கிறானே ஏன்? செல்வம் படைத்த பலருக்குக் குழந்தை இல்லையே ஏன்? அவர்கள் விரும்பியும் வேண்டியும் குழந்தை பிறக்காதது ஏன்? வறுமை வாய்ப்பட்ட ஏழை மக்களுக்கு அதிகப் பிள்ளைகள் பிறந்திருப்பதேன்? அவர்கள் விரும்பா விட்டாலும் அதிகமான குழந்தைகள் பிறக்கின்றனவே! அது ஏன்? இது கடவுள் செயலா? சாத்தான் செயலா? கடவுள் செயல் என்றால் அது நியாயமாகுமா? சாத்தான் செயல் என்றால் கடவுளின சக்திக்கு மீறியும் சில செயல்கள் நடக்க முடியுமா?" என்பதே அவரது ஐயம்.

இதை அவர்கள் எண்ணி எண்ணிப் பார்த்தார்கள். ஒன்றும் புரியவில்லை. பல நாள் சிந்தித்தார்கள். ஒன்றும் விளங்கவில்லை. வீட்டிலிருந்தும், வீதியிலிருந்தும் நடந்தும், கிடந்தும் ஆலோசித்துப் பார்த்தார்கள். ஒன்றும் தோன்றவில்லை.

கடைசியாகக் கடற்கரைக்குச் சென்று, காலையிலிருந்து மாலை வரை கடல் அலை நீர் காலிற் படும்படிக் கரையோரமே நடந்து உலாவி யோசித்துப் பார்த்தார்கள். விடை கிடைக்கவில்லை.

சாலமோன் ஞானி தம் முயற்சியைக் கை விடவில்லை. எப்படியாகிலும் இதற்கு விடை கண்டே தீருவேன் என்று உறுதி பூண்டார். காலையில் எழுந்ததும், கடற்கரைக்குச் செல்வதும், அங்கு இது பற்றி ஆலோசிப்பதும், மாலையில் வீடு திரும்புவதுமாகிய இப்பணி பல நாட்கள் தொடர்ந்து நடந்து கொண்டிருந்தது. ஒரு நாள் அவர் கடற்கரையில், இது பற்றி எண்ணி உலாவிக் கொண்டிருந்த பொழுது, ஒரு சிறுவன் தன் கையிற் சிறிய கொட்டாங்கச்சியை வைத்துக் கொண்டு கடல் நீரை முகந்து, மணலில் ஊற்றி விளையாடிக் கொண்டிருப்பதைக் கண்டார். ஞானி தெற்கேயிருந்து வடக்கே போகும் போதும், வடக்கேயிருந்து தெற்கே வரும் போதும், அச்சிறுவன் கிழக்கும் மேற்குமாக நடந்து, கடல் தண்ணீரை ஊற்றி விளையாடிக் கொண்டிருந்தான். ஞானி அதைப் பொருட்படுத்தாமல், தம் சிந்தனையிலேயே ஆழ்ந்து நடந்து கொண்டிருந்தார். ஒரு வித முடிவும் தோன்றவில்லை.

மாலைப் பொழுது மறையவே வீடு திரும்பலானார். சிறிது தூரம் நடந்ததும், கடற்கரையில் விளையாடிக் கொண்டிருந்த சிறுவனின் நினைவு வந்தது. அங்கிருந்தே அவனைக் கூப்பிட்-

டார். சிறுவன் அதைச் சிறிதும் காதில் வாங்காமல் மேலும் விளையாடிக் கொண்டிருந்தான். சாலமோன் ஞானி அவனிடமே சென்று, "தம்பி பொழுது இருட்டுகிறதே. வீடு திரும்பவில்லையா?" எனக் கேட்டார். அதற்கு அவன் "ஹஜ்ரத், உங்கள் வேலை முடிந்து விட்டது போல் இருக்கிறது. நீங்கள் போகிறீர்கள். என் வேலை இன்னும் முடியவில்லை. அதை முடித்த பிறகுதான், நான் வீடு திரும்புவேன்" என உறுதியாகக் கூறினான். "தம்பீ! அது என்ன வேலை?" எனக் கேட்டார். அதற்கு அவன், "கடல் தண்ணீர் முழுவதையும் இந்தக் கொட்டாங்கச்சியால் இறைத்துக் கரையில் ஊற்றுகின்ற வேலை" என்றான். ஞானி வியப்புடன் சிரித்து, "தம்பி! நீ எவ்வளவு! கடல் தண்ணீர் எவ்வளவு! உன் கையில் உள்ள கொட்டாங்கச்சி எவ்வளவு! இதைக் கொண்டு அதை எப்படி இறைத்து, ஊற்ற முடியும்" எனக் கேட்டார். சிறுவன் சொன்னான், "ஹஜரத்! நீங்கள் எவ்வளவு! ஆண்டவன் எவ்வளவு!உங்கள் மூளை எவ்வளவு! இதைக் கொண்டு அவன் செயலை அறிய முடியுமானால், இந்தக் கொட்டாங்கச்சியைக் கொண்டு இக்கடல் தண்ணீரை இறைத்து விட முடியாதா? நீங்களும் முயற்சி செய்யுங்கள்; நானும் முயற்சிக்கிறேன்" என்று மறுபடியும் ஓடிக் கடல் தண்ணீரை முகக்கத் தொடங்கினான்.

சாலமோன் ஞானிக்கு விடை கிடைத்து விட்டது. கிடைத்த விடை என்ன? மனிதன் தன் மூளையைக் கொண்டு, ஆண்டவனுடைய செயல்களை அளக்க முயற்சிப்பது, கொட்டாங்கச்சியைக் கொண்டு கடல் தண்ணீரை இறைத்து விட முயற்சிப்பது போன்றது என்பதே. ஞானிக்கு ஐயம் மறைந்தது. அதே வினாடியில் சிறுவனும் மறைந்தான்.

படிக்காத ஒருவர் வாயிலிருந்து 'திருக்குரான்' எப்படித் தோன்றியிருக்க முடியுமென்று என்னைக் கேட்பவர்களுக்கு நான் கூறுகிற விடை சாலமோன் ஞானியினுடைய கதைதான்.

7. இஸ்லாத்தின் வளர்ச்சி

கி. பி. 611ல் இஸ்லாம் சமயத்தைச் சீர்திருத்தி, அதன் ஒரே தலைவராகத் தனித்து நின்றவர் நாயகம் அவர்கள், 614ல் நாற்பது பேர் சேர்ந்தனர். 624ல் அதன் எண்ணிக்கை முந்நூறாகி, 625ல் ஆயிரமாக உயர்ந்து: 634ல் ஒரு இலட்சம் பேராகக் காட்சியளித்தனர். இன்று இஸ்லாமிய சமயத்தினர் எண்ணிக்கை தொண்ணூறு கோடியாக உயர்ந்திருக்கிறது. அதாவது, இன்றைய உலக மக்களின் எண்ணிக்கையில் ஐந்தில் ஒரு பங்கு. நூறு மக்களில் 20 பேர் இஸ்லாமிய சமயத்தைத் தழுவி நிற்பவர். இது நபிகள் நாயகத்தின் பேராற்றலையும், இஸ்லாமிய சமயத்தின் தத்துவத்தையும் விளக்கிக் காட்டுவதாகும்.

8. கடைசி நபி

இஸ்லாமியப் பெருமக்களின் அழுத்தமாள கொள்கைகளில் ஒன்று எம்பெருமான் முகம்மது நபி அவர்களைக் கடைசி நபி எனக் கருதுவது. நபி என்ற சொல்லுக்கு இறைவனுடைய தூதர் என்று பொருள்.

மக்களுக்கு நன்மை செய்ய ஆண்டவன் விரும்பி, அவ்வப்போது தன் திருத்தூதர்களை அனுப்புவது வழக்கம் என்றும், இந்து சைவ, வைணவ, பௌத்த, சமண, கிறிஸ்தவ சமயங்-

களில் காணப்படுகின்ற, கூறப்படுகின்ற அவதார புருஷர்கள் என்பவர்களெல்லாம், உண்மையில் இவ்வுலகுக்கு இறைவனால் அனுப்பப்பட்ட திருத்தூதர்களாகிய நபிமார்களே எனவும், இஸ்லாம் ஒப்புக் கொள்கிறது. இது, அதன் பரந்து விரிந்த மனப்பான்மையையே காட்டுவதாகும். இம்முறையில் இறைவனால் கடைசியாக அனுப்பப்பட்ட திருத்தூதர் முகமது நபி அவர்கள் என்பதே இஸ்லாமியக் கோட்பாடுகளில் தலை சிறந்தது. இவ்வுலகில் இதுவரை தோன்றியுள்ள எல்லா நபிகளுக்கும் தலைவர் என்ற பொருளில்தான், நபிகள் நாயகம் என்ற பெயரே அமைந்திருக்கிறது.

9. அருங்குணங்கள்

இனி இவரது அருங்குணங்கள் சிலவற்றை ஆராய்வோம்.

ஏழைகள் மீது கருணை: எம்பெருமானார் அவர்கள் கருணையுள்ளம் படைத்தவர்கள். அதிலும் அவர்கள் ஏழைகளிடத்தில் காட்டும் கருணை அளவு கடந்ததாகும். அதற்கு எடுத்துக்காட்டு ஒன்று கூறுகிறேன்.

நாயகம் அவர்கள் தமக்கென்று இரண்டு ஆடைகளையும், இரண்டு தாழம்பாய்களையும் வைத்துக் கொண்டு மற்றவற்றையெல்லாம் இல்லாத மக்களுக்கு வழங்கினார்கள் என்று தான் நாம் கேள்விப் பட்டிருக்கிறோம். ஆனால் இத்தாலி தேசத்துப் பேராசிரியர் ஒருவர், அதில் ஒரு நயத்தைப் புகுத்தி எழுதியிருக்கிறார். அது, தமக்கென்று இரண்டு தாழம்பாய், இரண்டு ஆடைகளை வைத்துக் கொண்டு, மற்ற எல்லாவற்றையும் இல்லாத மக்களுக்கு வழங்கிப் பெற்றுக் கொண்ட மக்களின் முகம் மகிழ்ச்சி அடைவதைக் கண்டு மகிழ்ச்சியடைந்தார் என்பதே. இது நம் உள்ளத்தைத் தொடவில்லையா? பெற்றுக் கொண்டவர்களுடைய முகம் மகிழ்ச்சி அடைவதைக் கண்டு அவர்கள் மகிழ்ச்சி அடைந்தார்கள் என்பதைப் படிக்கும் போதே, நமக்கு வியப்பையையும் மகிழ்ச்சியையும் ஒருங்கே அளிக்கிறது. இது எவ்வளவு பெரிய கருணை என எண்ணிப் பார்க்க வேண்டும்.

பெண்ணுக்குப் பெருமை: ஒரு சமயம் நாயகம் அவர்களை அவரது தாயார் பார்க்க வந்தார்கள். அதுவும் பெற்ற தாயல்ல; செவிலித்தாய்; வளர்த்த தாய். உடனே தம் மேலாடையை எடுத்து விரித்து அதில் உட்கார வைத்துப் பேசி அனுப்பி வைத்தார்கள். பெண்ணுக்கு அவர்கள் தந்த பெருமைக்கு இதைவிட வேறு என்ன சான்று வேண்டும்?

எளிமை: நாயகம் அவர்களைப் பல அறிஞர்கள் சூழ்ந்து கொண்டு, 'நீங்கள் தேவனா?' எனக் கேட்டார்கள். 'இல்லை' என்றார்கள். 'தேவகுமாரனா?' எனக் கேட்டார்கள். 'இல்லை நான் உங்களைப் போன்று ஒரு மனிதன்' என்றார்கள். இது அவர்களிடம் காணப்பெற்ற எளிமைக்கு ஒரு சான்று தங்களையே கடவுள் என்று சொல்லிக் கொண்டு வாழ்ந்தவர்களையெல்லாம் நாம் பாத்திருக்கிறோம். தங்களைக் கடவுளுடைய குமாரன் என்று சொல்லிக் கொண்டவர்களுடைய வரலாறு நமக்குத் தெரியும். கடவுளுடைய அவதார புருஷர்கள் என்று சொல்லிக் கொண்டவர்கள் பலர். நாயகம் அவர்களிடத்தில் இந்தச் சொல், அவர்கள் வாயிலிருந்து வந்ததே இல்லை. இத்தகைய பெருந்தன்மையை மற்றவர்களிடத்தில் காண முடியுமா? எண்ணிப் பாருங்கள்.

ஜீவகாருண்யம்: ஜீவகாருண்யத்தில் நாயகம் அவர்களுக்கு அதிகப் பற்றுண்டு. பல பேர் நினைக்கிறார்கள். இஸ்லாமியர் எல்லாம் இரக்கமில்லாது, உயிர்களைக் கொல்லுகின்றவர்கள் என்றும், அவ்வாறு அவர்களுக்கு நாயகம் போதித்திருக்கிறார்கள் என்றும். இது தவறு. அவர்களுடைய சீடர்களிலே ஒருவர் "நேற்றுப் பத்துப் பேருக்கு விருந்து பண்ணினேன்" என்றார். நாயகம் அவர்கள் "என்ன செய்தாய்?" என்றார். "10 குருவிகளைச் சமைத்தேன்" என்றார். "அடப் பாவமே! ஒரு கோழியைச் சமைத்திருக்கலாமே!" என்றார். 10 உயிர்கள் கொல்லப்படுகிறதை விட ஓர் உயிர் கொல்லப்படுவது இரக்கம், அவர்களுடைய கருணை. மற்றொரு நாள், வேறொருவர் வந்து "ஐந்து ஆடுகளை அறுத்து 200 பேருக்கு விருந்தளித்தேன்" என்றார். "அடப் பாவமே! ஒரு மாட்டை அறுத்திருக்கலாமே!" என்றார். எவ்வளவு ஜீவகாருண்யம் பாருங்கள்! உண்ணுவதற்கு வேறெதுவும் விளையாத அப்பாலைவனங்களில் பல உயிர்களைக் கொன்று உண்பதை விட, 'ஓர் உயிரைக் கொன்றிருக்கலாமே' என இரக்கங்காட்டி இருக்கிறார்.

சகிப்புத் தன்மை: அவர்களுடைய சகிப்புத் தன்மைக்கு ஒரே ஒரு சான்று. நாள்தோறும் அவர்கள் பள்ளிவாசலுக்குப் போவார்கள். அவர்கள் மீது வெறுப்புக் கொண்ட ஒருவன், குப்பை கூளங்களை எடுத்து வைத்துக் கொண்டு மாடி மீதிருந்து நாயகம் அவர்கள் தலை மேலே கொட்டுவான். ஒரு நாளாகிலும் நின்று, அது யார் என்று அவர்கள் கேட்டதில்லை. சத்தம் போட்டதில்லை. வெறுத்ததில்லை. பல நாள் அது நடை பெற்று வந்தது. அவர்கள் சகிப்புத் தன்மையோடு அதைத் துடைத்துக் கொண்டு பள்ளிவாசலுக்குப் போய் ஒதுச் செய்து தொழுது வருவார்கள். போகும் போது கொட்டாவிட்டால், வரும் போது கொட்டுவான் என்பது அவர்களுக்குத் தெரியும். அவர்கள் அதற்கும் தயாராக வருவார்கள். ஒரு நாள் பள்ளிவாசலுக்குப் போகும் போதும் குப்பை விழவில்லை. தொழுது திரும்பி வரும் போதும் விழவில்லை. அவர்கள் கால் எட்டிப் போகவில்லை. நடை வரவில்லை. நின்று விட்டார்கள். அந்த வீட்டைத் திரும்பிப் பார்த்தார்கள். ஆனால் ஒருவன் எதிர்த்த வீட்டிலிருந்து சொன்னான். "நீங்கள் செல்லுங்கள், ஹஜ்ரத். அவன் விளையாட்டுக்காரப் பையன். அவன் ஏதோ தெரியாமல் செய்து விட்டான்" என்று. அதற்கு நாயகம் அவர்கள், "நாள்தோறும் நான் வரும் போதெல்லாம் இது நடக்குமே? இன்றைக்கு ஏன் நடக்கவில்லை? என்று தெரிந்து கொண்டு போகலாமென்றுதான் கேட்டேன்" என்றார்கள். "இல்லை ஹஜ்ரத்! அவன் பெரிய சுரத்தினாலே அவதிப்படுகிறான். எழுந்திருக்க முடியாது" என்றான். இதைக் கேட்ட நாயகம் அவர்கள் மனங்கலங்கி அவ்வீட்டின் கதவைத் தட்டி, கோஷா எச்சரிக்கை செய்து, உள்ளே நுழைந்தார்கள். அவன் படுக்கையிற் படுத்துக் கொண்டு அலறிக் கொண்டிருந்தான். என்ன நடந்தது? என்ன நடக்கும்? நம் அறிவுக்கு எட்டாதது அங்கு நடந்தது. உடனே சென்று அவனைத் தூக்கி மடிமேல் வைத்துக் கொண்டு, ஆண்டவனிடத்தில் துவா கேட்க ஆரம்பித்தார்கள். "ஓ ஆண்டவனே! நாள் தோறும் நான் வருகின்ற வழி மேல் விழி வைத்துக் காத்திருந்த என்னுடைய அரிய நண்பனுக்கா இந்த நோய்?" என்று துவாக் கேட்க ஆரம்பித்தார்கள். துவாக் கேட்கப் பட்டது. நோய் நீங்கியது அவன் ஒரு நல்ல சீடனானான்.

கிறித்தவர்களுக்குத் தொழ இடம்: ஒரு சமயம் கிறித்துவப் பாதிரியார் நாயகம் அவர்களைப் பார்க்க வந்தார். நாயகம் அவர்கள் அப்போது ஒரு பள்ளிவாசலில் இருந்தார்கள். பேச்சு வெகு நேரம் நடந்தது. பாதிரியாருக்கு ஜபம் செய்ய வேண்டிய நேரம் வந்துவிட்டதால்,

தாம் வேறிடத்திற்குச் சென்று ஜபம் செய்து விட்டு, மீண்டும் வருவதாக நாயகம் அவர்களிடம் கூறினார்கள். நாயகம் அவர்கள் மிக அமைதியாக "இந்த வெய்யிலில் வெளியிற் போய் வர வேண்டாமே! உங்கள் ஜபத்தை இங்கேயே செய்யலாமே" என்று, பள்ளிவாசலின் ஒரு மூலையைக் காட்டினார்கள். பாதிரியார் அங்கு ஜபம் செய்துகொண்டிருந்தார். இந்நிகழ்ச்சி நாயகம் அவர்களோடு இருந்த சிலருக்கு மனப் புழுக்கத்தையும் வெறுப்பையும் உண்டாக்கியது. அவர்கள் நாயகம் அவர்களிடம் வந்து, "பள்ளிவாசலின் தூய்மை கெட்டு விட்டதே" என வருந்திக் கூறினார்கள். நாயகம் அவர்கள், "இரண்டு ஆண்டவன் இல்லை. பாதிரியார் வணங்கும் ஆண்டவனும், நாம் வணங்கும் ஆண்டவனும் ஒருவனே" எனக் கூறி அவர்களை அமைதிப்படுத்தினார்கள். இது, 'எல்லாச் சமயத்தினரும் வணங்குகின்ற கடவுள் ஒருவனே' என எண்ணும் நாயகம் அவர்களின் பரந்து விரிந்த உள்ளத்தை நமக்குப் படம் பிடித்துக் காட்டுவதாகும்.

வணிகம்: நாயகம் அவர்கள் முதல் நாற்பதாண்டுக் காலத்தில், ஒட்டக வணிகம் செய்தார்கள். அப்போது அவர்களிடம் 40 ஒட்டகங்கள் இருந்தன. வெளியூரிலிருந்து ஒட்டகம் வாங்க வந்த ஒருவர், நாயகம் அவர்களிடம் 40 ஒட்டகங்களுக்கும் சேர்த்து விலை கூறும்படி கேட்டார். முதலில் ஒட்டகங்களனைத்தையும் போய்ப் பார்த்து வரும்படி நாயகம் அவர்கள் கூறினார்கள். வியாபாரி போய்ப் பார்த்து வந்து, மறுபடியும் 'எல்லா ஒட்டகங்களுக்கும் சேர்த்து விலை என்ன?' என்று கேட்டார். அதற்கு நாயகம் அவர்கள் சிரித்துக் கொண்டே. "அதில் ஒரு ஒட்டகம் நொண்டி, ஒரு கால் தரையில் ஊன்றாது. மூன்று கால்களாலே தத்தி தத்தி நடக்கும். அதைப் பார்த்திரா?" என்று கேட்டார்கள். இந்தக் காலத்து வியாபாரிகளிடம் நாம் இந்த நேர்மையையும், நாணயத்தையும் காண முடியுமா? இதைக் கேட்ட வியாபாரி அஞ்சி நடுநடுங்கிப் போனார். அவரது நேர்மைக்கு வணக்கம் செலுத்தி, "அந்த நொண்டி ஒட்டகமும் மற்ற 39 ஒட்டகங்களுடன் சேர்ந்து இருக்கட்டுமே" என்று கேட்டு, வாங்கிப் போனார். எப்படி, நாயகம் அவர்களின் வணிகம்!

பெருந்தன்மை: நாட்டையும், மக்களையும், புனித இடங்களையும் காப்பாற்ற நாயகம் அவர்கள் தம்மைச் சார்ந்தவர்களோடு சேர்ந்து கொண்டு, வாளேந்திப் பகைவர்களோடு போர் புரியும் நிலைமை பல தடவை நேர்ந்தது. ஒரு சமயம், போர்க் களத்தில் நாயகம் அவர்களின் சிறிய தந்தையார் வாளேந்திய கையுடன் மடிந்து கிடந்தார். அதைக் கண்ட ஹிந்தா என்று பெயர் கொண்ட பகைவர் கூட்டத்தில் உள்ள பெண்ணொருத்தி, அவரது குடலை அறுத்தெடுத்து வாயில் வைத்துக் கடித்து 'ராட்சசி' போன்று வெறியாட்டம் ஆடினாள். நாயகம் அவர்களைச் சேர்ந்தோர் அவளைச் சிறைப்படுத்தி வைத்திருந்தனர். இறுதியில் போர் முடிந்து, நாயகம் அவர்கள் வெற்றி விழாக் கொண்டாடிய பொழுது சிறைக் கைதிகளை விடுதலை செய்தனர். இச் செய்தியைச் சிறைக் கைதிகள் அனைவரும் கேட்டு, மகிழ்ந்து வெளியில் ஓடினர். 'ஹிந்தா' என்ற அந்தப் பெண் மட்டும் தனக்கு விடுதலை கிடைக்காது என்று நம்பி. அங்கேயே இருந்தாள். சிறைக் காவலாளிகள் அவளுக்கும் விடுதலை கிடைத்திருப்பதாகச் சொல்லி வெளியே போக வற்புறுத்திய பொழுது, 'எனக்கும் விடுதலையா! எனக்கும் விடுதலையா!' என அவள் மனம் உருகி, உருகி அழுது, அழுது அரற்றிய சொற்கள் நம் உள்ளத்தை எல்லாம் உருக்குகின்றன. என்னே நாயகம் அவர்களின் பெருந்தன்மை!

10. தெய்வ பக்தி

அவருடைய தெய்வ பக்திக்கு ஒன்றென்ன, இரண்டு சான்றுகள். ஒரு தரம், அவருடைய பகைவர்கள் அவரை நெருங்கி விட்டார்கள். ஹஜ்ரத் அபூபக்கர் உடன் இருந்தார்கள். பகைவர்கள் அவர்களைத் தேடி அழிக்க 70 பேர் வந்தார்கள். 'ஏதோ இன்று நடக்கும்' என்று நாயகம் அவர்களும், அபூபக்கரும ஒரு குகைக்குள் இருந்தார்கள். பவருடைய காலடிச் சத்தம் மிக நெருக்கமாகக் கேட்கிறது. அப்பொழுது ஹஜ்ரத் அபூபக்கர், நாயகம் அவர்களை நோக்கி. "ஹஜ்ரத், 70 பேர் வருகிறார்களே! நாம் இரண்டு பேர்தானே இருக்கிறோம்?" என்றார். நீங்களானால் என்ன சொல்வீர்கள்? இரண்டு பேர் என்றுதானே? நாம்தான் என்ன சொல்லுவோம்? நாம் சொல்லாததை அவர்கள் சொன்னார்கள். உடனே அவர்கள் "நாம் இருவர் அல்லர், மூவர்" என்றார்கள். ஹஜ்ரத் அபூபக்கர் யாரோ கூட இருக்கிறார்கள் என்று குகையைச் சுற்றிச் சுற்றிப் பார்த்தார். அதைக் கண்டு நாயகம் அவர்கள். "ஆண்டவன் ஒருவன் நம்மோடு இருக்கிறான். அவனையும் சேர்த்து நாம் மூவர்" என்றார்கள். இது அவர்களின் தெய்வ பக்திக்கு ஒரு சான்று. இறுதியில் அவர்கள் கூறிய்வாறே நடந்தது. பகைவர்கள் வந்து குகையின் வாயிலைப் பார்த்தபோது, வாயில் முழுவதும் சிலந்தியின் நூல் வலையைப் போலக் காணப்பட்டது, அவர்கள் அதில் ஆட்கள் நுழையவில்லை என எண்ணித் திரும்பி விட்டார்கள்.

இரண்டாவது நிகழ்ச்சி இன்னும் கொஞ்சம் கடுமையானது. யூதன் ஒருவன் தன் வாளை எடுத்துக் கொண்டு இவர்களை வெட்டு ஒன்று, துண்டு இரண்டாக வெட்ட நெடுநாளாகக் காத்திருந்தான். அவனுக்கு வாய்ப்பு வரவில்லை. பல நாள் தேடிக் கொண்டிருந்தான். அப்போதும் வாய்ப்புக் கிடைக்கவில்லை. பலர் கூட இருப்பதால் தனித்துச் சந்திக்க முடியவில்லை. ஒரு நாள் அவன் சாலையில் வரும் பொழுது, நாயகம் அவர்கள் ஒரு மரத்தடியில் களைப்பைத் தீர்த்துக் கொள்ளப் படுத்திருந்தார்கள். அப்படியே கண்ணயர்ந்து விட்டார்கள். இதைக் கண்டுவிட்டான் யூதன். எடுத்தான் வாளை, நீட்டினான் கழுத்தண்டை. யாரும் அங்கு தடுப்பாரும் இல்லை. அவரும் அங்கு விழிப்போடு இல்லை. நல்ல உறக்கம். வாளை ஓங்கி விட்டான், வெட்டிக்கொல்வதற்கு! ஒரே வினாடிதான். உள்ளத்தில் வெற்றி பெற்ற மகிழ்ச்சியோடு, "ஓய் முகமதுவே! உன்னை யார் இப்போது காப்பாற்றப் போகிறார்கள்?" என்று உரக்கக் கூறி வாளை ஓங்கினான். உடனே நாயகம் அவர்கள் விழித்ததும், அவனையும் அவனது வாளையும் கண்டு ஆச்சரியப்பட்டு, "அல்லாஹ்!" என்று கையை நீட்டிக் தேக்கினார்கள். அவன் குழம்பி "உன்னை யார் காப்பாற்றப் போகிறார்கள்?" என்று கேட்ட கேள்விக்கு, "அல்லாஹ் காப்பாற்றப் போகிறார்" என்ற விடை வந்ததாக எண்ணினான். கை நழுவி, வாள் கீழே விழுந்து விட்டது. நாயகம் அவர்கள் அந்த வாளைக் கையில் எடுத்து கொண்டு, "இப்பொழுது உன்னை யார் காப்பாற்றப் போகிறார்கள்?" என்றார். அதற்கு அவன் "ஹஜ்ரத்! நீங்கள்தான் காப்பாற்ற வேண்டும்" என்றான். அதற்கு நாயகம் அவர்கள், "அல்ல; உன்னையும் என்னையும் காப்பாற்றியவன் ஆண்டவனே!" எனக் கூறிச் சென்று விட்டார். இது அவர்களது தெய்வ பக்திக்கு மற்றொரு சான்று. தன்னைக் கொல்ல வந்த பசுவையும் கொல்லலாம் என்பது ஒரு நீதி. தன்னைக் கொல்ல வந்த மனிதனையும், கொல்லாமல் விட்டது நாயகம் அவர்களின் நீதி. என்னே, நாயகம் அவர்களின்

நீதியும், தெய்வ பக்தியும்!

11. சிக்கனம்

கருமித்தனம் அல்ல: ஒரு சமயம் நாயகம் அவர்களிடம் ஒரு பெரியவர் வந்து, 'தங்கள் ஊரில் பள்ளிவாசல் இல்லை. அதைக் கட்டியாக வேண்டும். அதற்குப் பணம் தேவை, என்ன செய்யலாம்?' என்றார்கள். அதற்கு நாயகம் அவர்கள், பக்கத்து ஊரிலுள்ள ஒரு செல்வனின் பெயரைச் சொல்லி, "அவரிடம் சென்று கேளுங்கள். கொடுப்பார்" என்றார்கள். பெரியவர் உடனே அவ்வூருக்குச் சென்று அப்பணக்காரரைப் பார்க்கப் போனார். அப்பொழுது பணக்காரர் தம் வேலையாளைத் தூணிற் கட்டி வைத்துத் தம் கையை மடக்கி, அவன் முகத்தில் குத்திக் கொண்டிருந்தார். பெரியவர் பக்கத்திலுள்ளவர்களிடம் 'ஏன் இப்படி, அவனைக் குத்துகிறார்' என்று கேட்டார். 'செல்வர் வேலையாளைப் பருப்பு வாங்கி வரச் சொன்னார். பத்துப் பருப்புச் சிந்திப் போயிற்று, அதற்காக அவனைப் பத்துக் குத்துக் குத்திக் கொண்டிருக்கிறார்' என்றார்கள். அதைக் கேட்டதும், பெரியவர் பயந்து ஓட்டம் பிடித்து நாயகம் அவர்களிடம் திரும்பி வந்து விட்டார். நாயகம் அவர்கள், 'செல்வர் என்ன கொடுத்தார்?' என்றார்கள். அவர் வேலையாளுக்குக் கொடுத்த குத்துகளையே கூறினார். [சிரிப்பு]. நாயகம் அவர்கள் "மறுபடியும் நீர் அவரிடம் சென்று கேளும்" என்று கட்டளை இட்டார். மறுபடியும் பெரியவர் அச்செல்வரிடஞ் சென்றார். அப்பொழுது, அச்செல்வர் தம் மற்றொரு வேலையாளை மரத்தில் கட்டி வைத்து, சாட்டையால் அடித்துக் கொண்டிருந்தார். பெரியவர், அங்கிருந்தவர்களிடம் 'ஏன் இப்படி அடிக்கிறார்?' என்று கேட்டார். "இந்த வேலையாள் எண்ணெய் வாங்கி வரும் போது, பத்துச் சொட்டு எண்ணெய் சிந்திப் போயிற்று. அதற்காகச் சவுக்கால் பத்தடிகள் அடிக்கிறார்" என்று சொன்னார்கள். பெரியவர் மிகவும் பயந்து நடுநடுங்கி, இக்கருமியிடம் பணம் கேட்பதை விடப் பள்ளிவாசல் கட்டுவதையே நிறுத்தி விடலாமென்று எண்ணி, நாயகம் அவர்களிடம் ஓடி வந்து விட்டார். [சிரிப்பு]. நாயகம் அவர்கள் 'செல்வர் என்ன கொடுத்தார்?' எனக்கேட்டார்கள், அவர் சவுக்கடி கொடுத்த செய்தியைக் கூறி, 'அவரிடம் பணம் கேட்க என் மனம் துணியவில்லை' என்று கூறினார். 'போய்க் கேளு'மென மறுபடியும் உத்தரவு வந்தது. பெரியவர் மறுபடியும் செல்வரிடம் சென்றார். நல்ல வேளையாக எதுவும் அங்கு அப்பொழுது நடைபெறவில்லை. பெரியவர் துணிந்து செல்வரிடஞ் சென்று தனது நோக்கத்தைத் தெரிவித்தார். செல்வர், "எவ்வளவு ரூபாயில் பள்ளிவாசல் கட்டப் போகிறீர்கள்" என்று கேட்டார். அதற்குப் பெரியவர், "அதைக் கட்டி முடிப்பதற்குப் பத்தாயிரம் ரூபாய் ஆகும். நீங்கள் ஐயாயிரம் கொடுத்தால், வேறு பலரிடம் ஐயாயிரம் வாங்கி, விரைவில் கட்டி முடிக்க உதவியாக இருக்கும்'' என்று கேட்டுக் கொண்டார். அதற்குச் செல்வர், "இவ்வளவு காலம் உங்கள் ஊரில், பள்ளிவாசல் இல்லாமல் இருந்ததே தவறு. இன்னும் பலரிடஞ் சென்று காலந் தாழ்ந்த வேண்டாம். நானே பத்தாயிரமும் தருகிறேன். இதற்கு உதவாமல், பணம் என்னிடம் எதற்காக இருக்கிறது?" என்று கூறி, அள்ளிக் கொடுத்தனுப்பினார். பெரியவருக்குத் தலை சுற்ற ஆரம்பித்தது. மனக்குழப்பத்தோடு, நாயகம் அவர்களிடம் வந்து, "பத்துப் பருப்புச் சிந்தியதற்காகவும், பத்துச் சொட்டு எண்ணெய் சிதறியதற்காகவும் தன் வேலைக்காரர்களைச் சவுக்கடியால் அடித்துத் துன்புறுத்தும்

இவன், பள்ளிவாசல் கட்ட ஐயாயிரங் கேட்ட பொழுது, பத்தாயிரங் கொடுத்தானே இதற்கு என்ன காரணம்?" என வினவினார். அதற்கு நாயகம் அவர்கள், "கருமித் தனம் வேறு; சிக்கனம் வேறு. அவன் கருமியல்ல; சிக்கனத்தைக் கையாள்பவன். அவன் அப்படியெல்லாம் பொருள்களைப் பாழாக்காமல் சேர்த்து வைத்திருந்ததனால்தான், அப்பணம் பள்ளிவாசல் கட்டப் பயன்படுகிறது" எனக் கூறினார். நாயகம் அவர்களுடைய இந்த வாக்கு நமக்குக் கருமித் தனத்திற்கும், சிக்கனத்திற்கும் உள்ள இடைவெளியை நன்கு காட்டுகிறது.

காய்கறியிலும்: நாயகம் அவர்களுடைய சிக்கனக் கொள்கை ஏழைக் குடிசைகளில் மட்டும் அல்லாமல், ஆட்சித் தலைவர்களின் அரண்மனைகளிலும் கையாளப்பட்டு வந்தது. ஒரு கலிபா, தம் உணவிற்காகக் காய்கறிக்கு மட்டும் நாள் தோறும் நான்கணா மதிப்புள்ள நாணயத்தைத் தம் மனைவியிடம் கொடுத்து விடும்படி கட்டளையிட்டிருந்தார். நெடுநாள் இம்முறை கையாளப்பட்டு வந்தது. ஒரு நாள் உணவருந்தும் பொழுது, அதிகமான காய்கறிகள் பரிமாறப்பட்டிருந்தன. கலிபா ஆச்சரியப்பட்டு, "இவையனைத்தையும் நான்கணாவில் வாங்கியிருக்க முடியாதே! இது எப்படிக் கிடைத்தது?" என மனைவியிடம் கேட்டார். அதற்கு அவள், "நாள் தோறும் கொடுக்கப்படும் நான்கணாவில், காலணா வீதம் எடுத்துச் சேமித்து வைத்திருந்தேன். அது, திருநாளும் பெருநாளுமான இன்று, அதிகக் காய்கறி வாங்கிச் சமைக்க உதவியது" என்றாள். உடனே என்ன நடந்திருக்கும்? என்ன நடந்தது? நம் மூளைகளுக்கு எட்டாத ஒன்று நடந்தது. அது என்ன தெரியுமா? அடுத்த நாள் காலை அமைச்சரைக் கூப்பிட்டு, "என் இல்லத்திற்குக் காய்கறி வாங்க நாலணாத் தேவையென நினைத்தது தவறு. இப்போது மூன்றே முக்காலணாவே போதும் எனத் தெரிகிறது. ஆகவே, நாளையிலிருந்து மூன்றே முக்காலணா மட்டும் கொடு" என்பதுதான். [சிரிப்பு]

வெளிப் பயணத்திலும்: பெரும் போர் ஒன்று நடந்து வெற்றி பெற்ற சமயம். வெற்றி பெற்ற நாட்டின் 2ம் கலிபா தோல்வியடைந்த பாலஸ்தீன் நாட்டின் பொக்கிஷத்தின் சாவியைப் பெறப் புறப்பட்டான். பல படை வீரர்களும், அதிகாரிகளும் உடன் வரப் புறப்பட்டனர். மன்னன் அவர்களைத் தடுத்து நிறுத்தி விட்டு, ஒரு ஒட்டகத்தில் தான் ஏறிக் கொண்டு, மற்றொரு ஒட்டகத்தில், தனக்கும் ஒட்டகக்காரர்களுக்கும் வேண்டிய ஆடைகளையும், உணவையும், தண்ணீரையும் ஏற்றும்படி கட்டளையிட்டான். புறப்படும்போது, அதையும் தடுத்துவிட்டு, ஒரு ஒட்டகத்தில் மட்டும் உணவும் நீரும் ஏற்றிக் கொண்டு ஒட்டக்காரனோடு புறப்பட்டு விட்டான். சிறிது தூரம் சென்றதும், அந்த ஒட்டகம் இருவரையும் சுமந்து, இருவரது சுமையையும் சுமந்து செல்வதை மன்னன் கண்டு மனம் வருந்தி, ஒட்டகத்தின் சுமையைக் குறைக்க எண்ணினான். இறுதியாக அவன் திட்டம் கையாளப்பட்டது. அது, ஒருவர் ஒட்டகத்தின் மேல் இருப்பது, மற்றவர் ஒட்டகத்தைப் பிடித்துக் கொண்டு நடத்திச் செல்வது. ஒரு மைல் தூரம் சென்ற பிறகு, இருவரும் தங்கள் வேலையை மாற்றிக் கொள்வது என்பது. பல மைல்கள் தூரம் நடந்து சென்று, இறுதியாக, அந்த நாட்டிற்குள் நுழையும் போது, ஒட்டகக்காரன் ஒட்டகத்தின் மேல் இருக்க, மன்னன் தன் கையால் ஒட்டகத்தைப் பிடித்துக் கொண்டு உள்ளே நுழைந்தான். பொக்கிஷத்தின் சாவியைக் கொடுக்க அங்கு திரண்டிருந்த ஊர் மக்கள், ஒட்டகத்தின் மேலிருந்தவரையும், ஒட்டகத்தைப் பிடித்து வந்தவரையும் மாறி மாறி உற்றுப் பார்த்து, "எந்த மன்னன், ஒட்டகக்காரனை ஒட்டகத்தின் மேல் வைத்துத் தான் ஒட்டகத்தைப் பிடித்துக் கொண்டு நடந்து, இந்த ஊருக்குள்

நுழைகிறானோ, அந்த மன்னனிடம் இந்தச் சாவியைச் சேர்ப்பியுங்கள் என்று எங்களுக்குக் கட்டளை பிறந்திருக்கிறது" என்று கூறி, வியப்போடும் மகிழ்வோடும் ஒட்டகத்தைப் பிடித்து நடந்து வந்த மன்னனிடம் பாலஸ்தீன் நாட்டு மக்கள் சாவியைச் சேர்ப்பித்தார்கள். எப்படி? நாயகம் அவர்களின் சிக்கனக் கொள்கை, அரண்மனைகளிலும் மன்னர்களிடத்தும் பரவியிருந்தது என்பது!

12. நாயகம் அவர்களின் போதனை

வாழ்க்கைக்கு: சிக்கனமாய் இரு; ஆனால் கருமியாய் இராதே. இரக்கங் காட்டு; ஆனால், ஏமாந்து போகாதே. அன்பாய் இரு; ஆனால் அடிமையாய் இராதே. வீரனாய் இரு; ஆனால் போக்கிரியாய் இராதே. சுறுசுறுப்பாய் இரு; ஆனால் படபடப்பாய் இராதே என்பவை அவர்களுடைய போதனைகள். இவற்றின் வேற்றுமைகளை உள்ளத்தே எண்ணி, வாழ்க்கை நடத்துவது நல்லது.

பொதுத் தொண்டு: பொதுத்தொண்டு செய்கின்ற ஒவ்வொருவனும், முதலில் தன் வீட்டிலிருந்தே பொதுத் தொண்டைத் தொடங்க வேண்டும் என்பதே நாயகம் அவர்களின் கொள்கை. இதைப் பின் வரும் அவரது போதனை நமக்கு நன்கறிவிக்கிறது. அது "பள்ளிவாசலில் விளக்கேற்றி வைக்கப் புறப்படு முன் உங்கள் வீட்டில் விளக்கேற்றி வைத்துப் புறப்படுங்கள்" என்பது. வீட்டை இருளடைந்து போகும்படி செய்கிறவன் பள்ளிவாசலில் விளக்கேற்றி வைக்கத் தகுதியுடையவன் அல்லன் என்பது நாயகம் அவர்களின் கருத்து. இது பொதுத் தொண்டு செய்கிறவர்களைச் சிந்திக்கச் செய்யுமென நம்புகிறேன்.

நட்பு: 'அண்டை வீட்டுக்காரர்களோடு எப்பொழுதும் நட்பாய் இருங்கள் ' என்பது அவர்களது போதனைகளிலொன்று. அதற்கு வழியும் கூறியிருக்கிறார்கள். அது, உங்கள் வீட்டில் பலகாரங்கள் பண்ணும் போதெல்லாம், அண்டை வீட்டுக்காரர்களுக்கும் அனுப்பி அவர்களை மகிழ்வியுங்கள்' என்பது. நீங்கள் எதைப் பின்பற்றாவிட்டாலும், இப்போதனையை நீங்கள் கட்டாயம் பின்பற்ற வேண்டும் என்பது, அண்டை வீட்டுக்காரர்களின் பகையால் துன்பப்பட்டுக் கொண்டிருப்பவர்களின் கருத்து.

சர்க்கரை: ஒரு முறை அவர்கள் சொற்பொழிவு செய்து கொண்டிருந்தார்கள். ஒரு கிழவி பையனைக் கொண்டு வந்து முன்னே நிறுத்தி இருந்தாள். "என்ன?" என்றார்கள். "இவன் சர்க்கரையை அதிகமாகச் சாப்பிடுகிறான். சாப்பிட வேண்டாமென்று புத்தி சொல்லுங்கள். நான் சொல்லி அலன் கேட்கவில்லை. அதற்காகத் தங்களிடம் அழைத்து வந்தேன்" என்றாள். "அப்படியா" என்று சற்று எண்ணி, "இன்னும் மூன்று நாள் கழித்து வாருங்கள்" என்றார். போய் விட்டார்கள். மூன்றாம் நாள் பல மைல்களுக்கப்பால் நாயகம் அவர்கள் பேசிக் கொண்டிருப்பதை அறிந்து, பையனை அழைத்துக் கொண்டு போய் பழையபடி நின்றாள். "நீங்கள் யாரம்மா?" என்றார்கள் "மூன்று நாளைக்கு முன்பே, இந்தப் பையன் சர்க்கரை சாப்பிடுகிறான்; கொஞ்சம் புத்தி சொல்லுங்கள் என்று சொன்னேனே நான்தான்' என்றாள். "ஓ அவனா? தம்பீ! இனிமேல் நீ சர்க்கரை சாப்பிடாதே! போ" என்றார்கள். அந்த அம்மாவுக்குச் சிறிது வருத்தம். இவ்வளவுதானா? இதைச் சொல்லவா மூன்று நாள்? அதை அன்றைக்கே சொல்லியிருக்கலாமே என்று நினைத்தாள். உடனே "தாயே! நீ என்ன நினைக்கி-

றாய் என்பது எனக்குத் தெரிகிறது. உன் பேரன் மட்டும் சர்க்கரை சாப்பிடுகிறவன் அல்லன். நானும் அதிகமாகச் சர்க்கரை சாப்பிடுகிறவன். மூன்றாம் நாள் விட முயன்றேன். முடியவில்லை. நேற்று விடப் பார்த்தேன். பாதி தான் முடிந்தது. இன்றைக்குக் காலையிலிருந்து முயன்றேன். என்னால் விட முடிந்தது. சர்க்கரையே சாப்பிடவில்லை. அதனாலே நான் அறிந்தேன். சர்க்கரை சாப்பிடுகிறதை விட முடியும் என்று. அதன் பிறகுதான் பையனுக்கு என்னால் சொல்ல முடிந்தது" என்றார்கள் [கை தட்டல்]. இது, நம் உள்ளத்தைத் தொடுகிறது. தொட்டு என்ன பயன்? நம் நாட்டிலுள்ள பேச்சாளர்களின் உள்ளத்தைத் தொட வேண்டும். எண்ணங்களை நாம் கோடிக்கணக்கில் எண்ணுகிறோம். எழுத்துகளை இலட்சக் கணக்கில் எழுதுகிறோம். பேச்சுகளை ஆயிரக் கணக்கில் பேசுகிறோம். கொள்கைகளை நூற்றுக்கணக்கில் கொட்டுகிறோம். திட்டங்களைப் பத்துக் கணக்கில் வகுக்கிறோம். ஆனால், செயலில் ஒன்றையாவது உருவாகச் செய்கிற ஆற்றல் நமக்கு இல்லை. நாயகம் அவர்களிடத்தில் இருந்தது. எதை அவர்கள் சொல்லுகிறார்களோ அதையே அவர்கள் செய்வார்கள், செய்யக் கூடியதையே சொல்லுவார்கள். மக்களால் செய்ய முடியாத எதையும், அவர்கள் ஒரு நாளும் போதித்ததில்லை. அதுதான் அவர்களிடமுள்ள ஒரு பெருஞ் சிறப்பு. அதனாலேயே அவர்களிடம் எனக்குப் பற்று அதிகம்.

வீரம்: எம்பெருமானார் அடிக்கடி 'அநீதியை எதிர்த்தும் போரிடுங்கள்' எனக் கூறுவார்கள். போரிட்டுக் கொண்டே கூறுவார்கள்.

ஹஜ்ரத் அலி அவர்கள் கூறியிருக்கிறார்கள். 'பெரும் போர் நடக்கும் பொழுதெல்லாம், அண்ணலார் அவர்களின் முதுகுப்புறத்தில்தான் நாங்கள் நின்று போராடுவோம்' என்று.

அகழ்ப் போர், பத்ருப் போர், உஹுத் போர் முதலிய பல போர்கள் நடந்தன. அப்பொழுதெல்லாம் நாயகம் அவர்கள் முதல் வரிசையில் நின்று, பகைவர்களை நெருங்கிப் போராடியிருக்கிறார்கள்.

திடீரென்று பகைவர்கள் வந்து தாக்கப் போகிறார்கள் என்ற அச்சம் வந்த போதெல்லாம், இரவு நேரங்களில் தனியாகக் குதிரை ஏறிப் பல மைல்கள் சென்று வேவு பார்த்து வருவார்கள். அநீதியைப் போரிட்டு அழிப்பதில் அண்ணலார் அவர்களைப் போன்ற ஒரு சமயத் தலைவரை உலகம் கண்டதில்லை. அவரது வீரம் அத்தகையது.

விக்கிரக வணக்கம்: நாயகம் அவர்களின் காலத்தில், அரேபியா நாட்டில் விக்கிரக வணக்கம் இருந்தது. மக்கா நகரிலுள்ள கஃபா பள்ளியில் கூட விக்கிரங்கள் பல இருந்தன. விக்கிரக வணக்கம் ஆண்டவனுக்கு ஏற்றதல்ல என்று அறிவுரைகளைக் கூறி, மக்களை ஒப்பும்படி செய்து, தாமே பல விக்கிரகங்களை உடைத்து அகற்றி, அப்பள்ளியைத் தூய்மை அடையச் செய்து பெருமகிழ்ச்சி அடைந்தார்கள்.

அபிசீனியா: பீதி அடைந்து துன்பப்பட்டுக் கொண்டிருந்த 70 பேர்களுக்கு அடைக்கலம் கொடுக்கும்படி அபிசீனியா. நாட்டு மன்னருக்கு எம்பெருமானார் அவர்கள் ஒரு கடிதம் கொடுத்திருந்தார்கள். அபிசீனியா மன்னன் நாயகம் அவர்களுக்குக் கட்டுப்பட்டவன் அல்ல. மாறுபட்டவன் என்றுகூடச் சொல்லலாம். அப்படி இருந்தும் நாயகம் அவர்கள் தமக்குக் கடிதம் எழுதியதை மதித்து ஏற்றுக் கொண்டு, அவர்களுக்கு அடைக்கலங் கொடுத்துக் காப்பாற்றினான். இதிலுள்ள சிறப்பு என்னவென்றால், அம்மன்னன் அக்கடிதம் வந்த நாளை, ஒரு திருநாளும் பெருநாளுமாகக் கருதி, ஆண்டுதோறும் அந்த நாளில், விழாக் கொண்-

டாடியதே. இதிலுள்ள வியப்பு என்னவென்றால், அம்மன்னன் இறந்து பல நூறு ஆண்டுகளாகியும், அந்நாட்டு மக்கள் இன்றும் அவ்விழாவைக் கொண்டாடிக் கொண்டிருப்பதுதான்.

தன்னம்பிக்கை: நாயகம் அவர்களின் போதனைகளில் தலை சிறந்த ஒன்று 'தன்னம்பிக்கையோடு இருங்கள்' என்று அடிக்கடி மக்களைத் தட்டி எழுப்பிக் கொண்டிருந்ததே.

தன்னம்பிக்கை என்பது தன்னை நம்புவது; தன் வலிமையை நம்புவது; தன் அறிவை நம்புவது; பிறர் துணையின்றித் தன்னைத்தானே காத்துக் கொள்வது என்றாகும்.

மனிதனிடத்தில் காணமுடியாத இத் தன்னம்பிக்கையைச் சிங்கத்திடம் காண முடிகிறது.

காட்டில் வாழ்கின்ற, கரடி, புலி, சிறுத்தை, ஓநாய் முதலிய விலங்கினங்கள் மான், முயல் முதலியவற்றை அடித்துக் கொன்று, ஓரளவு தின்று, மீதியை மறு தாளைக்கு வேண்டுமென எண்ணித் தாம் தங்குமிடத்துச் சென்று வைத்திருக்கும். இதனால் அவற்றின் இருப்பிடங்கள் சகிக்க முடியாத நாற்றம் வீசிக் கொண்டிருக்கும்.

ஆனால் சிங்கத்தின் குகை மட்டும் மிகத் தூய்மையானதாகக் காணப்படும், அக்குகையில் எலும்பையோ தோலையோ காணமுடியாது. நன்றாகப் பசியெடுக்கும் வரை, அதிலும் பசியைப் பொறுக்கும் வரை சிங்கம் அமைதியாகப் படுத்து உறங்கிக் கொண்டிருக்கும். இனிப் பசியைத் தாங்க முடியாது என்ற நிலை வந்ததும் மெதுவாக எழுந்து குகையில் நாலடிகள் நடந்து, குகைக்கு வெளியே சிறிது தலையை நீட்டி "ஆ! ஆ!" என்று கர்ஜித்துத் தன் பிடரி மயிரை ஆட்டிக் கொண்டிருக்கும். இந்தக் கர்ஜனையின் ஒலி எதிர் மலையில் தாக்கி அங்கிருந்து எதிரொலி திரும்பி வந்து, காடு முழுவதையும் அலைக்கழிக்கும். ஆங்காங்குள்ள மான், முயல் முதலியன நடு நடுங்கி 'இதோ சிங்கம்! அதோ சிங்கம்!' எனக் குறுக்கும் நெடுக்குமாக ஓடிக் கொண்டிருக்கும். அப்படி ஓடுவனவற்றில், சிங்கம் தன் குகையின் வழியே வருகிற ஒன்றை மெதுவாகத் தட்டி, கடித்துத் தின்று, மீதியை எறிந்து விட்டு, மெதுவாக நடந்து, அமைதியாகக் குகைக்குள் படுத்து உறங்கும்.

தனக்குப் பசி எடுத்தபோது உணவு வாயிலண்டை வரும் என்ற அவ்வளவு தன்னம்பிக்கை சிங்கத்திற்கு. பகுத்தறிவற்ற விலங்கினிடத்தில் காணப்படுகின்ற இத்தன்னம்பிக்கை பகுத்தறிவுள்ள மக்களிடத்தில் காண முடியவில்லையே என நாயகம் வருந்துவார்கள். நாம் இப்போதனையைப் பின்பற்றித் தன்னம்பிக்கையோடு வாழ வேண்டாமா என அவர்களின் பிறந்த நாளைக் கொண்டாடுகின்ற இந்த நாளிலாவது எண்ணிப் பார்ப்பது நல்லது.

13. பாவமன்னிப்பு

பாவமன்னிப்பு ஒன்று. பாவங்கள் மன்னிக்கப்படுமா என்பது ஒரு கேள்வி. எல்லாச் சமயத்தினரும் சடங்குகளை வைத்துக்கொண்டுள்ளார்கள். சில பாவங்களுக்கு மெழுகுவர்த்தி வைத்தால் போய் விடும். ஐயருக்குத் தட்சணை கொடுத்தால் போய்விடும். குளத்தில் முழுகினால் போய் விடும். அதுவும் 12 வருடங்களுக்கு ஒருமுறை, குளத்தில் மூழ்கினால் போய் விடும் என்று பல சமயத்தவர்கள் கூறுகிறார்கள். ஒருவன் 12 அணா செலவிட்டு ஒரு ஊருக்குப் போய், ஒரு குளத்தில் முழுகி விட்டு வந்தால் 12 வருடங்கள் செய்த பாவங்கள் போய் விடுமாறிருந்தால், அடுத்துப் பாவம் செய்ய அவன் பயப்படுவானா? எவ்வளவு பாவம் செய்தாலும் 12 அணா பணச் செலவில் போய் விடுமானால், குளித்து விட்டு மறுபடியும் புதுக்

கணக்குப் போட்டுக் கொள்வான். அடுத்த 12 வருடங்களுக்கு அப்புறமும் 12 அணா செலவு செய்து விடுவான். [சிரிப்பு.]

நாயகம் அவர்களிடத்தில் போய், "மனிதன் செய்த பாவங்கள் மன்னிக்கப்படுமா?" என்று கேட்டார்கள். "முடியாது" என்றார்கள். "அப்படியானால் பாவமன்னிப்பே இல்லையா?" என்றார்கள். "ஒன்று உண்டு. செய்த பாவத்தை எண்ணி எண்ணி இறைவனிடம் முறையிட்டு, அழுதால் அது மன்னிக்கப்படலாம்", என்றார்கள். "தட்சணை வை, குத்து விளக்குக் கொடு, சில பொருள்களைத் தா, பணத்தைக் கொடு, சடங்குகள் செய், மந்திரஞ் சொல்" என்று கூறாமல், "அழு! அழுதால் மன்னிக்கப்படும்" என்று கூறியது எவ்வளவு பொருத்தமாக இருக்கிறது பாருங்கள்! எவ்வளவு பாவம் மன்னிக்கப்படும் என்று கேட்டதற்கு, நாயகம் அவர்கள், "நீ எவ்வளவு கண்ணீர் விடுகிறாயோ, அவ்வளவுதான் மன்னிக்கப்படும்; அதுவும் பாதிக்கப்பட்டவர்கள் மன்னித்தாலன்றி, ஆண்டவனும் மன்னிக்க மாட்டான்' என்றார்கள். ஒருவன் தவறு செய்து விட்டு, தான் செய்தது தவறு என்று வருந்திக் கண்ணீர் விடுவானானால், அவன் திரும்பவும் பாவச் செயல்களைச் செய்வானா? என்று எண்ணிப் பாருங்கள். இதையே சொன்னார் மணிவாசகரும், "அழுதால் உன்னைப் பெறலாமே" என்று. ஆக அறிந்தோ, அறியாமலோ பாவஞ் செய்தவர்கள் வருந்தி அழ வேண்டும் என்பது நாயகம் அவர்களுடைய கருத்து. இதைப் பகுத்தறிவாளர்களும் வரவேற்கிறார்கள்.

ஒட்டகப் புத்தி: மேலே கண்ட பாவ மன்னிப்பைச் சொன்னவர்கள் ஒட்டகப் புத்தி உள்ளவனை மட்டும் இறைவன் மன்னிக்க மாட்டான் என்று கூறினார்கள். திருப்பித் திருப்பிக் குர் ஆனை மொழி பெயர்ப்பிலே படித்தேன். ஒட்டகப் புத்தி என்றால் என்ன என்று விளங்கவில்லை. கொஞ்சம் தெரிந்தவர்களை எல்லாம் போய் ஒட்டகப் புத்தி என்றால் என்ன? என்று கேட்டேன். தெரியவில்லை. இதற்காக நான் டில்லிக்குப் போனேன். ஒட்டகம் வளர்க்கிற இடங்களுக்கெல்லாம் போனேன். போய்ப் பார்த்த பிறகுதான் குரானுக்குப் பொருள் அங்கே விளங்கிற்று. இந்த டில்லி முழுவதும் கருவேலங் காட்டில் இருக்கிறது. அதிலும் இப்புதிய டில்லி கருவேலங்காட்டிலேயே அமைந்திருக்கிறது. நந்தவனங்களை வைத்து அருமையாகப் பாதுகாக்கிறார்கள். அதற்குள்ளும் கருவேலஞ் செடி முளைத்துவிடுகிறது. அதைத் திராவகம் வைத்துச் சுட்டு அழிக்கிறார்கள். அப்படியும் அது முளைத்துக் கொண்டே இருக்கிறது. இந்த ஒட்டகம், நல்ல புல், உயர்ந்த கீரை முதலியவற்றை விரும்பித் தின்னாமல், இந்தக் கருவேலஞ் செடியையே விரும்பித் தின்கிறது. நாக்கைச் சுழற்றிச் சுழற்றித் தின்னும். அவ்வளவு ஆசை அதற்கு, அது தின்னும் போது முள் எல்லாம் குத்தும். நாக்கிலிருந்து இரத்தம் வெளி வரும். அதையும் சேர்த்துச் சுழற்றிச் சுழற்றிச் சாப்பிடும். கருவேலஞ் செடியை முன்னே அது தின்னும்போது, முள் குத்தும் என்பது தெரியாது. அது குத்தி, இரத்தம் வந்த பிறகேனும் 'தூ' என்று துப்ப வேண்டாமா? இதுதான் ஒட்டகப் புத்தி என்பது. தவறு செய்கிறது எளிது. அறியாமல் செய்து விடக் கூடும். ஆனால் செய்த தவறைத் தவறு என்று உணர்ந்த பிறகு, வருந்தி அழுது ஆண்டவனிடத்தில் மன்னிப்புக் கேட்ட பிறகு, மீண்டும் அத்தவறைச் செய்வது நல்லதல்ல. அது ஒட்டகத்தின் புத்தி. அப் புத்தி உள்ளவனை ஆண்டவன் மன்னிக்க மாட்டான் என்பது நாயகம் அவர்களின் வாக்கு.

14. கடைசி ஹஜ்

நம் நாயகம் அவர்கள் ஒருமுறை ஹஜ்ஜை நிறைவேற்றிய பொழுது, மக்கா நகரை நோக்கியோ அல்லது அந்த அரேபியா நாட்டை நோக்கியோ ஆசியாவை நோக்கியோ சொல்லாமல், உலக மக்களை நோக்கி, மூன்று சொற்றொடர்களைச் சொன்னார்கள். நாயகம் அவர்களுடைய பிறந்த நாள் விழாவிலே அதை நினைக்காமல் விழாவை முடிக்கக் கூடாது. முதற் கட்டளை, அன்னியனுடைய உடைமைக்கு ஆசைப் படாதே என்பது. இதைச் சாட்டையடி மாதிரி கொடுத்தார்கள். அன்னியனுடைய உடைமை என்று சொல்லும் பொழுது, அது மண்ணையும் குறிக்கிறது. பொன்னையும் குறிக்கிறது. பெண்ணையும் குறிக்கிறது. இவை மூன்றும் அன்னியனுடைய உடைமைகளாக இருப்பின், அவற்றின் மீது ஆசை கொள்ளாதே என்பதே முதற் கட்டளை.

உனது நடத்தை பிறருக்கு முன் மாதிரியாக இருக்கட்டும். நீ, அவர்களை, இவர்களைப் பார்த்து நடை போடாதே. உன்னைப் பார்த்து மற்றவர்கள் நடக்க வேண்டும். அதற்கு முன் மாதிரியாக நட என்பது இரண்டாவது கட்டளை.

ஓ! பணக்காரனே! உன்னிடத்தில் இருக்கின்ற பணம்! ஓ! பலசாலியே உன்னிடத்தில் இருக்கின்ற வலிமை! இவ்விரண்டும் உன்னை, உன் பெண்டு பிள்ளைகளைக் காப்பாற்ற மட்டும் அல்ல. இல்லாத ஏழை மக்களைக் காப்பாற்றவே உன்னிடத்தில் ஆண்டவனால் ஒப்படைக்கப்பட்டிருக்கிறது என நினை என்பதுது மூன்றாவது கட்டளை. இக்கட்டளைகள் எவ்வளவு அருமையானவை என எண்ணிப் பாருங்கள். இவை இஸ்லாமிய மக்களை மட்டும் நோக்கிச் சொன்ன சொற்களா? இந்தியாவை மட்டும் நோக்கிச் சொன்ன சொற்களா? உலகம் முழுவதுமுள்ள எல்லாச் சமயத்தினரையும் சேர்ந்த 500 கோடி மக்களும் பின்பற்ற வேண்டிய அருமையான கட்டளைகள்,

15. குறிக்கோள்

பேச்சு முடிகிறது. நான் இரயிலுக்குச் செல்ல இருக்கிறேன். நீங்களும் எழுந்து போகப் போகிறீர்கள். விளைந்த பலன் என்ன? நாயகம் அவர்களுடைய விழாவைக் கொண்டாடியதன் மூலம் என்ன பலனைப் பெற்றோம்? ஏதேனும் ஒரு குறிக்கோள் இருக்க வேண்டாமா? செயலை முன்னே வைத்துத்தான் பேச்சு இருக்க வேண்டும். செயல் செய்ய விரும்பாதவர்கள், செயல் திறம் இல்லாதவர்கள், பேச்சைப் பேசிப் பயனில்லை; கேட்டும் பயனில்லை.

அவர்களின் விழாவைக் கொண்டாடுகிற காலத்திலே நீங்கள் எல்லாம் செய்யவேண்டியது ஒன்று உண்டு. தங்கள் ஊரில் உள்ள இளம் பையன்கள், பெண்கள் படிக்கக்கூடிய மதரசா ஒன்று வைத்து நடத்தி, மார்க்கக் கல்வியை வளர்க்க வேண்டும். ஏற்கனவே ஒன்றிருந்தால், அதை விரிவு படுத்திப் பெரிய அளவில் நடத்தியாக வேண்டும். இது நமது இன்றைய விழாவின் குறிக்கோளாக இருக்கவேண்டும்.

ஏனெனில், நாயகம் அவர்கள் கல்வியைப் பற்றியும் மூன்று கட்டளையிட்டு இருக்கிறார்கள். 'கல்வி ஆணுக்கும் பெண்ணுக்கும் தேவை என்பது ஒன்று; சிறந்த கல்வி சீனாவில் இருந்தாலும் அங்கேயும் போய்க் கற்றுக் கொள்ள வேண்டும் என்பது இரண்டு; படியுங்கள்,

படித்துக் கொடுங்கள், அல்லது படிக்கிறவர்களுக்கும் படித்துக் கொடுக்கிறவர்களுக்கும் உதவி செய்யுங்கள் என்பது மூன்றாவது கட்டளை. இம் மூன்று கட்டளைகளையும் நாயகம் அவர்களின் விழாக் கொண்டாடுகிற இந்து நல்ல நாளிலே உள்ளத்தே வைத்து மதரசா வைத்து வளர்க்கும் பணிகளில் ஈடுபடவேண்டும்.

ஜவுளிக்கடை வைத்திருப்பவர்கள் இந்தப் பிள்ளைகளுக்குத் துணி வழங்கியும், தென்னந்தோப்பு வைத்திருப்பவர்கள் கீற்றுகளை வழங்கியும், செங்கல் காளவாய் வைத்திருப்பவர்கள் செங்கற்களை வழங்கியும், நிலம் வைத்திருப்பவர்கள் நெல் வழங்கியும், செல்வம் படைத்தவர்கள் பொருள் வழங்கியும், மதரசாவை வளர்ப்பது நல்லது. நாயகம் அவர்களின் இந்த மூன்று கல்விக் கட்டளைகளை இந்த நல்ல நாளில் தங்களுக்கு நினைப்பூட்டுவதோடு, என் சொற்பொழிவை நிறுத்திக் கொள்கிறேன். அப்பொழுதுதான் இந்த விழாவை நடத்தியதில் ஒரு குறிக்கோள் இருக்கும். நான் மனமார இந்தப் பிள்ளைகளை வாழ்த்துகிறேன். அவர்கள் வெற்றி பெற வேண்டுமென்று வாழ்த்துகிறேன். அம்மாதிரியான நல்ல பணிகள் இங்கு மட்டுமல்லாமல், சுற்றியுள்ள ஊர்களிலும் நடை பெற வேண்டுமென்று பெருமக்களாகிய நீங்களும் ஆசைப்பட வேண்டுமென்று கேட்டுக் கொள்கிறேன்.

16. முடிவுரை

அன்பர்களே! மேலும் உங்களுடைய அருமையான காலத்தை நான் வீணாக்க விரும்பவில்லை. பலப்பல பேசினேன். கேட்பதைக் கேட்டீர்கள். சிந்திப்பதைச் சிந்தித்து, அல்லன தள்ளி, நல்லன கொண்டு, நாட்டிற்கும், மொழிக்கும், மக்களுக்கும், சமூகத்திற்கும், சமயத்திற்கும் செய்ய வேண்டிய தொண்டுகளைச் செய்து, நீங்கள் சிறப்பெய்தி வாழ வேண்டுமென்று வாழ்த்துவதோடு எனது சொற்பொழிவை முடிக்கிறேன்.

வணக்கம்

www.ingramcontent.com/pod-product-compliance
Lightning Source LLC
La Vergne TN
LVHW091530200926
848483LV00002B/359

* 9 7 9 8 8 9 8 2 6 5 7 7 9 *